டாலர் நகரம் 2.0

ஜோதி கணேசன்

டாலர் நகரம் 2.0
- ஜோதி கணேசன் ©

சுவாசம் பதிப்பகம்

Dollar Nagaram 2.0
by Jothi Ganesan ©

ISBN: 978-93-95272-93-3
Title Number: Swasam 227

First edition: Dec 2024

Published by:
Swasam Pathippagam,
An imprint of Swasam Publications Private Limited,
52/2, Near B.S Mahal,
Ponmar,
Chennai, Tamil Nadu – 600127
Email: swasam.publications@gmail.com

Printed by: Adyar Students Xerox, Chennai – 600 002

To buy the book: Swasam Bookart - +91-8148066645
Website: https://www.swasambookart.com/

உள்ளே...

பாகம் 1

ஒரு தொழிற்சாலையின் குறிப்புகள்

பாகம் 2

ஐந்து முதலாளிகளின் கதை

திருப்பூரின் வளர்ச்சிக்கு ஒவ்வொரு காலகட்டத்திலும் உழைத்து, பல்வேறு காரணங்களால் இந்த ஊரைவிட்டு வெளியேறிச் சென்ற தொழிலாளர்கள் ஒவ்வொருவருக்கும்...

தமிழகத்தில் மட்டுமல்ல, இந்தியா முழுக்க மத்திய மாநில அரசுகள் மக்களுக்குச் செய்ய வேண்டிய அடிப்படை நல்வாழ்வுத் திட்டங்களை ஆங்காங்கே உள்ள தொழில் நகரங்கள்தான் செய்து வருகின்றன என்ற உண்மை உங்களுக்குத் தெரியுமா? ஒரு காலத்தில் இந்தியா ஏழை நாடு என்கிற பார்வை உலகம் முழுக்க இருந்தது. இன்று இந்தியா ஒரு மிகப் பெரிய சந்தை என்று எல்லா நாடுகளும் இந்தியாவை வியப்புடன் பார்க்கின்றன. இந்தியாவுடன் தொழில் ரீதியான தொடர்புகளை வைத்துக்கொள்ள விரும்புகின்றன. காரணம் திருப்பூர் போன்ற தொழில் நகரங்களே.

உங்களுக்கு வாய்ப்புக் கிடைத்தால் ஒரே ஒரு முறை திருப்பூர் ரயில் நிலையத்தில் வந்து நின்று பாருங்கள். இந்தியாவில் உள்ள அனைத்து மாநில மக்களும் வேலை தேடி வந்துகொண்டே இருப்பதைப் பார்க்கலாம். அவர்கள் மட்டுமல்ல, தமிழகத்தின் பிற மாவட்ட மக்களும் வந்துகொண்டே இருக்கிறார்கள். இப்படி வருகின்ற அத்தனை பேர்களுக்கும் ஏதோ ஒரு வாய்ப்பு இங்கே உள்ளது. வாழ்ந்தவர்கள், வீழ்ந்தவர்கள் சரி சமமாக இங்கே உள்ளனர்.

இந்தியா காலம் காலமாக விவசாயத்தை நம்பித்தான் இருந்தது. விவசாயத்தை நம்பியிருந்த மக்கள் தன்னிறைவு பெறாத நிலையிலும், ஆளும் அரசாங்கத்திற்கு வரிவருவாய் இல்லாத நிலையிலும், இரண்டுங்கெட்டான் நிலையில் இருந்த இந்தியாவின் அந்நியச் செலாவணி இன்று உச்சத்தில் உள்ளது. சுய பொருளாதாரக் கொள்கை முதல் நமக்கு நாமே உற்பத்தி செய்துகொள்ள முடியும் என்ற தன்னம்பிக்கை நிலையை அடைந்துள்ளோம்.

விவசாயம் நொடிந்த நிலையில் பெருவாரியான மக்கள் தங்கள் கிராமங்களிலிருந்து இடம்பெயரக்

காரணமும், அரசாங்கத்தின வரி வருவாய் அதிகமாகி இன்று இந்தியா உலக அளவில் அசைக்க முடியாத இடத்திற்குச் சென்றதற்கு முதன்மைக் காரணமும் தொழில் நகரங்களே. இப்படிப்பட்ட தொழில் நகரங்களைப் பற்றியோ, இங்கே இருக்கும் தொழிலாளர்கள் பற்றியோ, முதலாளிகள் பற்றியோ, இவர்களை வாழ்க்கைச் சித்திரத்தைப் பற்றியோ இங்கே யாருக்கும் பெரிய அளவில் தெரியாது.

தொழில் அதிபர்களின் வாழ்க்கை வரலாறு மற்றும் அவர்களின் வெற்றிச் சித்திரங்கள் குறித்துச் சில புத்தகங்களை நீங்கள் படித்திருக்கக்கூடும். ஆனால் ஒவ்வொரு தொழில் நகரமும் எப்படி இயங்குகிறது என்பதை எத்தனை பேர்கள் அறிந்துள்ளார்கள்?

நம் வாரிசுகளுக்கு ஆசையை வளர்த்து அடிமைத் தொழிலில் சேவகம் செய்யத் தயார்ப்படுத்தவே விரும்புகிறோம். ஒரு தொழிலைத் தொடங்குவது குறித்து, அதன் சாதக பாதகங்களைக் குறித்து எத்தனை பெற்றோர்கள் தங்கள் குழந்தைகளிடம் பேசுகிறார்கள்?

இந்தப் புத்தகத்தை வாசித்து முடிக்கும்போது நிச்சயம் நீங்கள் உங்கள் குழந்தைகளிடம் தொழிலைப் பற்றிப் பேசுவீர்கள். தொழில் நகரங்களைப் பற்றி, தொழில் தொடங்குவதைப் பற்றி, அதன் நிர்வாகம் பற்றி, அதிலுள்ள சவால்கள் பற்றிப் பேசுவீர்கள். இந்தப் புத்தகம் அப்படி ஒரு தன்னம்பிக்கையை உங்களிடம் உருவாக்கும்.

ஒரு தொழிலின் லாப நட்ட கணக்குகளைவிட நெளிவு சுழிவுகளை அதன் யதார்த்த வடிவில் இந்தப் புத்தகம் உங்களுக்குப் புரிய வைக்கும். வெற்றி தோல்விக்குப் பின்னால் உள்ள நிஜத்தையும் கோர முகங்களையும் அறிமுகம் செய்து வைக்கும். உங்களைச் சார்ந்து உள்ளவர்களையும் வாசித்துப் பார் என்று நீங்களே சொல்லும் அளவிற்கு உங்களுக்குள் ஒரு தாக்கத்தை உருவாக்கும்.

நான் திருப்பூரில் 30 வருடங்களுக்கு மேலாக வாழ்ந்து வருகிறேன். நான் காரைக்குடிக்கு அருகே கிராமப் பின்புலத்திலிருந்து வந்தவன். கல்லூரி முடித்தவுடன் வேலை தேடி இங்கே வந்தேன். விவசாயத்தைப் பின்புலமாகக் கொண்டது எங்கள் வாழ்க்கை. பின்னலாடை ஏற்றுமதி குறித்து நினைத்துக் கூட பார்க்காத என் வாழ்க்கையில், ஒரு தொழில் நகரத்தின் தொழில் சார்ந்த அனைத்துக் குறுக்குவெட்டுத் தோற்றங்களையும் எழுதும் அளவிற்கு

இந்தத் தொழில் இன்று என்னை வளர்த்துள்ளது. பக்குவப்படுத்தி உள்ளது.

நீங்கள் வாசிக்கப் போகும் டாலர் நகரம் 2.0, திருப்பூரில் உள்ள ஏற்றுமதி நிறுவனங்கள், நிர்வாக அமைப்பு, முதலாளி—தொழிலாளிகளின் எதிர்பார்ப்புகள், பிரச்சினைகள், சவால்கள் என்று அனைத்தையும் உங்களுக்குப் புரிய வைக்கும். சாதாரணமானவர்கள் முதல் பொருளாதார ரீதியாகச் சரித்திரத்தை உருவாக்கியவர்கள் வரை அறிமுகம் செய்து வைக்கும்.

நம்மைத் துண்டாடும் சாதிய இழிவுகள் எப்போது மாறும் என்பதை நம் பொருளாதாரம்தான் தீர்மானிக்கும். அதற்கு உங்களுக்குத் தொழில் சிந்தனைகள் தேவை. தொழில் நகரங்களைப் பற்றித் தெரிந்து கொள்வது அவசியம்.

உங்கள் காலகட்டத்தில் சாதிக்க முடியாத விஷயங்களை உங்கள் தலைமுறைகள் செய்வதற்கு நீங்கள் பயிற்சி அளிக்கவேண்டும். அதற்கு இந்தப் புத்தகம் உங்களுக்குத் தூண்டுகோலாக இருக்கும் என்று நம்புகிறேன்.

சுவாசம் பதிப்பகத்திற்கு நன்றி. இது ஓர் ஆவணம் என்பதனை உணர்ந்து மிக நேர்த்தியாகக் கொண்டு வந்துள்ளனர்.

என்றும் அன்புடன்,
ஜோதிஜி திருப்பூர்,
powerjothig@yahoo.com.

பாகம் 1

ஒரு தொழிற்சாலையின் குறிப்புகள்

அறிமுகம்

உணவு, உடை, உறைவிடம் என இந்த மூன்றையும் மனித வாழ்க்கையில் மிக முக்கியம் என்று சுட்டிக் காட்டுகிறார்கள். ஆதி காலத்து மனித சமூகத்தில் இந்த மூன்றுக்கும் தனிப்பட்ட முக்கியத்துவம் கொடுக்க வேண்டிய அவசியமில்லாமல், மூன்றுமே அவரவர் அன்றாட வாழ்வில் இயல்பான அங்கமாகவே இருந்தன. காட்டில் கிடைத்த கிழங்கு வகைகளே உணவாக மாறின. இலைகளே ஆடைகளாக இருந்தன. மலைக்குகைகளே வசிக்கப் போதுமானதாக இருந்தன. காலப்போக்கில் ஒவ்வொன்றும் மாறியது. இன்றைய சூழ்நிலையில் உணவு ருசியின் அடிப்படையிலும், ஆடைகள் நாகரிகத்தின் வெளிப்பாடாகவும், உறைவிடம் அந்தஸ்தின் அங்கமாகவும் மாறியுள்ளன.

இந்த இடத்தில் நாம் யோசிக்கவேண்டிய ஒன்று உண்டு. இன்னமும் உலகம் முழுக்க வாழ்ந்து கொண்டிருக்கிற ஏழைகள் பட்டினியுடன் தூங்கப் போவதும், சாலையோரக் குடிசைகளையே தங்கள் உறைவிடமாகக் கருதி வாழ்நாள் முழுக்க வாழ்வதையும் நாம் பார்த்துக் கொண்டுதானே இருக்கிறோம். ஆணோ, பெண்ணோ, ஏழையோ, பரம ஏழையோ எவராயினும் உடைகள் இல்லாமல் வாழ முடிகிறதா? மானத்தை மறைக்கவாவது ஒட்டுத்துணியைத் தங்கள் உடம்போடு ஒட்டிக்கொண்டு வாழ்பவர்களை நாம் பார்த்துக் கொண்டுதானே இருக்கிறோம்?

மூன்று வேளையும் பசியோடு வாழ்ந்தாலும், வாழ்நாள் முழுக்கத் தங்களுக்கென்று தங்க இடமில்லாமல் வாழ்ந்த போதிலும், அத்தனை பேர்களுக்கும் உடைகள் அவசியமானதாகத்தானே இருக்கிறது? அந்த உடைகளைப் பற்றித்தான் இந்தத் தொடரில் பேசப் போகிறோம்.

நீங்கள் உலகின் எந்தப் பகுதியில் வாழ்ந்தாலும், நீங்கள் விரும்புவது பிராண்ட் வகையான ஆடைகள் என்ற போதிலும், ஒவ்வோர் ஆடை உருவாக்கத்திற்குப் பின்னாலும் ஓராயிரம் விசும்பல் மறைந்துள்ளது என்பதை உணர்ந்திருக்கிறீர்களா? வெள்ளை ஆடை என்றாலும், நீங்கள் விரும்பும் வண்ண ஆடை என்றபோதிலும், ஒவ்வோர் ஆடை உருவாக்கத்திற்குப் பின்னாலும் வடியும் ரத்தக் கறை பற்றி உங்களுக்குத் தெரியுமா?

உலகத்தில் உள்ள ஒவ்வோர் ஆடைத் தொழிற்சாலைகளிலும் இன்றைய காலகட்டத்தில் பலதரப்பட்ட நவீன வளர்ச்சி வந்துள்ளது. மனித ஆற்றல் அதிக அளவு தேவைப்படாமல், இயந்திரங்களுக்கு மட்டுமே முக்கியத்துவம் கொடுக்கும் அளவிற்கு விஞ்ஞானம் நமக்குப் பல வசதிகளைத் தந்துள்ளது. ஆனால் பங்களாதேஷ் நாட்டில் உள்ள ஆடைத் தொழிற்சாலைகளில் இன்றும் மூன்று வேளை ரொட்டிக்காக மட்டுமே பணிபுரியும் லட்சக்கணக்கான மக்கள் இருக்கின்றனர். மனித மாண்புகளை உடைத்து இயந்திரமாக மாற்றப்பட்ட மனிதக்கூட்டம் இலங்கையில் உள்ள ஆடைத் தொழிற்சாலையில் பணிபுரிகின்றனர். தாய்லாந்து, இந்தோனேசியா, வியட்நாம், சீனா போன்ற நாடுகளில் உள்ள தொழிற்சாலைகளின் சுவர்களில் காது வைத்துக் கேட்டால் நாம் விக்கித்துப் போய் நிற்கும் அளவிற்கு ஏராளமான சோகக்கதைகள் உண்டு.

ஏனிந்த அவலம் என்பதை நான் இருக்கும் சூழ்நிலையில், நான் பணிபுரிந்த திருப்பூர் நிறுவனங்கள் வாயிலாக உங்களுக்குச் சொல்லப்போகிறேன். ஆடைகளை மட்டும் பேசப்போவதில்லை. ஆடைகளோடு பின்னிப்பிணைந்த நூலிழைகள் போல வாழ்ந்து கொண்டிருக்கும் லட்சக்கணக்கான தொழிலாளர்களின் வாழ்க்கையை ஒவ்வொரு நாளும் பார்த்துக் கொண்டிருப்பவன் என்கிற முறையில் ஒரு தொழிற்சாலையின் குறிப்புகளை இங்கே எழுதி வைக்க விரும்புகிறேன்.

நான் கடந்து வந்த பாதையை, பார்த்த, பழகிய, பாதித்த மனிதர்களைப் பற்றி உங்களிடம் பகிர்ந்து கொள்ள ஆசைப்படுகிறேன். காதல், காமம், ஏக்கம், இயலாமை, வன்மம், குரோதம், பித்தலாட்டம் எனக் கலந்துகட்டி, கதம்பம் போல் உள்ள இந்தக் கதைகளைச் சொல்லப் போகிறேன். தன் கவுச்சி வாடையைத்தாண்டி, கண்ணாடி ஷோரூம் வரைக்கும் பயணித்து வரும் ஆடைகளைப் பற்றிப் பேசப் போகிறேன்.

1

பஞ்சபாண்டவர்கள்

'*சார்... உங்களைப் பஞ்சபாண்டவர்கள் அழைக்கிறார்கள்.*'

என் அறையின் கண்ணாடிக் கதவைப் பாதி திறந்தபடி உள்ளே நுழையாமல் தலையை மட்டும் நீட்டியபடி, பெண் உதவியாளர் குறும்பாகச் சிரித்துக்கொண்டே ஆங்கிலத்தில் சொன்னபோது, அந்த வாரத்தில் முடிக்க வேண்டிய கோப்புகளோடு போராடிக் கொண்டிருந்தேன். இருபது வயதுக்குரிய இளமையும் குறும்பும் அழகும் உள்ள இளைஞிக்கு இயல்பாகவே குறும்புத்தனம் அதிகம். அவரது இயல்பான கலாய்த்தல் என்பதாக அதை நினைத்துக்கொண்டு, அடுத்து முடிக்க வேண்டிய கோப்புகளை எடுக்கத் தொடங்கினேன்.

'சார்... உண்மையிலேயே உங்களை அழைக்கிறார்கள். இப்போதுதான் மேலே இருந்து தகவல் வந்தது' என்றார்.

வாரத்தின் துவக்க நாளில் இதென்ன கொடுமை என்று மனதில் நினைத்துக்கொண்டே புருவத்தைத் தூக்கி, 'ஏதும் பிரச்சினையா?' என்று சைகையால் அவரிடம் கேட்டேன். அவரும் அதே புருவ மொழியில் 'தெரியலையே?' என்று சொல்லிவிட்டு 'இன்றைக்கு மாட்டிக் கொண்டீர்களா?' என்று ஒரு விதமாகச் சுழித்துச் சிரித்தபடியே வேறுபக்கம் நகர்ந்தார்.

'பஞ்சபாண்டவர்கள்' என்றால் நிறுவனத்தில் பலருக்கும் பேதி வரவழைக்கும் சமாசாரம்.

நிறுவனத்தில் மொத்தமாக ஐந்து இயக்குநர்கள். ஒவ்வொருவருக்கும் ஒவ்வொரு பணி. மனிதவளம், நிதி, நிர்வாகம், உற்பத்தி, சந்தைப்படுத்துதல் (மார்க்கெட்டிங்) என்று ஒவ்வொருவரும் அவரவர் துறையில் கில்லாடி ரங்காவாக இருப்பது பிரச்சினையல்ல. பேசியே கொன்று விடுவார்கள். அதுதான் பிரச்சினை. அவர்கள் பேசுவதை மட்டுமே கேட்டுக் கொண்டிருக்க வேண்டும்.

ஒவ்வொன்றுக்கும் ஒவ்வொரு விதமான அறிக்கையை (ரிப்போர்ட்) எதிர்பார்ப்பார்கள். வாய் வார்த்தை என்றால் தயவு தாட்சண்டயமில்லாமல் 'கெட் அவுட்' என்பார்கள்.

அவர்கள் விரும்பும் நிர்வாகம் மேலைநாட்டு முறையைச் சார்ந்தது. ஆனால் உள்ளே நிறுவனச் செயல்பாடுகளோ கூவம் நதிக்கரையின் ஓரத்தில் கூவிக்கூவி காய்கறி விற்கும் நிலையில் இருக்கும். இதையெல்லாம்விட மற்றொரு முக்கியமான பிரச்சினை ஒன்றுண்டு. 'உற்பத்தி இயக்குநர்' என்ற பதவியில் இருந்த பெண்மணி, நிறுவன முதலாளியின் மனைவி. அவர் உத்திரப் பிரதேசத்தைச் சேர்ந்தவர். அவருக்கும் எனக்கும் ஏழாம் பொருத்தம்.

அவர் நடைமுறைக்குச் சாத்தியமில்லாத ஒன்றைச் சொல்வார். 'அதற்கு வாய்ப்பில்லை. இப்படித்தான் நடைமுறையில் சாத்தியமாகும்' என்பேன். அவருக்குக் கோபம் பொத்துக்கொண்டு வந்துவிடும்.

'நான் ஐஈ (INDUSTRIAL ENGINEER) துறையிடம் கேட்டுவிட்டேன். அவர்கள் சாத்தியமே என்கிறார்கள். நான் சொல்வதை மட்டும் செய்' என்பார். யோசிக்காமல் 'அப்படியென்றால் என் பதவியில் நீங்க சொல்வதைக் கேட்கும் நபரை வைத்திருக்கலாமே?' என்பேன்.

அவர் முகம் சிவந்துவிடும். அவர் கணவர் குறுக்கிடுவார். மனைவியின் பெயரைச் சொல்லி ஆங்கிலத்தில் மென்மையாகச் சொல்வார். 'அவர் ஏற்கெனவே டென்சன் பார்ட்டி. நீ அவருக்கிட்டே பேசப் பேச அவரும் பேசிக் கொண்டேதான் இருப்பார். உனக்கு என்ன வேண்டுமோ அதை மட்டும் கேட்டுப் பழகு. தனிப்பட்ட விஷயங்களை மற்றவர்கள் முடிவு செய்யட்டுமே?' என்பார். மற்ற இயக்குநர்களும் எனக்கு ஆதரவாகக் களத்தில் இறங்குவார்கள்.

ஏற்கெனவே கோதுமை நிறத் தோலில் இருக்கும் அவரது முகப் பொலிவில் ரத்த ஓட்டம் அதிகமாவதைப்

பார்க்க முடியும். இதன் காரணமாகப் பெரும்பாலான கூட்டங்களுக்கு என்னை அழைத்தால் அவர் இருக்க மாட்டார்.

என் திமிர்த்தனத்தையும் இந்தப் பாஞ்ச் கூட்டம் பொறுத்துக் கொள்ள முக்கியக் காரணம் ஒன்று உண்டு. அவர்கள் கேட்கும் உற்பத்தியைவிட இரண்டு மடங்கு சாதித்துக் காட்டி விடுவதுண்டு.

உற்பத்தி இயக்குநரின் அடுத்த நிலையில் இருந்த எனக்குக் கொடுத்திருந்த பதவி 'உதவி உற்பத்தி இயக்குநர்'. ஒரு பின்னலாடை நிறுவனத்தில் உற்பத்திப் பிரிவில் புரொடக்சன் மானேஜர், ஃபேக்டரி மானேஜர் என்ற இரண்டு பதவிகள் உண்டு. அதற்கு மேலே உற்பத்திக்கான பொது மேலாளர் (ஜெனரல் மேனேஜர்) என்ற பதவியும் உண்டு.

ஜி.எம். பதவிக்குப் பதிலாக இங்கே இயக்குநர் என்ற பதவியை உருவாக்கி இருந்தார்கள். முதலாளியின் பெண்மணிக்கு அந்தப் பொறுப்பு கொடுக்கப்பட்டு இருந்ததே தவிர, அவர் அலங்காரப் பொம்மையாகத்தான் இருந்தார். அவரை நான்தான் இயக்கிக் கொண்டிருந்தேன்.

திருப்பூர் என்றால் உங்களுக்கு எவையெல்லாம் நினைவுக்கு வரும்?

சிலருக்குப் பள்ளியில் படித்த திருப்பூர்க் குமரன் குறித்துத் தெரிந்திருக்க வாய்ப்பு உண்டு. இன்னும் சிலருக்கு ஜட்டி பனியன் சல்லிசான விலையில் கிடைக்கும் என்று தோன்றும். ஆனால் பலருக்குத் தெரியாது. இந்தியாவின் அந்நியச் செலாவணியைத் தாங்கிப் பிடிக்கும் முக்கியமான ஊர் திருப்பூர்.

ஏறக்குறைய வருடந்தோறும் 15,000 கோடிகளுக்கு மேல் திருப்பூர் வாரி வழங்கிக் கொண்டிருக்கிறது. 50 கிலோமீட்டர் சுற்றளவில் உள்ள இந்த ஊர் நம்பி இருப்பதும், நம்பிக்கையுடன் தொழில் செய்து கொண்டிருப்பவர்கள் நம்பிக் கை வைத்திருப்பதும் பஞ்சின் மேல் மட்டுமே.

பஞ்சுதான் நூலாக மாறுகிறது. நூல்தான் விதவிதமான அளவுகளில் ஆடைக்குத் தேவையான துணியாக மாற்றம் பெறுகிறது. வண்ணங்கள் சேர இறுதியில் வெட்டி தைக்கப்பட்ட ஆடைகள் உலகில் உள்ள முக்கியமான

அத்தனை நாடுகளுக்கும் விமானம், கப்பல் வழியாகப் போய்ச் சேர்கிறது.

இந்தியாவில் பஞ்சு விளைச்சல் அதிகமுள்ள மாநிலம் குஜராத். அடுத்து ஆந்திரா. 'எல்லாமே பஞ்சு பஞ்சாய்ப் பறந்து போச்சு' என்று பேச்சுவாக்கில் பலரும் சொல்லக் கேட்டு இருப்பீர்கள். ஆனால், உண்மையில் இந்தப் பஞ்சு பல கோடி வர்த்தகத்தை ஆளக்கூடியது. இந்த மாநிலங்களில் விளையக்கூடிய பஞ்சுப் பொதிகள்தான் திருப்பூரை வாழ வைத்துக் கொண்டிருக்கிறது. இந்தியா முழுக்க இந்தத் தொழில் சார்ந்த பல கோடி மக்களை வாழ்வில் உயர வைத்துக் கொண்டிருக்கிறது. விளைச்சலில் வந்த பஞ்சுப் பொதிகளைத் தனியார் மற்றும் அரசு சார்ந்த நிறுவனங்கள் மொத்தமாக வாங்கிப் பொதுச் சந்தைக்குக் கொண்டு வருகிறார்கள்.

பஞ்சு தன் பயணத்தைத் தொடங்குகிறது. பல தொழில் நகரங்களுக்குச் செல்கிறது. பல நிலைகளில் சுத்தப்படுத்தப்படுகிறது. வகை வகையாகத் தரம் பிரிக்கப்படுகிறது. பஞ்சாலைக்குச் சென்று இறுதியில் தரம் வாரியான நூலாக மாறுகிறது. இறுதியில் இந்த நூல்தான் திருப்பூர் போன்ற ஊர்களுக்கு வந்து சேர்கிறது.

திருப்பூருக்குள் இரண்டு விதமான உலகங்கள் உண்டு.

ஒன்று, உள்நாட்டுக்கு மட்டும் என்று செயல்படும் பனியன், ஜட்டி சம்பந்தப்பட்ட தயாரிப்பு வகைகள். மற்றொன்று, 'ஹொசைரி கார்மெண்ட்ஸ்' (Hosiery garments) என்றழைக்கப்படும் வெளிநாட்டு வர்த்தகம்.

இந்த வர்த்தகத்தில் பலதரப்பட்ட பிரிவுகள் உள்ளன. ஒவ்வொன்றைப் பற்றியும் படிப்படியாகப் பார்ப்போம்.

இந்தியாவின் பல்வேறு பகுதிகளில் பின்னலாடைத் தொழில் இருந்தபோதிலும், கடந்த இருபது ஆண்டுகளாக திருப்பூரின் வளர்ச்சியை எவராலும் தடுக்க முடியவில்லை. தொடக்கத்தில் கோயமுத்தூர் மாவட்டத்திற்குள் ஒரு சிறிய தாலுகா என்கிற அளவில் இருந்த திருப்பூர் 2009 முதல் தனி மாவட்டம் என்ற அந்தஸ்துடன் உயர்ந்து, மாநகராட்சி என்ற நிலைக்கு மாறியுள்ளது.

ஒவ்வொரு காலகட்டத்திலும் திருப்பூர் மாறிக் கொண்டேதான் வந்துள்ளது. அதேபோலச் சிறிய அளவில்

தொழில் செய்து கொண்டிருந்தவர்கள் இன்று மிகப் பெரிய தொழில் அதிபர்களாகவும் மாறியுள்ளனர். இன்றைய சூழலில் பின்னலாடைத் தொழில் என்பது சர்வதேசத்துடன் போட்டியிட்டே ஆக வேண்டிய தொழிலாக உள்ளது.

உலகளாவிய போட்டியில் வெல்ல வேண்டிய பலதரப்பட்ட சவால்கள் உள்ளன. சர்வதேச நிறுவனங்களுடன் போட்டியிட வேண்டிய திருப்பூர்ப் பின்னலாடைத் தொழில் நிறுவனங்களின் நிர்வாக முறைகள், அணுகுமுறைகள் மாறியுள்ளனவா? காலத்திற்கேற்ப வளர்ந்துள்ளனவா? இந்தக் கேள்விகளுக்கான பதிலை நாம் தேட வேண்டும்.

நான் பணிபுரிந்த நிறுவனத்தில் முதல் தளத்தில்தான் அலுவலகம் சார்ந்த முக்கியக் கூட்டங்கள் நடக்கும் அறை உள்ளது. அதே அறையில் வெளிநாட்டில் இருந்து வருபவர்களுடன் கலந்துரையாடல் நடக்கும். வெளிநாட்டில் இருந்து வருபவர்களைப் பையர் (BUYER) என்கிறார்கள். அவர்கள் ஒரு நிறுவனத்திற்குக் கொடுக்கிற ஒப்பந்தங்களை ஆடர் (ORDER) என்கிறார்கள். பையர் என்றால் திருப்பூர் முதலாளிகளுக்குக் கடவுள் என்று பெயர். பலரின் வளர்ச்சிக்கும் வீழ்ச்சிக்கும் இந்தக் கடவுளே காரணமாக இருப்பார்.

பஞ்சபாண்டவர்கள் எதற்காக நம்மை அழைக்கிறார்கள் என்பதை யோசித்துக்கொண்டே மாடிப்படியில் ஏறிக் கொண்டிருந்தேன். அப்போதுதான் இந்த நிறுவனத்திற்குள் வந்த கதை மனதிற்குள் நிழலாடியது.

2

என் கேள்விக்கு என்ன பதில்?

'அத்துவானக்காடு. ஆள் நடமாட்டம் கூட அதிகமாக இருக்காது. அந்த நிறுவனத்தைச் சுற்றிலும் உள்ள இடங்களை நாம் பார்க்கும்போது சுடுகாடு போலவே தெரியும். அந்தப் பகுதியில் அந்த நிறுவனத்தின் கட்டடம் மட்டும் தனியாகத் தெரியும். ஊருக்குள் இருந்த கட்டடத்தில் இருந்து, இரண்டு வருடத்திற்கு முன்தான் அங்கே மாறி இருக்கிறார்கள். ஓர் இறக்குமதியாளர் (BUYER) எதிர்பார்க்கும் அத்தனை வசதிகளும் உள்ளே உள்ளன. அந்த நிறுவனத்தின் பக்கத்தில் வீடுகள் கூட எதுவும் கிடையாது. இப்போதுதான் ஒவ்வொன்றாக வந்து கொண்டிருக்கிறது. தூரத்தில் சாலையில் இருந்து நாம் பார்த்தால் அந்த நிறுவனத்தின் மேலே உள்ள வடிவம் மட்டும் தெரியும். அந்தக் கூரை வடிவம் பச்சை நிறத்தில் இருக்கும். காரணம் இயற்கைக்குத் தொந்தரவு இல்லாத அமைப்பில் உருவாக்க வேண்டும் என்று அந்த நிறுவனத்தை அமைத்துள்ளனர்.

என் நண்பர் எனக்கு முதல்முறையாகப் பஞ்சபாண்டவர்கள் குறித்து அறிமுகம் செய்து வைத்தபோது அந்த நிறுவனத்தைப் பற்றிய அடையாளத்தை மேலே நான் சொன்னது போலத்தான் எனக்குச் சொன்னார். திருப்பூருக்குள் இப்படிப்பட்ட நிறுவனமும் உள்ளதா என்ற ஆச்சரியம் அப்போது என் மனதில் உருவானது.

நண்பர் சொன்னபடி குறிப்பிட்ட நாளில், அடையாளம் கண்டு அந்தக் கட்டடத்தின் வாசலில்

நின்று கொண்டிருந்தேன். நுழைவாயிலில் செக்யூரிட்டி மக்கள் அவர்கள் பணியைச் செய்து கொண்டிருந்தனர். ஆட்களும் வாகனங்களும் உள்ளே வெளியே வந்து போய்க் கொண்டிருக்க அந்த இடமே சுறுசுறுப்பாக இருந்தது. தூரத்தில் இருந்து அந்தக் கட்டடத்தையும் பார்வையிட்டதற்கும், அருகே வந்து பார்த்ததற்கும் நிறைய வித்தியாசங்கள் தெரிந்தன.

நான் சென்ற வாகனத்தைச் செக்யூரிட்டி சொன்னபடி ஓரமாக வைத்துவிட்டு, அவர்கள் என் வாகனத்திற்கென்று தந்த அடையாள அட்டையை வாங்கி வைத்துக் கொண்டேன்.

நான் வந்துள்ள விவரத்தைப் பற்றி அவர்களிடம் சொன்னபோது, உள்ளே அழைத்து விசாரித்தனர். அந்தச் சமயத்தில் இந்த நிறுவனத்தை அறிமுகம் செய்து வைத்த நண்பர் சொன்ன வாசகம் மீண்டும் ஒருமுறை என் மனதில் வந்து போனது.

'உன்னைப் போலக் கரடுமுரடான ஆட்களுக்கு ஏற்ற நிறுவனம் அதுதான். உன் திறமைகளைப் பற்றித் தெரியாமலேயே இங்கே குப்பை கொட்டிக் கொண்டிருக்காதே. நீ அடுத்த கட்டத்திற்கு நகர வேண்டும். உன்னுடைய அடுத்த கட்ட வளர்ச்சியென்பது திட்டமிடப்பட்ட நிர்வாக அமைப்பின் கீழ்தான் இருக்க வேண்டும். அதுபோன்ற அமைப்பில் செயல்படும் போதுதான் உன் திறமைகளின் மதிப்பீடு உனக்கே புரிய வரும்' என்றார்.

தொடர்ந்து சொன்ன விஷயங்கள்தான், அவர் என்னை எந்த அளவுக்குப் புரிந்துவைத்துள்ளார் என்பதை எனக்கு உணர்த்தியது.

'உனக்குக் கடிவாளம் போட்டது போலத்தான் இருக்கும். அதே சமயத்தில் உன்னை மெருகேற்றிக் கொள்ள உதவியாய் இருக்கும். திருப்பூருக்குள் இன்னமும் சரியான நிர்வாக அமைப்பு எந்த நிறுவனத்திலும் உருவாக்கப்படவில்லை. உருவாக்கும் ஆசையும் எவருக்கும் இல்லை. ஆனால் சிறு தொழில் போலச் செயல்படும் இவர்களால் நீண்ட நாள்கள் தாக்குப் பிடிக்க முடியாது.' நண்பர் சொன்னபோது எனக்குச் சற்று குழப்பமாகவே இருந்தது.

ஒரு நிறுவனத்தின் நிர்வாகத்திற்கு ஒருங்கிணைப்பு வேண்டும் என்கிறார். தன்னை அதற்குள் பொருத்திக் கொள்ள வேண்டும் என்கிறார். ஆனால் அதுவரையிலும்

நான் பார்த்த எந்த ஒரு நிறுவனத்திலும் தலையில்லா முண்டம் போலத்தான் நிர்வாக அமைப்பு இருந்தது. அதற்குள்தான் முதல் பத்து வருடங்கள் குப்பை கொட்டிக் கொண்டிருந்தேன்.

என் மேல் உள்ள அக்கறையின் காரணமாகவும், என் திறமைகளின் மேல் அவருக்கிருந்த நம்பிக்கையின் அடிப்படையிலும், என்னை அடுத்த கட்டத்திற்கு நகர்த்திவிட குறியாக இருந்தார். நான் பணிபுரிந்து கொண்டிருந்த நிறுவனத்திற்கு ஒருநாள் வந்திருந்தபோது, வேறு சில உரையாடல்களுடன், பஞ்சபாண்டவர்கள் இருந்த நிறுவனம் பற்றியும் அங்குள்ள தேவையைப் பற்றியும் கூறினார். எல்லா வசதிகளும் இருந்து உற்பத்திப் பிரிவில் சரியான தலைமைப் பொறுப்பு இல்லாத காரணத்தால் இந்த நிறுவனம் நிதிச் சுமையில் தள்ளாடிக் கொண்டிருக்கிறது என்றார். மாதம் குறைந்தபட்சம் ஒரு லட்சம் ஆடைகள் ஏற்றுமதி செய்ய வேண்டிய நிர்வாகம் கடந்த ஆறு மாதங்களாக 25,000 ஆடைகளை மட்டுமே ஏற்றுமதி செய்து கொண்டிருக்கிறது என்றார்.

'இதன் காரணமாகத்தான் மொத்த நிர்வாகமும் நிதிச் சுமையில் தள்ளாடிக் கொண்டிருக்கிறது' என்பதைக் கூடுதல் தகவலாகச் சொன்னார்.

நண்பரிடம் சங்கடப்படாமல் சட்டென்று கேட்டேன். 'அப்படியென்றால் மாதச் சம்பளமே சரியாக வராதே' என்றேன்.

'ஆமாம், இரண்டு மாதத்திற்கு ஒருமுறைதான் சம்பளம் கொடுக்கிறார்கள்' என்றார்.

'ஏன் இப்படிப்பட்ட நிறுவனத்தில் என்னைத் தள்ளிவிட ஆசைப்படுகிறீர்கள்?' என்றபோது அவர் யோசிக்காமல் சொன்ன வார்த்தை எனக்குச் சிரிப்பை வரவழைத்தது.

'நீ சென்றால் மாதச் சம்பளம் சரியாகப் போடும் அளவுக்கு உன்னால் மொத்த நிர்வாகத்தையும் மாற்றிவிட முடியும்' என்றார்.

அவர் தொடர்ந்து பேசியபோது அங்கே இருந்த நிர்வாக அமைப்பைப் பற்றி என்னால் புரிந்துகொள்ள முடிந்தது.

'அங்குள்ள நிர்வாக அமைப்பில் ஐந்து பேர்கள் இருக்கிறார்கள். அங்கே அவர்களைப் பஞ்சபாண்டவர்கள்

என்பார்கள். அவர்களைத் தாண்டி உள்ளே நுழைந்து விட்டால் போதும். அதன் பிறகு உன்னை அவர்கள் விடவே மாட்டார்கள். அவர்கள் கேட்கும் கேள்விகளுக்குப் பொறுமையாகப் பதில் அளி. படபடப்பில் உளறிவிடாதே. அமைதியாக அவர்களைச் சமாளித்து உள்ளே சென்று விடு.'

நண்பர் என்னிடம் சொல்லியவற்றை யோசித்துக்கொண்டே, செக்யூரிட்டி மக்கள் எழுதித் தரச் சொன்ன தகவல்களை அவர்கள் கொடுத்த காகிதத்தில் எழுதியபடி, நிறுவனத்தின் உள்பகுதியை நோட்டம் விட்டேன். ஆச்சரியமாக இருந்தது. வெளிப்புறத் தோற்றத்திற்குச் சம்பந்தம் இல்லாமல் உள்புறம் இருந்தது. தெளிவாக நேர்த்தியாக ஒவ்வொரு பகுதியும் திட்டமிட்டு வடிவமைக்கப்பட்டிருந்தது.

ஆயத்த ஆடை ஏற்றுமதி நிறுவனம் ஒன்றைப் பார்வையிட வரும் வெளிநாட்டு நபர் (பையர்) என்னவெல்லாம் எதிர்பார்ப்பாரோ அவையெல்லாம் கனகச்சிதமாக இருந்தன. ஒவ்வோர் இடமும் சுத்தமாக இருந்தது. உள்ளே பணியில் இருந்த பணியாளர்கள் சுறுசுறுப்பாகச் செயல்பட்டுக் கொண்டிருந்தனர். மொத்த நிர்வாகமும் சுகாதாரத்தில் அதிகக் கவனம் செலுத்துவதை உணர்ந்து கொள்ள முடிந்தது.

நிச்சயம் இங்கே உள்ளே நுழைந்தாக வேண்டும் என்ற எண்ணம் என் மனதில் உருவானது.

செக்யூரிட்டி மக்கள் கேட்ட தகவல்களை எழுதிக் கொடுத்ததும், நான் வந்த காரணத்தைப் படித்துவிட்டு உள்ளே அழைத்துப் பேசினர். உள்ளே இருந்து அனுமதி கிடைத்ததும், விசிட்டர் பாஸ் என்ற அட்டையைத் தந்து அதை என் கழுத்தில் கட்டிக் கொள்ள அறிவுறுத்தினர்.

ஒருவர் நிறுவனத்தின் வரவேற்பறையை நோக்கி அழைத்துக்கொண்டு சென்றார். நீண்ட சாலை போன்ற பாதையின் செயற்கையாக உருவாக்கப்பட்டிருந்த சிமெண்ட் தளத்தில் நடந்து சென்றேன். இரண்டு பக்கமும் வெட்டிவிடப்பட்ட அழகுச் செடிகள். ஒவ்வொன்றையும் கூர்மையாகக் கவனித்துக்கொண்டே வரவேற்பறையின் உள்பகுதியில் நுழைந்தபோது அடுத்த ஆச்சரியம் காத்திருந்தது.

வரவேற்பறை நீண்ட ஹால் போலவே இருந்தது. தாராளமாக ஒரு கூட்டமே நடத்தலாம். அந்த அளவுக்கு விசாலமாக

இருந்தது. பணச்செழிப்பின் தன்மை ஒவ்வோர் இடத்திலும் தெரிந்தது. நான் வந்துள்ள விவரம் குறித்து உள்ளே தகவல் சென்றிருக்கும் போல. வரவேற்பறையில் நடுநாயகமாக அமர்ந்திருந்த பெண்மணி என்னைக் கண்டதும் என் பெயர் சொல்லி நீங்க மேலே செல்லலாம் என்றார். அவரது உதவியாளர் என்னை மேலே அழைத்துக்கொண்டு சென்றார். நான் நுழைந்தது முதல் ஒவ்வொரு செயல்பாடும் விரைவாக நடந்து கொண்டிருந்தது. என்னைப் போலவே பலரும் அங்கே காத்துக் கொண்டிருந்தனர்.

எனக்கு அங்கு ஒவ்வொன்றும் ஆச்சரியமாகவே இருந்தது. எனக்கு அங்கே கிடைத்த மரியாதையை வைத்து, என்னை இந்த நிறுவனத்திற்கு அறிமுகம் செய்து வைத்த நண்பருக்கு அந்த நிறுவனத்தில் இருந்த செல்வாக்கைப் பற்றி என்னால் உணர்ந்து கொள்ள முடிந்தது.

முதல் தளத்தில் உள்ள ஒவ்வொரு தடுப்புகளையும் தாண்டிச் சென்றபோது அங்கே இருந்த அலுவலகம் சார்ந்த நிர்வாக அமைப்பைப் புரிந்துகொள்ள முடிந்தது. ஒவ்வொரு பிரிவின் தொடக்கத்திலும், அந்தப் பகுதி அலுவலகத்தின் எந்தப் பகுதியைச் சார்ந்தது என்பதை மேலே எழுதி வைத்திருந்தார்கள். அதை வைத்து ஒவ்வொரு துறையையும் பற்றி என்னால் அறிந்துகொள்ள முடிந்தது. அலுவலகம் முழுக்கப் பரவி இருந்த குளிர் என் உடம்பை ஜில்லிட வைத்துக் கொண்டிருந்தது.

நடந்து சென்று கொண்டிருந்தபோது பக்கவாட்டு பகுதியைப் பார்த்தேன். சுவரின் பாதிப்பகுதியைக் கண்ணாடி மூலம் தடுத்து உருவாக்கி இருந்தார்கள்.

கண்ணாடி தடுப்பு தொடக்கம் முதல் கடைசி வரைக்கும் இருந்த காரணத்தால், மேல்பகுதியில் இருப்பவர்கள் எந்த இடத்தில் இருந்து பார்த்தாலும் கீழ்த்தளத்தில் செயல்பட்டுக் கொண்டிருந்த தொழிற்சாலையின் மொத்த விஸ்தீரணமும் தெரியும். தொழிற்சாலையில் ஏராளமான தொழிலாளர்கள் பணியில் இருந்தனர். 500க்கும் மேற்பட்டவர்கள் இருக்கக்கூடும் என்று யோசித்தபடி, என்னை அழைத்துக்கொண்டு சென்று கொண்டிருந்த பெண்மணியைத் தொடர்ந்து நடந்து கொண்டிருந்தேன்.

நான் பார்த்தபோது மொத்தத் தொழிற்சாலையும் சுத்தமாகத் தெரிந்தது. மிகக் குறுகிய நேரத்தில் என் மனதில் அங்கே

பார்த்த ஒவ்வொன்றையும் வைத்துப் பல கணக்குகள் போட்டு வைத்துக் கொண்டேன். என் நண்பர் சொன்ன இந்த நிறுவனத்தின் பலமும் பலவீனமும் புரிந்தன. சுருக்கமாகச் சொன்னால் 'பில்டிங் ஸ்ட்ராங். பேஸ்மெண்ட் வீக்' என்பதாகக் கற்பனையில் வைத்துக் கொண்டேன்.

நான் நுழைய வேண்டிய அறையைக் காட்டிவிட்டு, என்னுடன் வந்த பெண்மணி நகர்ந்து சென்று விட்டார். நான் அந்த அறையின் உள்ளே நுழைவதற்குமுன் மரியாதையின் பொருட்டு லேசாகத் தட்டிவிட்டு, அறையின் உள்ளே சென்றேன். அங்கே மற்றொரு உலகம் எனக்கு அறிமுகமானது. கலந்துரையாடல் நடக்கும் இடமது. நீண்ட மேஜையும் சுற்றிலும் நாற்காலிகளும் என உயர்தரமான வடிவமைப்பில் உருவாக்கி இருந்தார்கள். மெல்லிய இசை அந்த அறை முழுக்க ஊடுருவிக் கொண்டிருந்தது. தேவையான அளவு மட்டுமே வெளிச்சம் வந்து கொண்டிருந்தது. ஒரு பக்கத்தில் நான் பார்க்க வந்த ஐந்து பேர்களும் எனக்காகக் காத்திருந்தனர். அதில் ஒருவர் மட்டும் நாற்பது வயது மதிக்கத்தக்க பெண்மணி. மற்ற அத்தனை பேர்களும் கனவான் கணக்காக இருந்தனர்.

மனதிற்குள் இருந்த தயக்கத்தையும், உள்ளே ஓடிக் கொண்டிருந்த பலவித யோசனைகளையும் ஒதுக்கி வைத்துவிட்டு அவர்கள் சுட்டிக் காட்டிய நாற்காலியில் அமர்ந்தேன்.

நான் ஏற்கெனவே மின் அஞ்சல் வழியே அனுப்பி இருந்த என் சுயவிவரக் குறிப்புகளை ஒருவர் மாற்றி ஒருவர் படித்துக் கொண்டிருந்ததை வேடிக்கை பார்த்தபடி மனதிற்குள் சிரித்துக்கொண்டே அவர்களின் கேள்விகளை எதிர்கொள்ளத் தயாராக இருந்தேன். என் சிந்தனைகள் இரு கூறாகப் பிரிந்து நின்றன. ஒன்று, அவர்களின் யாரோ ஒருவர் திடீரென்று கேள்வி கேட்பார்கள். நாம் தயாராக இருக்கவேண்டும். அதே சமயத்தில், அவர்கள் கேட்கும் கேள்விகள் சார்ந்த விஷயங்களுக்கு அப்பாற்பட்ட ஆயத்த ஆடைத் தொழில் சார்ந்த பலவித எண்ணங்கள் என் மனதில் அலையடித்துக் கொண்டிருந்தன.

உலகில் உள்ள மற்ற துறைகளை ஒப்பிடும்போது ஆயத்த ஆடைத் தொழில் என்பது வினோதமானது. திருப்பூருக்குள் முறைப்படுத்த முடியாத நிலையில்தான் இந்தத் தொழில் இன்று வரையிலும் நடந்து கொண்டிருக்கிறது. மற்ற துறைகள்

போல இதன் நிர்வாக அமைப்பு ஒரு கட்டமைப்புக்குள் அடக்க முடியாத நிலையில்தான் உள்ளது. மேலைநாடுகளில் உள்ளது போல இந்தத் தொழிலுக்கென்று, குறிப்பிட்ட வடிவமைப்பு என்பதோ தீர்மானிக்கப்பட்ட வரையறை என்பதோ இன்று வரையிலும் இல்லை.

ஆனாலும் எல்லோரும் தொழிலில் இருக்கிறார்கள். அதிகப் பணம் வைத்திருப்பவர்களும், பணம் எதுவுமே இல்லாதவர்களும் கூட இந்தத் தொழிலில் இருக்கத்தான் செய்கிறார்கள். தினசரி ஆயிரம் ரூபாய் முதலீடு போட்டு 300 ரூபாய் லாபம் சம்பாதித்து இதுவே போதும் என்பவர்களையும் சரி, மாதம் ஐந்து கோடிக்கு வரவு செலவு செய்து தலையில் முக்காடு போட்டுக் கொண்டிருப்பவர்களையும் சரி, பார்த்துக் கொண்டுதான் இருக்கிறேன். இது ஏன் என்பதைவிட, இது இப்படித்தான் என்று இந்தத் தொழிலில் உள்ள அத்தனை பேர்களும் கடந்து போய்க் கொண்டிருக்கிறார்கள்.

ஐந்து வருடத்திற்கு ஒருமுறை நூற்றுக்கணக்கான பேர்கள் காணாமல்போய்விட, அடுத்த நபர்கள் உள்ளே வந்து அவர்கள் உழைப்பைக் கொட்டி, பணம் என்ற மாயமானைத் துரத்திக் கொண்டிருக்கிறார்கள். சிலருக்குச் சிக்குகிறது. பலரோ வலைக்குள் மாட்டிக்கொண்டு தவிக்கிறார்கள்.

திருப்பூருக்குள் நான் நுழைந்த முதல் பத்து வருடங்களில் கற்ற பலவித அனுபவங்கள் ஏராளமான பாடங்களையும் படிப்பினைகளையும் தந்திருந்த போதிலும், எந்த இடத்திலும் என்னால் என் சுய சிந்தனைகளை உபயோகிக்க வாய்ப்புக் கிடைத்ததே இல்லை. நாம் இருக்கும் பதவி, நமக்கு மேலே இருப்பவர்களின் ஆதிக்கம் இரண்டுக்கும் நடுவேதான் நம்மை நிலைநிறுத்திக் கொள்ள வேண்டியதாக இருந்தது.

இது தவிர, பணிபுரியும் நிறுவனத்தின் நிர்வாக அமைப்பின் தெளிவற்ற தன்மையால், கூட்டாஞ்சோற்றுக் கலவையாக ருசியற்ற தொழில் வாழ்க்கையைத்தான் வாழ வேண்டி இருந்தது. இந்தத் தொழிலில் உள்ள சவால்களைத் தாண்டியும் பல விஷயங்களைச் சாதிக்க முடியும் என்ற நம்பிக்கை எனக்குள் இருந்த போதிலும் அதற்கான வாய்ப்பு எனக்கு உருவாகவே இல்லை. காரணம், எனக்கு மேல் இருந்த ஒவ்வொருவரும் நமக்கேன் வம்பு என்று ஒதுங்கிச் சென்றுவிடவே தயாராக இருந்தனர்.

முதலாளிக்குப் பல பயங்கள். அவருக்கு அடுத்த நிலையில் இருந்தவர்களுக்கே நமக்கென்ன லாபம் என்கிற எண்ணம். இந்த இரண்டுக்கும் நடுவே இருந்த ஒவ்வொரு நிர்வாகமும் குறிப்பிட்ட காலத்திற்குள் செல்லரித்த மரம் போல எப்போது வேண்டுமானாலும் முறிந்து விழத் தயாராக இருந்தது. அப்படித்தான் திடீரென்று விழவும் செய்தது.

முதல் வருடம் *50* கோடி வரவு செலவு செய்து கொண்டிருந்த நிறுவனத்தின் சொத்துகள் அடுத்த வருடத்தில் வங்கியின் ஏலத்திற்கு வந்த கதையெல்லாம் நிறையப் பார்த்த காரணத்தால், என் மனதில் ஒருவித தேக்க நிலை உருவாகி இருந்தது.

நாம் ஒரு நிர்வாகத்தின் நிறை—குறைகளை அலசி அடுத்த கட்டத்தைப் பற்றிப் பேச விரும்பினாலும், எவரும் ஆதரிக்கத் தயாராக இருக்க மாட்டார்கள். ‘உன் அதிகப்பிரசங்கித்தனம் இங்கே தேவையில்லை’ என்பதாகத்தான் ஒரு வட்டத்திற்குள் என்னை அடைத்து வைத்திருந்தார்கள்.

ஆனால் இங்கே எல்லாம் ஒரு கட்டமைப்புக்குள் இருப்பது போலவே இருந்தது. மென்பொருள் துறை போலத் துறை சார்ந்த செயல்பாடுகள் இருப்பதாகத் தெரிந்தது. இந்த நிறுவனத்தை அறிமுகப்படுத்திய நண்பரும் இதையேதான் என்னிடம் வேறுவிதமாகச் சொல்லி இருந்தார்.

‘நமக்குத் திறமை இருக்கிறது என்று நம்புவது தவறில்லை. ஆனால் திறமையை எந்த இடத்தில் எப்படிப் பயன்படுத்துகிறோம் என்பதில்தான் நம் வெற்றி அடங்கியுள்ளது’ என்றார். அவர் சொன்னதை மனதில் வைத்துக்கொண்டு, இங்கே நாம் சற்று அடக்கி வாசிக்க வேண்டும் என்று யோசித்தபடியே அவர்களின் கேள்விகளை எதிர்கொள்ளத் தயாராக இருந்தேன்.

முதல் கேள்வி மனிதவளத்துறை இயக்குநரிடமிருந்து வந்தது. ‘உங்களுக்குக் கொடுக்கப்பட்ட பொறுப்பில் இருந்து தொழிலாளர் நலன் சார்ந்து என்னவெல்லாம் செய்ய ஆசைப்படுவீர்கள்?’ என்றார்,

பதில் சொல்ல வேண்டிய நான் அவர்கள் எதிர்பார்க்காத அளவுக்கு மற்றொரு கேள்வியை அவரிடமே கேட்டேன்.

3

பணமே பயம் போக்கும் மருந்து

'நீங்கள் தொழிலாளர்கள் நலன் குறித்துச் சிந்திப்பது இருக்கட்டும். முதலில் உங்கள் நிறுவனத்தின் தற்போதைய நிதி சார்ந்த செயல்பாடுகள் திருப்திகரமாக இருக்கிறதா?'

நான் இப்படியொரு கேள்வியைக் கேட்பேன் என்று அந்த அறையில் இருந்த பாஞ்ச் கூட்டம் எதிர்பார்த்திருக்க மாட்டார்கள். வேலை தேடி வந்த நான் வேலை கொடுப்பவர்களிடம் தைரியமாகக் கேட்டுவிட்ட போதிலும் எனக்குள் சின்ன குறுகுறுப்பு இருக்கத்தான் செய்தது.

அதையும் மீறிக் கேட்கக் காரணம் ஒரு நிறுவனத்தின் நிர்வாக முறைகள் பாராட்டத்தக்கதாக இருக்கலாம். ஆனால் ஆதாரம் என்பது பணம் மட்டுமே. காசுதான் கடவுள். பணம்தான் எல்லாவற்றையும் தீர்மானிக்கும் வல்லமை கொண்டது. வாரச்சம்பளம், மாதச்சம்பளம், துணை மற்றும் சார்பு நிறுவனங்களுக்கு அந்த அந்தச் சமயத்தில் கொடுக்க வேண்டியது என் ஒவ்வொன்றும் சரியாக இல்லாவிட்டால் ரத்தம் இல்லாத உடம்பு போலக் களையிழந்து ஜீவனற்று இருக்கும். கோமா நிலையில் இருப்பவரை வைத்து என்ன செய்ய முடியும்? பலருக்கும் சுமையாகத்தான் தெரியும்.

நண்பர் இந்த நிறுவனத்தைப் பற்றிச் சொன்னதைவிட, உள்ளே வந்து பார்த்த வரையிலும் அப்படித்தான் இந்த நிறுவனச் செயல்பாடுகளும் இருந்தன.

ஒவ்வொரு நிலையிலும் அதிகப்படியான செலவுகளை வாரி இறைத்துக் கொண்டிருந்தனர். ஒரு நிறுவனத்தின் வளர்ச்சி என்பதை, செய்து வைத்துள்ள மற்றும் செய்து கொண்டிருக்கிற அலங்காரங்கள் மட்டும் தீர்மானித்து விடாது. திருப்பூருக்குள் குப்பை போல நிறுவனத்தை வைத்திருந்த பலர், குறுகிய காலத்திற்குள் கோபுர உயரத்திற்கு வளர்ந்ததைப் பார்த்துள்ளேன்.

ஆனால் இங்கு எல்லாமே தலைகீழாக இருந்தது. 'மாடல் ஃபேக்டரி' என்ற பெயரில் மடத்தனமான நிர்வாகத்தை நடத்திக் கொண்டிருந்தனர். யோசித்துக் கொண்டிருந்த என்னை ஒருவரின் பேச்சு, என்னை இயல்பான நிலைக்குக் கொண்டு வந்து நிறுத்தியது. அமைதியாக இருந்த அறையில் ஒருவர் மட்டும் பேசினார். 'எதை வைத்து இந்தக் கேள்வியைக் கேட்கிறீர்கள்?' என்றார்.

பிறகுதான் தெரிந்தது. அவர்தான் இந்த நிறுவனத்தில் முதன்மை நிர்வாகியாக இருப்பவர். நிறுவனத்தில் பாதிக்கும் மேற்பட்ட பங்குகள் அவர் குடும்பத்திடம் இருந்தன. அவர் மனைவியும் சேர்ந்து நிர்வாகப் பங்களிப்புகளில் இருப்பதை, உள்ளே நுழைந்த பிறகே என்னால் தெரிந்து கொள்ள முடிந்தது. இந்தப் பெண்மணிதான் எனக்குக் கண்ணில் விழுந்த தூசியாக மாறப் போகிறார் என்பதை உணர முடியாமல் அவர் கேட்ட கேள்விக்குப் பதில் அளிக்கத் தொடங்கினேன்.

'நிறுவனத்தின் ஆதார பலமென்பது வாரச்சம்பளம் மற்றும் மாதச்சம்பளம். இதுதான் முக்கியமும் முதன்மையும் கூட. மற்றவை இரண்டாம் பட்சமே. அவற்றுக்குக்கூட நீங்கள் காரணங்கள் சொல்லிச் சமாளிக்க முடியும். ஆனால் ஒரு தொழிற்சாலையில் வாரச்சம்பளம் போட முடியாத நிலையில், என்ன மாறுதல்களை உங்களால் உருவாக்க முடியும்? திறமையான தொழிலாளர்களும் நம்பிக்கை இழந்து விடுவார்கள். அதே போல அலுவலக ஊழியர்களிடத்திலும் தேவையற்ற பயம் உருவாகிவிடும். உங்கள் மனித வளத் துறை என்ன சட்ட திட்டங்கள் உருவாக்கினாலும் அதனை முறைப்படி செயல்படுத்த வேண்டுமென்றால் உள்ளே பணிபுரிபவர்களிடத்தில் அடிப்படை நம்பிக்கை இருக்கவேண்டும். தினந்தோறும் அவர்களின் சொந்தப் பிரச்சினைகளோடு உள்ளே வரும்போது, நாம் எப்படி அவர்களிடத்தில் என்ன எதிர்பார்க்க முடியும்?'

அதிகமாகவே பேசி விட்டோமோ என்று பேச்சை நிறுத்திவிட்டு. அவர்களிடத்திலிருந்து எவ்வித பதில் வருகிறது என்று காத்திருந்தேன்.

வரிசைக்கிரமாக ஒவ்வொருவரும் கேள்வி கேட்கத் தயாராக இருந்தவர்களிடத்தில் திடீரெனச் சலசலப்பு உருவானது. அவர்களுக்குள்ளே பேசத் தொடங்கினர். சிலரின் முகத்தில் பிரகாசம் தெரிந்தது. அவர்கள் நிர்வாகத்தினரிடம் சொல்லத் தயங்கிய வார்த்தைகளை நான் சொல்லிவிட்டேன் என்று நான் மனதிற்குள் நினைத்துக் கொண்டேன்.

நேர்முகத் தேர்வின் போக்கே மாறத் தொடங்கியது. கேள்வி பதிலாகப் பேச வேண்டிய அனைத்தும் மாறிக் கலந்துரையாடலாக மாறியது. அதன் பிறகே எதார்த்த உலகத்திற்கு வந்தனர். நட்பு ரீதியாக உரையாடத் தொடங்கினார். மீண்டும் மனிதவளத்துறைத் தொடங்கி அங்கே அமர்ந்திருந்த பிற துறை சார்ந்த ஒவ்வொருவரும் மாறி மாறிப் பொதுவான விஷயங்களைப் பற்றிப் பேசினர்.

ஆயத்த ஆடை உற்பத்தியில் உள்ள ஒவ்வொரு துறையையும் பற்றி நான் எந்த அளவுக்குத் தெரிந்து வைத்துள்ளேன் என்பதைக் கேட்டனர். ஆனால் கூட்டத்தில் இருந்த அந்தப் பெண்மணி மட்டும் கடைசி வரையிலும் எதுவுமே என்னிடம் கேட்கவில்லை.

கடைசியாகத் தொழில்நுட்ப இயக்குநர் (TECHNICAL DIRECTOR) என்ற பதவியில் இருந்தவர் மட்டும் என்னுடன் உரையாடத் தொடங்கியபோது, மற்றவர்கள் கலைந்து செல்லத் தொடங்கினர்.

எனக்குச் சற்று குழப்பமாகவே இருந்தது. நமக்கு நாமே ஆப்பைச் சொருகிக் கொண்டோமோ என்ற குழப்பத்துடன் வெளியே செல்பவர்களைக் கவனித்தேன். அவர்கள் 'Take Care. Best of Luck' என்று தொழில்நுட்ப இயக்குநரிடத்தில் சொல்லிவிட்டுச் சென்றனர். அவரும் 'நான் பார்த்துக் கொள்கிறேன்' என்று சொல்லிவிட்டு, என்னை மற்றொரு அறைக்கு அழைத்துச் சென்றார்.

அந்த அறை முதன்மை நிர்வாகியும் அவர் மனைவியும் பயன்படுத்தும் அறை என்பதை என்னால் புரிந்துகொள்ள முடிந்தது. இப்போது நாங்கள் இருவரும் மட்டுமே அந்த அறையில் இருந்தோம்.

எனக்கு முதலில் தொழில்நுட்ப இயக்குநர் என்பதன் அர்த்தமே புரியவில்லை. இவரின் பணி இங்கே என்னவாக இருக்கும் என்பதைப் பலவிதமாக மனதிற்குள் யோசித்துக் கொண்டிருந்தேன்.

நான் இதுவரையிலும் பணிபுரிந்த நிறுவனங்களில் பெற்ற அனுபவங்களின் மூலம் நான் பார்த்த, பழகிய நபர்கள், அவர்கள் வகித்த பதவிகளுக்கும், இங்கே நான் பார்த்துக் கொண்டிருப்பதற்கும் நூறு சதவிகிதம் வித்தியாசம் இருந்தது.

ஆனால் 'எதையும் சமாளிக்க முடியும்! எந்த நிலையிலும் என்னால் வெல்ல முடியும்' என்ற நம்பிக்கையே அடுத்தடுத்த நிலைக்கு என்னை நகர்த்திக் கொண்டிருந்தது. அது குருட்டாம்போக்கு என்றாலும், வாழ்வில் பல சமயம் நாம் கொண்டிருக்கும் அசாத்தியமான நம்பிக்கைகளே நமக்குப் பல கதவுகளைத் திறக்கக் காரணமாக இருக்கின்றன என்பதை உணர்ந்திருந்த காரணத்தால் எனது வளர்ச்சி சீராகவே இருந்தது.

இந்தத் துறைக்குத் தேவையான முறையான படிப்பு என்னிடம் கிடையாது. தெளிவான நிர்வாகத்தின் கீழ் பணியாற்றிச் சூத்திரங்களைக் கற்கவும் இல்லை. கடந்து போன பத்தாண்டுகளில் கற்ற அனுபவங்களின் மூலம் உருவான 'நம்மால் முடியும்' என்ற தன்னம்பிக்கை மட்டுமே இந்த அறை வரைக்கும் என்னை அழைத்து வந்துள்ளது.

அவர் அடுத்து என்ன பேசப் போகிறார் என்பதைக் கவனிக்கும் ஆவலில் இருந்தேன். அவர் ஒன்றுமே பேசாமல், அருகே இருந்த மடிக்கணினியை உயிர்ப்பித்தார். சற்று நேரத்தில், இருட்டு அறையில் இருந்த சிறிய திரையில் வெளிச்சம் பரவி, மடிக்கணினியில் இருந்த தகவல்கள் தெரியத் தொடங்கின.

மடிக்கணினியில் ஏற்கெனவே சேமித்து வைத்திருந்த (POWER POINT PRESENTATION) கோப்பை வைத்துப் படிப்படியாக ஒவ்வொன்றையும் விவரித்துக்கொண்டே வந்தார். நிறுவனம் சார்ந்த படங்கள், செயல்பாடுகள், கடந்து வந்த பாதைகள், பிரச்சினைகள், எதிர்பார்ப்புகள், திட்டங்கள், மதிப்பீடுகள், இழப்புகள், எதிர்கால நோக்கம் எல்லாவற்றையும் விலாவாரியாக விவரித்துக்கொண்டே வந்தார்.

ஒவ்வொன்றையும் சுவராசியத்துடன் பார்த்துக்கொண்டே வந்தேன். அரைமணி நேரத்திற்குப் பிறகு என் அமைதியைப்

பார்த்து 'கேள்வி எதுவும் கேட்கத் தோன்றவில்லையா?' என்றார்.

அப்போதுதான் எனக்குச் சற்றுத் தைரியம் வந்தது. 'இந்த நிறுவனத்தில் உங்கள் பணி என்ன?' என்றேன். சிரித்துவிட்டுத் தொடர்ந்தார்.

'இந்த நிறுவனத்தில் கடந்த இரண்டு ஆண்டுகளாகப் பகுதி நேரப் பணியில் இருக்கிறேன். இதே போல திருப்பூர் மற்றும் கோவையில் ஏழெட்டு நிறுவனங்கள் என் ஆலோசனையில் செயல்பட்டுக் கொண்டிருக்கின்றன. உற்பத்தியைப் பெருக்குவதும், அது சார்ந்த செயல்பாடுகளை வடிவமைப்புகளைச் செய்து கொடுப்பதுமே என் முக்கியப் பணி. எனக்குக் கீழே பத்து ஐ.ஈ (INDUSTRIAL ENGINEER) துறையைச் சார்ந்தவர்கள் இங்கே பணியில் இருக்கிறார்கள். குறுகிய காலத்திற்குள் அதிகச் செலவு இல்லாமல் ஓர் ஆடையை எப்படி உருவாக்கவேண்டும் என்பதை நாங்கள் பொறுப்பேற்று நிறைவேற்றிக் கொடுக்கிறோம்' என்றார்.

அப்போது அவரிடம் கேட்கத் தோன்றிய கேள்வியென்றாலும் கேட்காமல் மனதிற்குள் கேட்டுக் கொண்டேன். 'அப்புறம் ஏஞ்சாமி இன்றைக்கு இந்த நிறுவனம் நிதிச்சுமையில் தள்ளாடிக்கொண்டிருக்கிறது?"

அவர் தொடர்ந்து பேசிக்கொண்டே இருந்தார். உலகில் உள்ள ஆயத்த ஆடைத் துறை சார்ந்த சர்வதேச நிறுவனங்கள் குறித்து விரிவாகப் பேசினார். ஓர் ஆயத்த ஆடையை எப்படிச் சந்தைப்படுத்துகிறார்கள்? உற்பத்தியாளர்களிடத்தில் என்ன எதிர்பார்க்கிறார்கள்? இன்றைய சர்வதேசப் போட்டிச் சூழலில் அவர்களின் மாறிக்கொண்டே இருக்கும் சிந்தனைகள், எதிர்பார்க்கும் விலை என்ன, இந்தியாவிற்கு எந்தந்த நாடுகள் போட்டியாளர்களாக உள்ளனர், மற்ற நாடுகளில் உள்ள ஆயத்த ஆடைத் தொழிற்சாலைகளைத் தற்போதைய சூழலுக்கு ஏற்ப எப்படி நவீனப்படுத்தியுள்ளனர், தேவையற்ற செலவீனங்களை எப்படிக் கட்டுப்படுத்த முடியும் போன்ற பலவற்றை எனக்குப் புரிய வைத்துக் கொண்டிருந்தார்.

அதுவரையிலும் பொறுமையாகக் கேட்டுக்கொண்டே இருந்தவன் சற்று பொறுமையிழந்து 'இதையெல்லாம் ஏன் சொல்லிக்கிட்டு இருக்கீங்க?' என்றேன்.

அவர் குழப்பத்துடன் என்னைப் பார்த்தார்.

‘நான் உங்களுக்குத் தேவையா, தேவையில்லையா என்றே தெரியவில்லை. உங்களைத் தவிர அத்தனை பேர்களும் பாதியில் எழுந்து போய்விட்டார்கள். எவரும் எதுவும் சொல்லவில்லை. பிறகெப்படி நான் இதில் கவனம் செலுத்த முடியும்?’ என்றேன்.

‘கோபமும் வேகமும் உங்கள் இயல்பான குணமாக இருக்கும் போல. உங்களைத் தேர்ந்தெடுத்த காரணத்தினால் மட்டுமே உள்ளே அழைத்து வந்தேன். நீங்கள் எழுபது சதவிகிதம் என் கட்டுப்பாட்டின் கீழ்தான் இருப்பீர்கள்’ என்றார்.

என் மனதிற்குள் மகிழ்ச்சி பரவியது.

மேலும் பல விஷயங்களைப் பேசி முடித்துவிட்டு வீட்டுக்கு வந்து சேர்ந்தபோது மேலும் குழப்பங்கள் அலையடித்தன. காரணம் ஒரு மாதம் முழுமையாகப் பணியாற்றிய பின்புதான் நிரந்தரம் செய்யப்பட்டு அது சார்ந்த பல வசதிகள் கிடைக்கும் என்றொரு ஆணியடித்திருந்தார்கள்.

இந்த ஒரு மாதத்திற்குள் அவர்கள் எதிர்பார்க்கும் தகுதி என்னிடம் இல்லை என்றால் கல்தாதான் என்பதை மறைமுகமாக உணர்த்தி இருந்தார்.

எனக்கு அந்த ‘டீலிங்’ பிடித்தே இருந்தது.

அவர் சொன்ன தேதியில் உள்ளே நுழைந்தேன். அலுவலகக் கண்ணாடி வழியே பார்த்த தொழிற்சாலையின் உள்பகுதிக்கு, மனிதவளத்துறையைச் சேர்ந்த ஒரு பெண் என்னை அழைத்துக்கொண்டு சென்றார். ஒவ்வொரு துறை சார்ந்த நபர்களிடமும் அறிமுகப்படுத்திவிட்டு, கடைசியாக எனக்கு ஒதுக்கப்பட்ட இருக்கைக்குக் கொண்டு வந்து சேர்ந்தார்.

எனக்கு ஒதுக்கப்பட்ட அறை என்பது தொழிற்சாலையின் தொடக்கப்பகுதியில் இருந்தது. நீண்ட ஹால் போலச் செவ்வக வடிவில் அமைத்திருந்தார்கள். மேல்தளத்தில் உருவாக்கப்பட்டிருந்த குளிர் சாதன வசதிகள் இந்த அறை வரைக்கும் வந்து சேரும் வகையில் இருந்தது.

குறுகிய அறை என்பதால் என் தோலை ஜில்லிட வைத்துக் கொண்டிருந்தது. எனது இருக்கைக்கு அருகே தொழில்நுட்ப இயக்குநரின் நேரிடை உதவியாளர்கள் (INDUSTRIAL ENGINEER) மூன்று பேர்களின் இருக்கைகள் இருந்தன. அதனைத் தொடர்ந்து மனித வளத்துறையைச் சார்ந்த உதவியாளர்கள் இருந்தனர்.

அந்த ஹாலில் ஒவ்வொரு துறைக்கும் தடுப்பு எதுவும் உருவாக்கப்படவில்லை. இதனால் உள்ளே இருந்த அனைவரின் செயல்பாடுகளையும் என்னால் பார்க்க முடிந்தது. என் இருக்கையில் இருந்தபடியே தொழிற்சாலையின் எழுபது சதவிகித பரப்பளவை என்னால் எளிதாகப் பார்க்க முடியும்.

இது தவிர என் அறைக்கு அடுத்த அறையில், மனிதவளத்துறை மேலாளர் (HR MANAGER) பதவியில் ஒரு பெண்மணி இருந்தார். அவரது பணி, தொழிலாளர்கள் சார்ந்த நலன்கள் மற்றும் அவர்கள் சார்ந்த பிரச்சினைகளைத் தீர்ப்பது. மற்ற துறை சார்ந்த ஒவ்வொருவரும் பத்தாயிரம் அடி சதுரப் பரப்பளவில் இருந்த அந்தத் தொழிற்சாலையின் ஒவ்வோர் இடத்திலும் தனித்தனியாக ஆங்காங்கே இருந்தனர்.

என் மேஜைக்கு அருகே மைக் வசதியோடு ஸ்பீக்கர் இருந்தது. அதனை உயிர்ப்பித்துப் பேசினால் தொழிற்சாலையின் ஒவ்வொரு பகுதியிலும் பொருத்தப்பட்ட கருவிகள் மூலம் ஆங்காங்கே இருப்பவர்களால் கேட்க முடியும். என் மேஜையில் இருந்த கணினி, அலுவலகம் மற்றும் தொழிற்சாலையின் உள்ளே இருந்த அனைத்துக் கணினியுடனும் தொடர்பு கொள்ளும்படி உருவாக்கப்பட்டு இருந்தது. அங்கே இருந்த அதிகப்படியான வசதிகளைப் பார்த்து மனதிற்குள் மிரட்சி உருவானாலும், அருகே அமர்ந்திருந்த ஐ.ஈ மக்கள்தான் என் வயிற்றில் புளியைக் கரைத்தனர்.

'சார்... நீங்க இந்தப் பதவிக்குக் கடந்த ஆறு மாதத்தில் வந்திருக்கும் எட்டாவது நபர். நீங்களாவது எங்களோடு நிரந்தரமாக இருப்பீங்களா?' என்றனர்.

பயமுறுத்தலா? அக்கறையா? புரியவில்லை. ஆனால் எதையும் காட்டிக்கொள்ளாமல் மையமாக அவர்களைப் பார்த்துப் புன்னகைத்துவிட்டு என் இருக்கையில் அமராமல் தொழிற்சாலையின் மற்ற பகுதிகளைப் பார்வையிட வெளியே வந்தேன். என் அறையைவிட்டு வெளியே வந்து பார்த்தபோது, அங்கு பார்த்த காட்சிகள் என் குழப்பத்தை அதிகப்படுத்தின.

அப்போதுதான் தொழில்நுட்ப இயக்குநர் சொன்ன வாசகம் என் மனதில் வந்து போனது. 'எவர் எது சொன்னாலும் எதையும் காதில் போட்டுக் கொள்ளாதீர்கள். எதையும் அவசரப்பட்டு முடிவெடுத்து விடாதீர்கள். எந்தச் சமயத்தில் வேண்டுமானாலும் என்னை அழையுங்கள். நான்

உங்களுக்கு எப்போதும் உதவியாக இருப்பேன். நீங்களாவது என் நம்பிக்கையைக் காப்பாற்றுவீர்கள் என்று நம்புகிறேன்.'

ஏன் அப்படிச் சொன்னார் என்று அப்போது எனக்குப் புரியவில்லை. தொழிற்சாலையின் ஒவ்வொரு பகுதியையும் சுற்றி வந்தபோது புரியத் தொடங்கியது.

4

து.மு - து.பி

25,000 சதுர அடி கொண்ட பெரிய தொழிற்சாலையின் தொடக்கம் முதல் குறிப்பிட்ட பகுதி வரைக்கும் இயந்திரங்கள் நேர்த்தியாக வரிசைக்கிரமமாக இருந்தன. பல இயந்திரங்களில் தொழிலாளர்கள் (TAILORS) இல்லை. அங்கே பணிபுரிந்து கொண்டிருந்தவர்கள், சுறுசுறுப்பு இல்லாமல் தைத்துக் கொண்டிருப்பதைப் பார்க்க முடிந்தது.

தொழிற்சாலையின் உள்ளே பரவி இருந்த உஷ்ணக்காற்று என்னைத் தாக்கியது. இயந்திரங்களின் சத்தத்தையும் தொழிலாளர்களின் உழைப்பையும் கவனித்தபடியே ஒவ்வொரு பகுதியாக நகர்ந்து கொண்டிருந்தேன். ஒவ்வோர் இடத்திலும் பெயர்ப் பலகை மாட்டப்பட்டு இருந்தது.

STITCHING SECTION, CHECKING SECTION, FINAL CHECKING, AQL AREA, IRON SECTION, PACKING SECTION என்று தனியாக இருந்தது. மற்றொரு பகுதியில் LOT SECTION, CUTTING SECTION, STORE ROOM செயல்பட்டுக் கொண்டிருந்தன. SAMPLES SECTION மற்றொருபுறம் இருந்தது. அங்கிருந்த சிலர் என்னைச் சுட்டிக்காட்டிப் பேசிக் கொண்டிருந்தனர். பலர் என்னைக் கண்டு கொள்ளவில்லை.

ஓர் ஆயத்த ஆடை உருவாக்கத்தில் தொடக்கம் முதல் இறுதி வரைக்கும் பலதரப்பட்ட துறைகள் சம்பந்தப்பட்டுள்ளன. ஒவ்வொரு துறையும் ஓர் உலகம். ஒவ்வொரு உலகமும் ஒரு நாடு போன்றது.

அந்த நாட்டிற்கு ஒரு மன்னர், ஒரு மந்திரி, ஒரு சேனாதிபதி போன்ற படைப்பட்டாளங்கள் இருக்கும். அந்த அந்தத் துறையில் பணிபுரியும் பெண்கள் பல சமயம் மகுடம் சூட்டாத ராணியாகவும் சிலரோ அந்தப்புற இளவரசியாகவும் இருப்பார்கள். இதையெல்லாம் நாம் படிப்படியாகப் பார்க்கலாம்.

ஆயத்த ஆடைத் துறையைப் பற்றி நீங்கள் முழுமையாகப் புரிந்துகொள்ள வேண்டுமென்றால், இந்த இடத்தில் இத்துறையின் மொத்த அடிப்படை விஷயங்களையும் பார்த்துவிட வேண்டும். அப்போதுதான் ஓர் ஆடை உருவாக்கத்திற்குப் பின்னால் உள்ள ஏராளமான உழைப்பை நம்மால் புரிந்துகொள்ள முடியும்.

வரலாற்றை விருப்பமாகப் படிப்பவர்களுக்குக் கி.மு. கி.பி என்ற வார்த்தை தெரிந்திருக்கக் கூடியதே. இதைப் போல இத்துறையில் இரண்டு வார்த்தை முக்கியமானது. து.மு என்றால் துணிக்கு முன். து.பி என்றால் துணிக்குப் பின். ஒட்டுமொத்த துறையையும் இந்த இரண்டு பிரிவுகளுக்குள் கொண்டு வந்துவிட முடியும்.

ஆயத்த ஆடைகளை ஆங்கிலத்தில் கார்மெண்ட்ஸ் (GARMENTS) என்கிறார்கள். திருப்பூர் என்றாலே பலரும் பனியன் கம்பெனிதானே என்றுதான் சொல்கிறார்கள். இங்குள்ள ஏற்றுமதி நிறுவனங்கள் குறித்தோ, அதன் செயல்பாடுகளைப் பற்றியோ, பெரும் பதவியில் இருந்துகொண்டு, வெளிநாட்டில் பணிபுரிபவர்கள் போலப் பெருந்தொகையைச் சம்பளமாக வாங்கிக் கொண்டிருப்பவர்களைப் பற்றியோ திருவாளர் பொதுஜனத்திற்குத் தெரியவில்லை.

இந்தத் துறை சார்ந்த பலவற்றைப் பலரும் புரிந்துகொள்ள முயல்வதில்லை. பனியன், ஜட்டி என்பது தனியான உலகமது. இந்தத் துறை இந்தியா முழுக்க உள்ள உள்நாட்டுச் சந்தையை அடிப்படையாகக் கொண்டே செயல்பட்டு வருகிறது. இந்த வியாபாரம் இந்திய ரூபாயில் நடக்கிறது.

ஆனால் ஏற்றுமதித்துறை வெளிநாட்டு வர்த்தகத்தைச் சார்ந்தே இயங்குகிறது. உலகில் உள்ள பலதரப்பட்ட கரன்சியில் பரிவர்த்தனைகள் நடந்து கொண்டிருந்த போதிலும் அமெரிக்காவின் டாலர் என்பதே இன்று வரையிலும் முக்கியமானதாக உள்ளது. இரண்டாவது இடத்தில் ஐரோப்பாவின் யூரோ உள்ளது.

இப்போது து.மு. து.பியைப் பற்றிச் சுருக்கமாகப் பார்த்து விடலாம்.

துணிக்கு முன் என்ற உலகத்தில் மூன்று வார்த்தைகள் முக்கியமானவை. பஞ்சு, நூல், துணி.

பஞ்சு குறித்துத் தெரிய வேண்டுமென்றால் விவசாயத்தைப் பற்றி நாம் தெரிந்து கொள்ள வேண்டும்.

தற்போது இந்தியாவில் விவசாயம் என்பது தேவையற்ற ஒன்று என்று ஆட்சியாளர்கள் கருதுவதால், விளைநிலங்களை முடிந்தவரைக்கும் பெரிய நிறுவனங்களுக்கு அரசே கைப்பற்றித் தாரை வார்க்கும் பணி கனஜோராக நடந்து கொண்டிருக்கிறது. ஆனால் இந்தத் துறைக்கு விளைநிலங்கள்தான் ஆதாரம். விவசாயிகள் விளைவிக்கும் பஞ்சு பொதுச் சந்தைக்கு வருகிறது. அதன் பிறகு அதன் பயணம் தொடங்குகிறது. இதோடு முற்றும் என நிறுத்திக் கொள்வோம்.

காரணம், தற்போதைய சூழ்நிலையில் இந்தியாவின் அடிப்படை ஆதாரமான விவசாயத்தினால் எந்தக் காலத்திலும் இந்தியா முன்னேற முடியாது என்று ஆட்சியாளர்கள் கருதுவதோடு, மக்களும் அதையே நம்பத் தொடங்கி விட்டனர். பழைய சரித்திரக் குறிப்புகளைப் படிக்க வாய்ப்பிருந்தால் தேடிப்பிடித்துப் படித்துப் பாருங்கள். இந்தியாவிற்கு ஒவ்வொரு காலகட்டத்திலும் வந்த யவனர்கள், ரோமபுரி மக்கள் தொடங்கிக் கடைசியில் உள்ளே வந்து நம்மை அடிமைப்படுத்தி வைத்திருந்த ஆங்கிலேயர்கள் வரைக்கும் இங்கு வந்ததற்குக் காரணம், இங்குக் கொழித்துக் கொண்டிருந்த விவசாயம்தான்.

இந்தியாவில் விளைந்து கொண்டிருந்த மிளகை வாங்கிக்கொண்டு பண்டமாற்றாகத் தங்கத்தைக் கொடுத்துவிட்டுச் சென்றார்கள். ஆனால் இன்றோ பஞ்சு முதல் அத்தனை முக்கியமான பொருளையும் ஏற்றுமதி செய்துவிட்டு, பெட்ரோலை இறக்குமதி செய்ய முனைப்பாகச் செயல்பட்டுக் கொண்டிருக்கிறோம்.

நம் வாழ்க்கையும், விலைவாசியும் பஞ்சு போலப் பறந்து கொண்டிருக்கின்றன..

பஞ்சு நூலாக மாற நூற்பாலைக்கு (TEXTILE MILL) வருகிறது. லட்சக்கணக்கான எளிய மக்களின் காமதேனுப் பசுவாக இந்தத் துறை உள்ளது.

இந்தியாவில் ஆட்சியில் இருந்து, பதவியிழந்துவிட்ட காங்கிரஸ் அரசாங்கம் உருவாக்கிய பொருளாதாரக் கொள்கையின் காரணமாகத் தங்கம் போலப் பஞ்சின் விலையும் மாதத்திற்கு மாதம் உயர்ந்து எட்டாக் கனியாக மாறிவிட்டது. குறிப்பாக ஆன்லைன் வர்த்தகம் மூலம் சூதாட்டம் போல இந்தத் துறை மாற்றப்பட்டுவிட்டது. பஞ்சை விளைவித்த விவசாயிக்கு எதுவும் கிடைக்காத அளவுக்கு இடைத்தரகர்களின் ராஜ்ஜியமாக உள்ளது.

இந்தியாவில் தற்போது இந்தத்துறை மிக நவீன தொழில்நுட்பத்தில் செயல்பட்டுக் கொண்டிருக்கிறது.

இந்த உலகம் இரண்டு விதமாகச் செயல்பட்டுக் கொண்டிருக்கிறது. ஒன்று, நூறு சதவிகிதம் ஏற்றுமதி, மற்றொன்று உள்நாட்டுச் சந்தை.

இந்தியாவில் பல மாநிலங்களில் பலதரப்பட்ட வசதிகள் கொண்ட நூற்பாலைகள் இருந்த போதிலும், தமிழ்நாட்டில், குறிப்பாக திண்டுக்கல் மாவட்டத்தில் நிறைய உள்ளன. அருகே உள்ள மேற்குத் தொடர்ச்சி மலையிலிருந்து வரும் இதமான காற்று இந்தத் தொழிலுக்கு முக்கியமானது.

இந்தியாவில் கோடிக்கணக்கான மக்கள் பஞ்சு மற்றும் நூல் தொழிலை மட்டுமே நம்பி வாழ்ந்து கொண்டிருக்கிறார்கள். விளைந்த பஞ்சை பதப்படுத்தி, ரகம் வரியாகப் பிரித்து, சுத்தம் செய்து, நூலாக மாறும் வரையிலும் தனித்தனி உலகமாகச் செயல்பட்டுக் கொண்டிருக்கிறார்கள். இந்த நூல்தான் திருப்பூரில் உள்ள ஏற்றுமதி தொழிலுக்கு ஆதாரம்.

நூலில் பல ரகங்கள் உள்ளன. இதனை எளிமையாகப் புரிந்துகொள்ள நீங்கள் இரண்டு காலத்தை யோசித்துப் பார்த்தாலே போதுமானது. கோடைக் காலம். குளிர் காலம். கோடைக் காலத்தில் நாம் போடும் உடைகள் குளிர் காலத்திற்கு உதவுமா? இந்த இரண்டு காலத்திற்கும் பயன்படுத்தும் நூலின் தன்மை வெவ்வேறாக இருக்கும் என்பதை எப்போதும் மனதில் வைத்திருக்கவும். அதே போல இந்த இரண்டு பருவத்திற்கும் தேவைப்படும் ஆடை உருவாக்கத்தில், ஒவ்வொரு நிலையிலும் தயாரிப்பு விதங்கள் எதிரெதிர்த் துருவமாக இருக்கும்.

திருப்பூருக்குள் உள்ளே வரும் நூல், ஆயத்த ஆடைக்கான துணியாக மாற எத்தனை படிகளைக் கடக்க வேண்டும்?

YARN (நூல்), KNITTING (துணி அறவு), BLEACHING & DYEING (சலவை மற்றும் சாயப்பட்டறை), (COMBACTING)

வண்ணமேற்றிய துணியை நாம் விரும்பும் அளவிற்கு வெட்ட மாற்றித்தரும் இயந்திரம்.

இதற்குப் பிறகே துணியாக உருவம் பெறுகிறது. நீங்கள் எளிதில் ஞாபகம் வைத்துக் கொள்ள, நம்முடைய சட்டையை மடிப்புக் கலையாமல் தேய்த்துத் தருகிறார்கள் அல்லவா, அதைப் போல இந்த இயந்திரங்கள் அந்தப் பணியைச் செய்து கொடுக்கின்றன.

கோடைக் கால ஆடைகளுக்கும் குளிர்கால ஆடைகளுக்கும் சம்பந்தம் இருக்காது.

இன்னும் எளிமையாகப் புரிய வேண்டுமென்றால், குளிர்காலத்திற்கு நாம் பயன்படுத்தும் ஸ்வெட்டர் ஆடையைக் கோடைக் காலத்தில் பயன்படுத்த முடியாதல்லவா?

இனி எங்கிருந்து இந்தத் தொழில் தொடங்குகிறது என்பதைப் பற்றித் தெரிந்து கொள்ள வேண்டும்.

எனக்கு இந்த வடிவமைப்பில், இதுபோன்று பிரிண்ட் அடித்து இந்த இந்த அளவுகளில் இத்தனை ஆயிரம் ஆடைகள் தேவை என்று ஒரு வெளிநாட்டுக்காரர் திருப்பூரில் இருக்கும் ஏற்றுமதியாளரிடம் கேட்கிறார் என்று வைத்துக் கொள்வோம். அவர் உடனே அந்த வெளிநாட்டுக்காரர் மின்னஞ்சல் வாயிலாகக் கொடுத்த விவரங்களை ஒன்றன் பின் ஒன்றாகக் கவனமாகக் குறிப்பு எடுத்துக் கொள்வார். வெளிநாட்டுக்காரர் ஆடையில் எதிர்பார்க்கும் பிரிண்ட்டிங் மற்றும் எம்பிராய்ட்ரி டிசைன் வேலைகள் சார்ந்து, அதற்கு ஆகும் செலவுகளைக் கணக்கில் எடுத்துக் கொண்டு, அந்த ஆடைக்கு உத்தேசமாக எவ்வளவு துணி தேவைப்படும் என்று தனது கணக்கீடுகளைப் போடத் தொடங்குவார்.

தொடர்ந்து தேவைப்படுகிற நூல் மற்றும் வண்ணமேற்றிய ஒரு கிலோ துணி உருவாக்க என்ன செலவு என்பதையும் கணக்கில் எடுத்துக் கொள்வார்.

தைத்து முடித்து அவர் கேட்கும் அலங்கார PACKING வசதிகளோடு மொத்த ஆடைகளையும் கப்பல் அல்லது விமானம் வழியே அவர்களுக்கு அனுப்பி வைக்க என்ன செலவாகும் என்பதோடு தன் லாபத்தையும் சேர்த்துக் கொள்வார்.

மொத்தமாக இந்தத் துணியாக்கத்திலும் உருவாக்கத்திலும் (PROCESS LOSS & PCS. REJECTION) எத்தனை சதவிகிதம்

இழப்பு ஒவ்வொரு நிலையிலும் ஏற்பட வாய்ப்புள்ளது என்பதையும் சேர்த்துக் கொள்வார்.

இறுதியாக ஓர் ஆடையின் விலை தெரிய வரும்.

YARN COST

KNITTING COST

DYEING/BLEACHING COST

COMBACTING/STENDER COST

PROCESS LOSS PERCENTAGE

CLOTH COST (PER KGS. CLOTH)

●●●

STITCHING TO PACKING COST

ACCESSORIES COST

FREIGHT COST

REJUCTION COST

PROFIT PERCENTAGE

இதற்குப் பிறகுதான் ஆலமரம் தேவைப்படாத பஞ்சாயத்து மேடை அறிமுகம் ஆகிறது. அதாவது பேரம் தொடங்கும். அந்தப் பக்கம 'நீ சொல்லும் விலை எனக்குக் கட்டுப்படி ஆகாது. சீனாவில் எந்த விலைக்குக் கிடைக்கும்? வேறு நாட்டில் இதைவிட குறைவாகவே எனக்குக் கிடைக்குமே...' என்று முறுக்குவார். 'இல்லையில்லை. நீ எதிர்பார்க்கும் விலையில் நான் கொடுத்தால் என் கம்பெனியை ஒரு வருடத்திற்குள் இழுத்துத்தான் மூட வேண்டும்' என்று இவர் திமிறுவார். மாட்டுச் சந்தை போலப் பேரம் நடக்கும். கூச்சல் இல்லாமல் மின்னஞ்சல் வழியே தொடர்ச்சியாக அடிதடி நடந்து, இரண்டு கைகளிலும் துணியைப் போட்டு மூடிக்கொண்டு விரலைத் தொட்டுப் பேசா நிலையில், இறுதி விலை உறுதியாகும். ஓர் ஆயத்த ஆடை உருவாக்கத்தின் முதல் உழைப்பு இங்கிருந்தே தொடங்குகிறது.

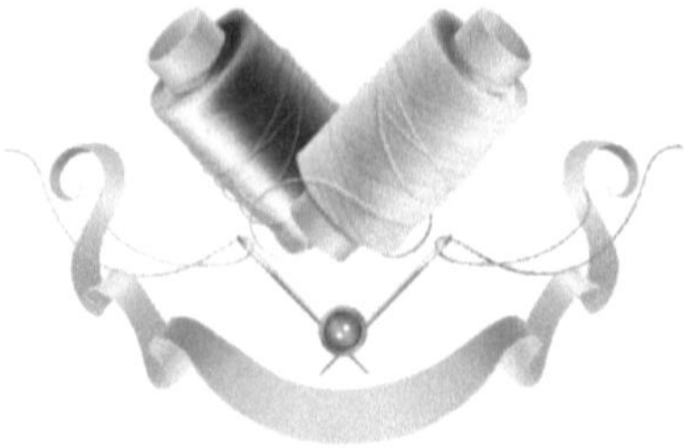

5

யோசிக்காதே... ஓடிக்கொண்டே இரு!

ஓர் ஆடை முழு உருவமாகி ஏற்றுமதி ஆகிற வரையில் இந்தத் துறையில் என்ன நடக்கிறது, எவரெல்லாம் சம்பந்தப்பட்டுள்ளனர் என்பதை இந்தத் துறையில் வாழ்ந்த, வாழ்ந்து கொண்டிருக்கிற சில கதாபாத்திரங்கள் மூலம் படிப்படியாகப் புரிந்துகொள்ள முயல்வோமா? இதனுடன் தொழிலாளி மற்றும் முதலாளி என்ற வர்க்கபேதத்தில் உள்ள வினோத முரண்பாடுகளைப் பற்றியும் வரப் போகிற அத்தியாயத்தில் பேசுவோம்.

இந்தத் துறையில் 22 வருடங்கள் அனுபவங்கள் உள்ள நான் கற்றதும் பெற்றதும் ஏராளம். எனக்கு இத்துறையில் நிலையான பதவி அமையவே ஏழு வருடங்கள் போராட வேண்டி இருந்தது. அதன் பிறகுதான் என்னைச் சுற்றிலும் என்ன நடக்கிறது என்பதையே என்னால் உணர்ந்து கொள்ள முடிந்தது. காரணம் அதுவரையிலும் கரைபுரண்டு ஓடிக் கொண்டிருந்த காட்டாறு வெள்ளத்தில் சிறு துரும்பாகத் தத்தளித்துக் கொண்டிருந்தேன். எதையும் கவனிக்க நேரமில்லாமல் எவர் எவரோ இடும் கட்டளைகளை நேரம் மறந்து நிறைவேற்றிக் கொடுப்பவனாக இருந்தேன். 20 மணி நேரப் பணி என்பது கடந்துபோன என் வாழ்க்கையில் பல மாதங்கள் இயல்பானதாகவே இருந்தது. உடலும் மனதும் அதற்குத் தகுந்தாற் போலவே உருமாறத் தொடங்கின.

வாழ்க்கையை ரசித்தே வாழ்ந்து பழகியவனுக்கு இது நரக வேதனையாக இருந்தது. உழைத்துவிட்டு

ஒதுங்கிவிட, அதன் பலன்கள் எவர் எவருக்கோ கிடைத்துக் கொண்டிருந்தன. நான் தேடிக் கொண்டிருந்த 'அங்கீகாரம்' என்ற வார்த்தை அர்த்தமற்றுச் சிரிக்கத் தொடங்கியது.

எனக்கான நேரமும் வந்தது. வந்த நேரத்தை, முயற்சியுடன் கூடிய தன்னம்பிக்கை வழி நடத்தியது. இந்தத் துறையில் நின்று ஜெயித்துக் காட்டவேண்டும் என்ற எண்ணம் உருவானது. அப்போதுதான் நான் பணியாற்றி வந்த பல நிறுவனங்களைப் பற்றி, அங்கு நடந்த சம்பவங்களைப் பற்றி யோசிக்கத் தொடங்கினேன்.

தன் சுய விருப்பு வெறுப்புக்காக நிறுவனங்களைக் கவிழ்த்தவர்கள், குறுகிய காலத்திற்குள் நிறுவன வளர்ச்சியைவிட தங்களது பொருளாதார வளர்ச்சியைப் பெருக்கிக் கொண்டவர்கள், உண்மையான உழைப்பாளிகளை உதாசீனப்படுத்தியவர்கள், வளர்ந்து கொண்டிருந்த நிறுவனத்தைத் தங்களது பலவீனங்களுக்காக வேரோடு வெட்டிச் சாய்த்தவர்கள் என்று பலவற்றையும் பார்த்த காரணத்தால், எல்லா நிகழ்வுகளுமே இயல்பான தொழில் வாழ்க்கையின் ஓர் அங்கமாக எனக்குத் தெரியத் தொடங்கின.

எல்லா நிலையிலும் எல்லோருக்கும் பணம்தான் பிரதானமாக இருந்தது. ஒருவர் பணத்தை முதலீடாகப் போட்டுவிட்டுப் பெரிய லாபத்தை எதிர்பார்த்துக் காத்துக் கொண்டிருக்கிறார். மற்றொருவர் குறுக்கு வழியில் பணத்தைத் துரத்திக் கொண்டிருக்கிறார். மொத்தத்தில் இருவருக்குமே தூக்கம் தேவையில்லாமல் போய்விடுகிறது. முதலீடு செய்தவர் முதலாளி. ஆனால் அவரது லாபத்தைத் தவறான வழியில் அடையக் காத்திருப்பவர் பணியாளர்.

ஐம்பது ரூபாய் திருட்டு முதல் மாதம் ஐந்து லட்சம் திருட்டுத்தனம் வரைக்கும் அவரவர் பதவிக்குத் தகுந்தாற் போல நடந்துகொண்டே இருப்பதால் கடைசியாகப் பாதிக்கப்படுவது நிறுவனத்தின் வளர்ச்சியே. கடைசியில் ஒருநாள் நிறுவனம் வங்கியில் போய்ச் சிக்கிவிடுகிறது. இப்படிச் சிக்கிய நூற்றுக்கணக்கான நிறுவனங்களின் கதைகள், அவலத்தின் உச்சமாக இருக்கும்.

வெளிநாட்டு கார்களில் பவனி வந்த பல முதலாளிகள் இன்று வெளியே தலைகாட்ட முடியாத நிலையில் வாழ்ந்து கொண்டிருக்கிறார்கள்.

ஆனால் நான் தன்னிலை மறந்ததே இல்லை. எனக்கென்று ஒரு நோக்கம் இருந்தது. அதற்கு மேலாக அந்த நோக்கத்திற்குள் ஒரு சிறப்பான வாழ்வியல் தத்துவம் இருந்தது. ஒவ்வொரு காலகட்டத்திலும் மனதிற்குள் உருவாகும் காயங்கள் அதிகமாக இருந்தாலும் சீழ்பிடிக்காத அளவிற்கு நான் வாசித்த புத்தகங்கள் எனக்கு மருந்தாக இருந்து உதவின.

வாழ்ந்து காட்டுதலைவிட மிகச் சிறந்த பழிவாங்குதல் வேறேதும் உலகில் உண்டா?

இங்கு எல்லோருமே தொடக்க நிலையில் கஷ்டப்படத்தான் செய்கிறார்கள். தனது வளர்ச்சியை நோக்கிச் சிந்தித்து மேலே வரத் துடிக்கின்றனர். தன்னை வளர விடாமல் தடுக்கும் காரணிகளை நினைத்துப் புலம்புவதோடு நிறுத்திக் கொள்கின்றனர். ஆனால் அதற்கான காரணங்களைப் பற்றி யோசிக்கும், தன் நிலை என்ன, தற்போதைய தன் தகுதி என்ன என்ற கேள்விகள் பிறக்கும் என்பதை உணர மறுக்கின்றனர். எதை முதன்மையாக வளர்த்துக் கொள்ள வேண்டும், எந்தச் சமயத்தில் அதனை வெளிப்படுத்த வேண்டும் என்பதை உணராமல், தன் வன்மத்தை மனதிற்குள் வைத்துப் புழுங்கிக் கொண்டிருப்பவனால் ஒரு குறிப்பிட்ட உயரத்திற்கு மேலே வளர முடிவதில்லை. வாழ்க்கை முழுக்கப் புலம்புபவனாகவே வாழ்ந்து பழகியவனுக்கு அவன் பார்க்கும் அத்தனை பேர்களும் எதிரியாகத்தான் தெரிவார்கள்.

கேவலமான எண்ணங்கள்தான் மேலோங்கும். அதன் பிறகே ஒருவனின் சுய புத்தி மழுங்கிப் போய்விடத் தொடங்குகிறது. கண்டதே காட்சி, கொண்டதே கோலம் என்று தவறான பாதையில் சென்று கடைசியில் வாழ்க்கை அலங்கோலத்தில் முடிகிறது.

கிராமத்து வாழ்க்கை, கிராமம் சார்ந்த சிந்தனைகள் எதுவும் தொழில் நகர வாழ்க்கைக்கு ஒத்துவராது என்பதை உணர்ந்து கொள்ளவே எனக்கு ஐந்து வருடங்கள் தேவைப்பட்டன. புதிய மாற்றங்கள் என்னை நோக்கி வரத் தொடங்கின. நிலையான உயர் பதவியை நோக்கி என் வாழ்க்கை நகரத் தொடங்கியது.

அடுத்தடுத்து நிறுவனங்கள் மாறினாலும், மேலே உயர முடிந்தது. வசதிகளும் வாய்ப்புகளும் அதிகமாயின. நிர்வாக அறிவு சார்ந்த விஷயங்களில் கவனம் செலுத்தத் தொடங்கிய

போதுதான் மனிதர்களின் உள்மன விகாரத்தைப் பற்றி ஆராய முடிந்தது. ஒவ்வொருவரின் எண்ணத்திற்கும் சொல்லுக்கும் உள்ள வித்தியாசத்தைப் புரிந்துகொள்ள முடிந்தது. முதலாளிவர்க்கம் ஏன் தனித்தன்மையாக இருக்கிறார்கள், ஏன் எப்போதும் தொழிலாளிவர்க்கம் உழைப்பவர்களாகவே மட்டும் இருந்து விடுகிறார்கள் போன்ற பல கேள்விகளுக்குப் பதில் கிடைக்கத் தொடங்கியது.

என்னைச் சுற்றிலும் உள்ள மனிதர்களின் மனவோட்டத்தை அறியத் தொடங்கினேன். ஒவ்வொரு தனிமனிதர்களின் எண்ணங்கள், செயல்கள், வித்தியாசங்கள் என ஒவ்வொன்றும் எனக்குப் புரியத் தொடங்கின.

உழைப்பு, திறமை என்பதற்கு அப்பாற்பட்டு இங்கே பல விஷயங்கள் உள்ளன. ஆயத்த ஆடைத் துறை மட்டுமல்ல. இந்தியாவில் நீங்கள் காண்கிற எந்தத் துறையிலும் நூறு சதவிகிதம் திறமைசாலிகள் கிடையாது. அதே போல நூறு சதவிகித உழைப்பாளிகளும் கிடையாது. ஆனால் இங்கே குறிப்பிட்ட சிலர் மட்டுமே சாதனையாளர்களாக மாறுகிறார்கள்.

ஏன் ?

பள்ளி, கல்லூரிகளில் படிப்பில் சுட்டியாய் இருந்தவர்கள் வாழ்க்கையில் முழுமையாக ஜெயித்து விடுகிறார்களா என்ன ?

எந்த நாட்டில், எந்த இடத்தில் வாழ்பவராக இருந்தாலும் சாமர்த்தியம் மற்றும் புத்தியுள்ளவர்களால் மட்டுமே பல துறைகளில் உச்சத்தைத் தொட முடிகிறது.

ஓர் ஆயத்த ஆடைத் தொழிற்சாலையின் உள்ளே நுழைந்தால் ஆயிரக்கணக்கான பேர்கள் இருப்பார்கள். உச்சக்கட்டப் பதவி என்பது ஏழெட்டுப் பேர்களுடன் முடிந்துவிடும். அதற்குக் கீழே வருகிற அத்தனை பேர்களும் அல்லக்கை, நொள்ளக்கை, நொந்தகை வகையினராக இருப்பர். அதிலும் குறிப்பாக உழைப்பதற்கென்றே பிறப்பெடுத்தவர்கள் போலத் தினசரி தன் வாழ்க்கையை நொந்தபடியே வாழ்ந்து கொண்டிருப்பவர்கள் ஆயிரக்கணக்கான பேர்கள் உள்ளனர் என்பதை நீங்கள் எப்போதாவது நினைத்துப் பார்த்ததுண்டா? இந்த வகை உழைப்பாளிகள் திருப்பூரில் ஒவ்வொரு நிறுவனத்திலும் நூற்றுக்கணக்கான பேர்கள்

உள்ளனர். ஆயத்த ஆடைத் துறையில் உள்ளூர இருக்கும் துறைகள் வெவ்வேறானதாக இருக்கலாம். ஆனால் இவர்களுக்கு வியர்வை என்ற பெயரில் ரத்தம் வழிந்தோடிக் கொண்டிருக்கும். இவர்களின் உழைப்பு நம்மைச் சிந்திக்க வைக்கும்.

இந்திய ஜனநாயகத்தில் எல்லோருக்கும் சுதந்திரம் உண்டு. எவர் வேண்டுமானாலும் என்ன தொழில் வேண்டுமானாலும் தொடங்கலாம். ஆனால் தொழில் தொடங்கிய அத்தனை பேர்களும் ஜெயித்து விடுவதில்லை. ஜெயித்தவர்களும் நிலையாக நீண்ட காலம் நிலைத்திருப்பதும் இல்லை.

தொடர்ச்சியாக ஜெயித்து நீண்ட காலம் தாக்குப் பிடித்துக் கொண்டிருந்த அந்த நிறுவனத்தில் அவனைச் சந்தித்தேன். அவன் பெயர் மாடசாமி. பெயர்ப் பொருத்தமோ ராசிப் பொருத்தமோ தெரியவில்லை, அந்த நிறுவனத்தில் அவன் மாடு போலத்தான் நேரம் காலம் தெரியாமல் உழைத்துக் கொண்டிருந்தான். யோசிப்பதை மறந்து காலை முதல் நள்ளிரவு வரைக்கும் வாரம் முழுக்க உழைத்தவனின் கதையைக் கேட்டால் அவலத்தின் உச்சமாக இருக்கும்.

6

என் பெயர் மாடசாமி

மாடசாமியை முதல்முறையாகச் சந்தித்த தினம் இன்றும் என் நினைவில் உள்ளது. ஒருநாள் அதிகாலை நான்கு மணி அளவில் அவன் வேலை பார்த்துக் கொண்டிருந்த நிறுவனத்தில் சந்தித்தேன்.

அது ஒரு வளர்ந்து கொண்டிருக்கும் நிறுவனம். சிறிய நிறுவனமாக இருந்தாலும் சரியான நிலையில் தாக்குப்பிடித்து, வருடத்திற்கு வருடம் வளர்ந்துகொண்டே இருந்த நிறுவனம். இதுபோன்ற நிறுவனங்களை திருப்பூர் மொழியில் JOB WORK UNIT என்பார்கள்.

இதுபோல திருப்பூரில் ஆயிரக்கணக்கான நிறுவனங்கள் உள்ளன. இவர்களின் முக்கியப் பணி, நேரிடையாக ஏற்றுமதி செய்து கொண்டிருக்கும் நிறுவனங்களுக்குத் தேவையான அனைத்து வேலைகளையும் செய்து கொடுப்பது. இதுபோன்ற நிறுவனங்கள் 50 சதுர அடி முதல் 5,000 சதுர அடி வரைக்கும் உள்ள இடங்களில் செயல்பட்டுக் கொண்டிருக்கும்.

மனித வாழ்க்கை மட்டுமல்ல. தொழில் துறையும் கூட ஒவ்வொரு காலகட்டத்திலும் சூழ்நிலைக்குத் தகுந்தாற்போல மாறிக்கொண்டே வருவதைக் கூர்மையாகக் கவனித்தால் புரிந்துகொள்ளலாம். ஒவ்வொரு தொழிலுக்கும் லாபமே முக்கியமானதாக இருக்கும். அந்த லாபத்தை அடைய எத்தனை வழிகள் உள்ளனவோ அத்தனை வழிகளையும் தொழில் நடத்துபவர்கள் தேர்ந்தெடுப்பார்கள். திருப்பூரில்

இன்றைய சூழ்நிலையில் குறிப்பிட்ட சில வேலைகளைத் தவிர மற்ற அனைத்து வேலைகளும் வெளியே உள்ள நபர்களிடம் முடிவடைந்து மீண்டும் நிறுவனத்திற்குள் வருகின்றன.

தற்போது அலுவலகமே தேவைப்படாத அளவிற்கு மாற்றம் பெற்று, அவரவர் வசிக்கும் வீடுகளில் இருந்துகொண்டே பகுதி நேரப் பணியாகப் பலரும் பல வேலைகளைச் செய்து கொடுத்துக் கொண்டிருக்கின்றனர். நாள் முழுக்க ஒரு நிறுவனத்திற்குள் தங்களை அடைத்துக் கொள்ள விரும்பாதவர்களுக்கு இது மிகப் பெரிய வரப்பிரசாதமாக உள்ளது. குடும்பத்தைக் கவனித்துக் கொள்ளவும் முடிகிறது. மாதமானால் குறிப்பிட்ட வருமானத்தை ஈட்டவும் முடிகிறது.

திருப்பூரில் பத்தாண்டுகளுக்கு முன், ஓர் ஆயத்த ஆடை முழு உருவம் பெறத் தேவையான துணி நிறுவனத்தின் உள்ளே வந்து விட்டால், ஆடை முழுமையடைந்து கடைசியில் பெட்டியில் போடும் வரைக்கும் உண்டான அனைத்து வேலைகளும் பெரும்பாலான நிறுவனங்களில் உள்ளே மட்டுமே நடக்கும். முக்கிய வேலைகள் தவிர்த்து வேறெந்த வேலைக்காகவும் அந்த ஆடைகள் நிறுவனத்தைவிட்டு வெளியே செல்லாது. ஆனால் இன்று சூழ்நிலை மாறிவிட்டது. கிடைக்கும் லாபங்கள் குறைய குறைய, நிறுவனத்திற்கு உண்டான சுமைகளைப் பலரும் கழற்றி விடவே விரும்புகின்றனர்.

நிரந்தரப் பணியாளர் என்றால் வாரம்தோறும் சம்பளம். இது தவிர அவருக்கென்று அரசாங்கம் நிர்ணயித்த தொழிலாளர் வைப்பு நிதி, சேம நல நிதி போன்ற பல விஷயங்களைச் செய்து கொடுக்க வேண்டும். அப்படியே செய்து கொடுத்தாலும் அந்தக் குறிப்பிட்ட தொழிலாளர் கடைசி வரைக்கும் தான் சார்ந்துள்ள நிறுவனத்திற்கு விசுவாசமாகத் தொடர்ந்து இருப்பார் என்று அறுதியிட்டுக் கூற முடியாது. அவருக்குத் தான் இருக்கும் நிறுவனத்தில் கிடைக்கும் சம்பளத்தைவிட, ஷிஃப்ட்டுக்குப் பத்து ரூபாய் கூடுதலாகக் கிடைக்கும் பட்சத்தில் அல்லது வேறு வசதிகள் கிடைக்கும் பட்சத்தில் உடனடியாக அடுத்த நிறுவனத்திற்குச் சென்று விடுவார்.

தமிழ்நாட்டில் டாஸ்மாக் கலாசாரம் உருவான பிறகு, ஆண் தொழிலாளர்களின் மனோபாவமும், உழைப்பில்

காட்டக்கூடிய அக்கறையும் முழுமையாக மாறிவிட்டன. அதேபோல நுகர்வுக் கலாசாரத்தின் அங்கத்தினராகப் பெண்கள் மாறிவிட, அவர்களின் எண்ணமும் முழுமையாக மாறிவிட்டது. 'விருப்பம் என்றால் வைத்துக் கொள். இல்லையெனில் எனக்கு வெளியே வாய்ப்பு உள்ளது' என்று ஒவ்வொரு தொழிலாளரும் தான் பணிபுரியும் நிர்வாகத்தை மிரட்டும் நிலையில்தான் இன்றைய திருப்பூர் ஆயத்த ஆடைத் துறை உள்ளது.

இதன் காரணமாக, குறிப்பிட்ட வேலைகள் மட்டும் நிறுவனத்தின் உள்ளே நடக்க, மற்ற அத்தனை வேலைகளுக்கும் ஆடை வெளியே சென்று மீண்டும் உள்ளே வருகிறது. அல்லது குறிப்பிட்ட வேலைக்காக மட்டும் வெளியே இருந்து ஆட்களை வரவழைத்து (OUT SOURCING) பல வேலைகள் நடக்கின்றன.

தைத்து மட்டும் கொடுப்பது, ஆடைகளில் உள்ள பிசிறுகளை மட்டும் நீக்கிக் கொடுப்பது, உருவமான ஆடைகளைத் தரம் பார்த்து அவற்றைப் பிரித்துக் கொடுப்பது, ஆடைகளில் உள்ள அழுக்கு மற்றும் எண்ணெய்க் கறைகளை நீக்கிக் கொடுப்பது, போகாத கறைகளை எடுத்துக் கொடுப்பது, ஆடைகளில் வரும் மிகச் சிறிய ஓட்டைகளை வெளியே தெரியாத அளவிற்குச் சரி செய்து கொடுப்பது, இறுதியில் சரியான தரம் பிரிக்கப்பட்ட ஆடைகளைத் தேய்த்துப் பாலிபேக்கில் போட்டுப் பெட்டி போட்டுக் கொடுப்பது என்று இத்துறை சார்ந்த ஏராளமான துணைப் பணிகளுக்கென்று திருப்பூர் முழுக்க லட்சக்கணக்கான தொழிலாளர்கள் ஒப்பந்தக் கூலி அடிப்படையில் பல நூறு நிறுவனங்களை நடத்தி வருகின்றனர்.

ஓர் ஆயத்த ஆடை முழுமையடைய எத்தனை வேலைகளை உள்ளதோ, அனைத்து வேலைகளுக்கும் பல நிறுவனங்கள் உள்ளன. இதிலும் போட்டி உண்டு. பலதரப்பட்ட சவால்களைத் தாண்டி நிறுவனத்தைக் காப்பாற்ற வேண்டும். பெரிய நிறுவனங்கள் இதுபோன்ற சிறிய நிறுவனங்களை வாயில் போட்டு மென்று துப்பக் காத்திருப்பார்கள். வேலை முடிந்ததும் பணம் கொடுக்காமல் இழுத்தடிப்பார்கள். சரியாகத் தைத்துக் கொடுத்தாலும் 'சரியான நேரத்தில் நீ கொடுக்கவில்லை. இதனால் எனக்கு இத்தனை லட்சம் நட்டம். நீதான் பொறுப்பு' என்று மனசாட்சியை

அடகு வைத்துவிட்டு, பாதிக்குப் பாதிப் பணத்தைக் கொடுப்பார்கள்.

இதுபோன்று ஆடைகளைத் தைத்து மட்டுமே கொடுக்கும் நிறுவனத்தில்தான் மாடசாமி பணியாற்றிக் கொண்டிருந்தான்.

பொதுவாகத் தொழில் நகரங்களில் இரவு — பகல் வித்தியாசமே இருக்காது. *2000*ம் ஆண்டு வரை திருப்பூர் என்பது *24* மணி நேரமும் இயங்கும் உலகமாகவே இருந்து வந்தது. சாயப்பட்டறைப் பிரச்சினைகள் விஸ்வரூபம் எடுத்து *700*க்கும் மேற்பட்ட சாயப்பட்டறைகள் மூடுவிழா கண்டதும், பகலில் மட்டும் செயல்படும் உலகமாக மாறிவிட்டது. சமீப காலமாகத்தான் திருப்பூரில் இரவு மற்றும் ஞாயிற்றுக் கிழமை வேலையென்றால் தொழிலாளர்கள் எதிர்க்கத் தொடங்கியுள்ளனர். காரணம் மது. தங்களுக்குக் கிடைத்த விடுமுறைத் தினத்தை மது அருந்தும் தினமாக மாற்றிக் கொண்ட உழைக்கும் வர்க்கத்தினர், அடுத்த நாள் செயல்பட முடியாதவர்களாக மாறிவிட்டனர்.

இன்றைய சூழ்நிலையில் ஐம்பது சதவிகித நிறுவனங்களில் அறிவிக்கப்படாத விடுமுறைத் தினமாகத் திங்கள் கிழமை இருந்து வருகிறது. ஆண் தொழிலாளர்கள் வருவதே இல்லை. கையில் செலவழிக்கக் காசு இல்லாதபோது மட்டுமே வேலைக்குச் செல்ல வேண்டும் என்ற எண்ணம் இருப்பதால், மேலைநாட்டு நாகரிகக் கலாசாரத்தில் வாழவே விரும்புகின்றனர்.

ஆனால் பத்தாண்டுகளுக்கு முன் இரண்டு நாள்கள் இடைவெளி இல்லாமல் வேலைகள் தொடர்ந்து நடந்துகொண்டே இருக்கும். உழைப்புக்கு அஞ்சாத கூட்டம் அது. இன்று பாதிக்கும் மேற்பட்ட மக்கள் வேறு ஊர்களுக்குப் போய்விட்டனர். மிச்சமும் சொச்சமும்தான் இந்தத் துறையில் உள்ளனர்.

திருப்பூருக்கென்று ஒரு தனியான மொழியுண்டு. வாசிக்கும் போதே உங்களுக்குச் சிரிப்பை வரவழைக்கும். அந்த மொழி ஆங்கிலமா தமிழா என்ற குழப்பம் உருவாகும். ஒரு சிறிய உதாரணத்தைப் பார்க்கலாம்.

ஒரு நிறுவனம் காலை எட்டு மணிக்குத் தொடங்கி இரவு எட்டு மணிக்கு முடிந்தால், தொழிலாளர்களுக்கு *1.5* ஷிஃப்ட் என்ற அர்த்தம். அதுவே இரவுப் பணி என்றால்

12 மணி வரை நடக்கும். மொத்தமாக இரண்டு ஷிஃப்ட் என்பார்கள். அதற்கு மேலே அதிகாலை வரை தொடர்ந்து நடந்துகொண்டே இருந்தால் அதனை 'விடிநைட்' என்று அழைப்பார்கள். மறுபடியும் எப்போது போலக் காலையில் எட்டு மணிக்குப் பணி தொடங்கும். இடைப்பட்ட நேரத்திற்குள் தொழிலாளர்கள் தம்மைத் தயார்ப்படுத்திக் கொள்ளவேண்டும்.

தூங்க வேண்டும் என்ற எண்ணம் எவருக்கும் இருக்காது. குறிப்பிட்ட பெட்டிகள் லாரியில் ஏற்றப்படும் வரைக்கும் ஒவ்வொருவரும் சுறுசுறுப்பாகச் செயல்பட்டுக்கொண்டே இருப்பார்கள்.

குறிப்பிட்ட வேலைகளை முடித்தே ஆக வேண்டும் என்பதற்காகத் தொடர்ச்சியாகத் தூக்கம் மறந்து ஓடிக்கொண்டே இருக்க வேண்டும். தொழிலாளர்கள் மட்டுமல்ல. ஒரு நிறுவனத்தின் அலுவலகம் சார்ந்த ஊழியர்களைத் தவிர்த்து, உற்பத்தித்துறை சார்ந்து செயல்படும் எவரும் இப்படித்தான் இங்கே பணியாற்ற முடியும்.

இவ்வாறு செயல்பட்டால் மட்டுமே தங்கள் பதவியைக் காப்பாற்றிக் கொள்ள முடியும். ஆதிக்கம், கொடுமை என்று நீங்கள் எத்தனை வார்த்தைகளை வேண்டுமென்றாலும் எழுதி வைத்துக்கொண்டு வருத்தப்படலாம். ஆனால் கோடிக்கணக்கில் முதலீடுகளைப் போட்டுவிட்டு இரவு தூக்கம் வராமல் தவித்துக் கொண்டிருக்கும் முதலாளிகளைப் பார்க்கும்போது நமக்கே பாவமாக இருக்கும். அவர்களைப் பார்த்தால் ஒருவேளை அப்போது உங்கள் எண்ணம் மாறக்கூடும். இவர்கள் ஒரு பக்கமும், நாளை இந்த வேலை நமக்கு இருக்குமா என்று தடுமாறும் தொழிலாளர்களுக்கும் இடையேதான் இன்றைய திருப்பூர் வாழ்ந்து கொண்டிருக்கிறது.

சில ஆண்டுகளுக்கு முன்னால் நான் ஒரு பெரிய நிறுவனத்தில் உற்பத்தித் துறையில் மேலாளராகப் பணியாற்றிக் கொண்டிருந்தேன். ஒவ்வொரு நிறுவனத்திலும் வாரத்திற்கென்று இலக்கு வைத்திருப்பார்கள். ஒரு வாரத்தின் வெள்ளிக்கிழமை என்பது இறுதி இலக்காக இருக்கும். கப்பல் மூலம் செல்வதாக இருந்தால் தூத்துக்குடிக்கும், விமானம் மூலம் செல்வதாக இருந்தால் சென்னைக்கும் சென்றாக வேண்டும். விமானம் மூலம் சென்றடைய குறிப்பிட்ட

நாள் என்ற கணக்குத் தேவையில்லை. குறிப்பிட்ட விமான வசதிகளைப் பொறுத்து எப்போது வேண்டுமானாலும் நாம் பெட்டிகளை அனுப்பலாம்.

நான் இருந்த நிறுவனத்தில் அந்த வாரத்தின் இலக்கின்படி குறிப்பிட்ட ஆடைகளை வெள்ளிக்கிழமைக்குள் அனுப்பியாக வேண்டுமென்ற கட்டாயத்தில் இருந்தேன்.

ஆள் பற்றாக்குறையின் காரணமாக மற்றொரு சிறிய நிறுவனத்தில் தைத்துக் கொடுப்பதற்காக ஆடைகளைக் கொடுத்து இருந்தோம். அந்தச் சிறிய நிறுவனத்தில்தான் மாடசாமியை சந்தித்தேன்.

பகல் பொழுதில் முடித்துத் தருவதாகச் சொல்லி இருந்தார்கள். ஆனால் வந்தபாடில்லை. மீண்டும் கேட்டபோது நள்ளிரவில் முடிந்துவிடும் என்றார்கள். இரவு ஒரு மணிக்குள் வந்து சேர வேண்டிய ஆடைகள் வராத காரணத்தினால் நானே நேரிடையாக அந்த நிறுவனத்திற்குச் சென்றேன்.

நான் போனபோது அந்த நிறுவனம் இருளில் மூழ்கி இருந்தது. எவரும் வேலை செய்வதற்கான அறிகுறியே இல்லை. என் மனதிற்குள் பயம் எட்டிப் பார்த்து. நிச்சயம் நாளை நமக்குப் பிரச்சினைதான் என்று நினைத்துக்கொண்டு வாகனத்தை ஓரமாக நிறுத்திவிட்டு அந்த நிறுவனத்தின் உள்ளே நுழைந்தேன்.

கதவு லேசாகத் திறந்தே இருந்தது. உள்ளே ஒரு ஓரத்தில் ஒரு விளக்கு எரிந்து கொண்டிருக்க, அதன் கீழ் ஒருவர் புத்தகம் ஒன்றைப் படித்துக் கொண்டிருந்தார். மனதிற்கு ஆசுவாசமாக இருந்தது. லேசாக இருமிக்கொண்டே அவரை நோக்கி நகர்ந்தேன். அவர் என் குரலைக் கேட்டதும் அவசரமாக எழுந்து நின்றார்.

அவர் படித்துக் கொண்டிருந்த புத்தகம் கீழே விழ, அப்போதுதான் அந்தப் புத்தகத்தின் அட்டைப்படத்தைப் பார்த்தேன். பல புத்தகங்கள் அந்த மேஜையில் இருந்தன. எல்லாமே தன்னம்பிக்கை சார்ந்த புத்தகங்கள். உள்நாட்டு, வெளிநாட்டு எழுத்தாளர்கள் எழுதிய புத்தகங்கள். மனதிற்குள் ஆச்சரியம் பரவியது. இந்த நேரத்தில் இதுபோன்ற புத்தகங்களைப் படிக்கும் அவரை ஆச்சரியமாகப் பார்த்தேன்.

ஒல்லியான உருவம். அரும்பு மீசை. கிராமத்து முகம். ஆடம்பரமில்லாத உடை. இடுங்கிப் போன கண்கள். தொடர்ச்சியான இரவுப் பணியின் காரணமாக, நிரந்தரமாக உருவான கன்னக் கதுப்புக் கருவளையம். நான் அவர் பிம்பத்தை உள்வாங்கிக்கொண்டு அந்தப் பகுதியில் எனக்கான பெட்டிகள் எதுவும் வைக்கப்பட்டுள்ளனவா என்பதைப் பார்த்துக்கொண்டே, மென்மையாக அவரிடம் என்னை அறிமுகம் செய்துகொண்டு, நான் வந்த வேலை குறித்துக் கேட்டேன்.

என்னைவிட பல மடங்கு வயது குறைவாக இருந்தாலும் நான் மரியாதையாகப் பேசிய வார்த்தைகள் அவருக்கு உற்சாகத்தைத் தந்திருக்க வேண்டும். அந்தச் சமயத்திலும் களைப்பின்றி அவர் உற்சாகமாகப் பேசிய வார்த்தைகள் எனக்கு ஆச்சரியத்தைத் தந்தன.

‘எல்லாமே ரெடியா இருக்கு சார். உங்க கம்பெனியிலே இருந்து யாராவது வருவாங்கன்னு சொன்னாங்க. எனக்கு உங்க கம்பெனி எந்த இடத்தில் இருக்குன்னு தெரியாது. அதான் இங்கே உட்கார்ந்துட்டேன்’ என்றார்.

அப்போதுதான் அவன் ஒரு பலிகடாவாக இந்த நிறுவனத்தில் இருப்பதைப் புரிந்து கொண்டேன்.

7

உழைத்து (மட்டும்) வாழ்ந்திடாதே!

'என்னால் தொடர்ந்து ஒரு மணி நேரம் கூட நேராக நிற்க முடியல அண்ணே. முதுகுவலி வாட்டி வதைக்குது. நானும் சாதாரண வலின்னு கொஞ்சம் அசால்ட்டா இருந்துட்டேன். ஆனா இன்றைக்குப் பெருவியாதி போல என்னைப் படுத்தி எடுக்குது. இந்தக் கம்பெனியிலே கடந்த நாலு வருஷமா டிவிஎஸ் 50யை ஓட்டி இப்ப அந்த வண்டியைப் பார்த்தாலே பயமெடுக்குது. வெளியே நிக்கிற வண்டியைப் பாருங்க. தனியா விட்டுட்டு வந்தா எவனும் தூக்கிட்டுப் போகக்கூட ஆசைப்பட மாட்டான். இங்கே இருக்குற புதுவண்டிகளை அவனவன் எடுத்துக்கிட்டு என் தலையிலே இந்த வண்டியை கட்டிட்டானுங்க.

'வேற வேலை கேட்டாலும் இங்கே என்னை ஆதரிப்பவர் யாருமில்லை. இங்கே எனக்குக் கொடுத்துருக்கிற வேலை, வெளியே சுத்துறது மட்டும். ஒட்டுமொத்தமாக அத்தனை பேரும் என் தலையில் கட்டிவிட்டு ஒதுங்கிடுவாங்க. நான்தான் வெளி வேலைகள் எல்லாவற்றுக்கும் பொறுப்பு. எங்க ஊர்ல இருக்கிற பாதி இடங்கள் கூட எனக்குத் தெரியாது. ஆனா திருப்பூருக்குள்ளே இருக்கிற அத்தனை சந்துபொந்துகளும் இந்த நாலு வருசத்துல பழக்கமாயிடுச்சு. தினசரி காலை எட்டரை மணிக்கு அலையத் தொடங்கினால் ராத்திரி எத்தனை மணிக்கு வந்து படுப்பேன்னு தெரியல.

'இந்த வண்டியை எந்த வருஷத்துல வாங்குனாங்கன்னே தெரியல. என் உடம்பு பஞ்சராகி நாளுக்கு நாள்

செயல்பட முடியாத நிலைமைக்குப் போய்விட்டது. யோசித்துப் பாருங்க. தினமும் 200 கிலோ மீட்டர் இந்த மாதிரி லெக்கடா வண்டியிலே இந்த ரோட்ல சுத்திக்கிட்டே இருந்தா உடம்பு என்னதுக்கு ஆகும்? எப்படா இந்த வேலையை விட்டுட்டு ஊருக்கு போகலாம்ன்னு இருக்கு. ஆனால் அங்கே போனா என்ன செய்யுறதுன்னு குழப்பமாக இருக்குங்க.'

அந்த நள்ளிரவில் மாடசாமியுடன் பேசிய இரண்டு மணி உரையாடலில் கடைசியாகச் சொன்ன இந்த வாசகங்களைத்தான் யோசித்துக் கொண்டிருந்தேன். நான் சென்ற வேலையில் கவனம் இருந்தாலும், அந்த நேரத்திலும் அவனது சுறுசுறுப்பும் தொழில் நேர்மையும் என்னை வியக்க வைத்தன.

என்னுடன் வந்தவரிடம் அங்கே தயாராக இருந்த ஆயத்த ஆடைகளை பண்டல் கட்டி அனுப்பிவிட்டு, மாடசாமியுடன் பேசத் தொடங்கினேன். காரணம் அவன் படித்துக் கொண்டிருந்த புத்தகங்கள் எனக்கு ஆச்சரியத்தைத் தந்தன. அதைவிட, திருப்பூருக்குள் புத்தக வாசிப்பு உள்ளவரைப் பார்த்ததும் நான் திருப்பூருக்குள் காலடி வைப்பதற்கு முன் வாழ்ந்த புத்தக வாழ்க்கை என் நினைவுக்கு வந்தது என்பதுதான் சரி.

தொழில் நகரங்களில் புத்தகங்களுக்கு மதிப்பில்லை என்பதைவிட, எல்லாவற்றையும் அந்தஸ்த்தின் அடிப்படையிலே பார்க்கும் பழக்கம் இருப்பதால், பணம் சார்ந்த விஷயங்கள் மட்டுமே இங்கே முக்கியத்துவம் பெறுகின்றன. பேசினால் பணம். யோசித்தால் பணம். பணத்தைத் தவிர வேறு எதையும் யோசிக்க மனமில்லாத இறுகிப்போன மனதோடு வாழப் பழகி விட்டனர். அதையே சமூகமும் 'அங்கீகாரம்' என்கிற நிலையில் வைத்துப் பார்ப்பதால், ஒவ்வொருவரும் அதன்வழியே நடக்கவே விரும்புகின்றனர். சோர்ந்து போகும் மனதை எப்படி ஆறுதல்படுத்துவது என்பதை அறியாத முதலாளிகளுக்கும் சரி, தொழிலாளிகளும் சரி, கடைசியில் நாடுவது மதுக் கடைகளையே.

இங்கே பணம்தான் ஒவ்வொருவரையும் இயக்குகிறது. பணம்தான் வாழ வேண்டும் என்ற ஆசையையும் வளர்க்கிறது. பணம் இருந்தால் எல்லாமே கிடைத்துவிடும் என்ற எண்ணத்திற்குச் சமூகம் மாறி வெகு நாளாகிவிட்டது. மற்ற அனைத்தும் தேவையற்ற ஒன்றாக மாறிவிட்டது.

தொழில் சமூகம் என்ற கொடூரமான உலகத்தில், ரசனை என்பதை நினைத்துப் பார்க்கக் கூட முடியாது. அப்படி ரசனையுடன் வாழ விரும்புபவர்களை இந்த உலகம் தயவு தாட்சண்யமின்றி எட்டி உதைத்து வெளியே தள்ளிவிடும் என்பதால், அவரவர் சுயப் பாதுகாப்பு கருதி முகமூடிகளைப் போட்டுக் கொண்டுதான் வாழ விரும்புகிறார்கள்.

இவனுடன் ஏன் பேச வேண்டும், இவன் எதற்கு நம்மை அழைக்கிறான் என்று, அலைபேசியில் எண் வரும்போதே பார்த்துவிட்டு எடுக்காமல் இருக்கும் பலரையும் எனக்குத் தெரியும். 'உனக்குப் பணம் என்பது தேவையில்லாமல் இருக்கலாம். எனக்கு அதுதான் முக்கியத் தேவையாக இருக்கிறது. உன் எண்ணம் என்னிடம் வந்தாலும் அந்தப் பணம் வந்து என்னிடம் சேராது' என்று முகத்திற்கு நேராகச் சொன்னவரைப் பார்த்து ஆச்சரியப்பட்டுள்ளேன்.

பணம் வந்தால் வாசலில் மாக்கோலம் போட்டுப் பந்தல் கட்டி வரவேற்கக் காத்திருப்பவர்களாகத்தான் இங்கே பலரும் வாழ்ந்து கொண்டிருக்கின்றனர்.

மாடசாமி போன்றவர்கள் இதுபோன்ற கொடுமையான சூழலில் பணிபுரிந்தாலும், பணத்திற்கு அப்பாலும் ஒரு உலகம் உள்ளது என்பதை உணர்ந்து கொண்டிருக்கிறார்கள். கிடைத்த ஓய்வு நேரத்தில் புத்தகம் வாசிக்கப் பழக்கப்படுத்திக் கொண்டிருக்கும் அவனது குணாதிசயத்தை ஆச்சரியத்துடன் கவனித்தேன்.

மாடசாமியுடன் உரையாடத் துவங்கும் முன் பல சிந்தனைகள் என் மனதில் அலையடித்தாலும், பலவற்றையும் இயல்பாக அவனுடன் நான் பேசக் காரணமாக அமைந்தது அவனது வெள்ளந்தித்தனம்.

எங்கள் உரையாடல் அதிகாலை வரை வளர்ந்துகொண்டே இருந்தது. அப்போதுதான், அவனைப் போல ஆயத்த ஆடைத் துறையின் அஸ்திவாரமாகச் செயல்பட்டுக் கொண்டிருக்கும் பல நபர்களைப் பற்றி யோசித்துப் பார்த்தேன். சிறிய வயது. பெரிய பொறுப்பு. ஆனால் அது பெரிய சமாசாரம் என்று தெரியாமலேயே இரவு பகலாகப் பாடுபட்டுக் கொண்டிருக்கும் ஒவ்வொரு நபரையும் யோசிக்கத் தொடங்கினேன்.

ஒருவர் பணிபுரிகிற நிறுவனம் திருப்பூரின் ஒரு பகுதியில் இருக்கும். 15 கிலோமீட்டர் தாண்டி வேறொரு இடத்தில்

சாயப்பட்டறை இருக்கும். எவரோ செய்த தவறினால் ஐந்து கிலோ துணி அங்கே இருக்க, அவசரம் அவசரமாக நள்ளிரவில் அந்தத் துணியை எடுத்து வர வண்டியை முறுக்க வேண்டும். வாங்கிய துணியை மற்றொரு இடத்துக்குக் கொண்டு போய்க் கொடுத்து, செய்ய வேண்டியதைச் செய்து, மீண்டும் நிறுவனத்துக்கு வந்து சேரும்போது, அதிகாலை நேரமாக இருக்கும். எடுத்துச் செல்லும் வண்டியில் பெட்ரோல் காலியானால், கையில் காசில்லாவிட்டால் நள்ளிரவில் தள்ளிக் கொண்டேதான் வந்து சேர வேண்டும். ஏன் தாமதம் என்று கேட்க ஆட்கள் இருப்பார்கள். இத்தனை சிரமத்தை சந்தித்தாயா என்று கேட்பவர் எவரும் இருக்கமாட்டார்கள். ஒவ்வொரு நிறுவனத்திலும் ஒவ்வொருவிதமான கூத்துகளைப் பார்க்க முடியும்.

வெளிநாடுகளுக்குக் கொரியர் வழியே சாம்பிள் பீஸ் அனுப்ப, அது இரவு பத்து மணிக்குள் தயாராக இருக்க வேண்டும். ஒன்பது மணிக்குத்தான் அந்த ஆடையில் அடிக்க வேண்டிய பட்டன் நிறம் மாறியுள்ளதைப் பார்த்து அங்கே ஒரு களேபரம் உருவாகும். நாள் முழுக்க ஆமை போலச் செயல்பட்ட அத்தனை பேர்களும் இரவில் முயல் போல முன்னங்கால் பாய்ச்சலில் ஓடிக்கொண்டிருப்பர். முதலாளியிடம் வாங்கிய திட்டுகளை உள்ளே பத்திரப்படுத்திக்கொண்டு, மறுநாளும் அதேபோலத்தான் செயல்பட்டுக் கொண்டிருப்பர்.

சர்வதேச நிறுவனங்களில் தொடங்கி தேசிய அளவில் நடந்து கொண்டிருக்கும் பலதரப்பட்ட துறைகள் சார்ந்த நிறுவனங்களில் ஓர் ஒழுங்குமுறை இருக்கும். குறிப்பிட்ட எட்டு மணி நேரத்திற்குள் எப்படிச் செயலாற்றுவது என்பதை இயல்பான பழக்கமாக மாற்றி வைத்திருப்பர். ஆனால் திருப்பூர் நிறுவனங்கள் கடந்த இருபது வருடங்களாகக் கொடி கட்டிப் பறந்து கொண்டிருந்தாலும், கொடிக்கயிறு அவிழ்ந்து, கடைசியில் முதலாளி இடுப்பில் கட்டி இருக்கும் கோவணக் கயிறும் அவிழ்ந்த கதையாகத்தான் இங்குள்ள நிர்வாக அமைப்பு உள்ளது.

அட, இப்படி ஒரு தவறு நிகழ்ந்து விட்டதே, ஒரு மனித உழைப்பு வீணாகப் போய்க் கொண்டிருக்கிறதே என்று எவரும் யோசிக்க விரும்புவதில்லை. அலைவதற்கு ஆள் இருக்கிறான்தானே என்ற அலட்சிய மனப்பான்மைதான் ஒவ்வொருவர் மனதிலும் இருக்கும். பலிகடா போலப்

பலரும் பாதிக்கப்பட்டு, ஒருநாள் நிறுவனம் படுத்த படுக்கை நோயாளி போல மாறிவிடும். மதிக்கத் தெரியாத முதலாளிகளிடம் பணிபுரிபவர் எப்படிப்பட்டவர்களாக இருப்பர்?

சுய கௌரவத்திற்காகக் கோடிகளை இழக்கத் தயாராக இருப்பவர்கள், சில ஆயிரங்களை எதிர்பார்க்கும் நபர்களைத் துச்சமாக மதிப்பதால், கடைசியில் ஒவ்வொரு முதலாளிகளும் தெருக்கோடிக்குத்தான் வந்து நிற்கிறார்கள்.

மற்றத் துறைகளுக்கும் ஆயத்த ஆடைத் துறைக்கும் முக்கிய வேறுபாடுண்டு.

இந்தத் துறையில் ஒவ்வொரு நிலையிலும் மனித உழைப்பு தேவைப்பட்டுக் கொண்டே இருக்கும். தவறுகள் எங்கு வேண்டுமானாலும் நடக்கலாம். எல்லா இடத்திலும் கவனிப்பு இருந்துகொண்டே இருக்கவேண்டும். முதலாளியோ, தொழிலாளியோ, இருவருக்கும் நித்ய கண்டம் பூரண ஆயுசுதான். நிம்மதி மிகமிகக் குறைவாக இருந்தாலும், இந்தத் துறையில் இருப்பவர்கள் வேறு துறைக்குச் செல்ல விரும்பாமல், பெரும்பாலும் இதற்குள்ளே காலத்தை ஓட்டத் தயாராக உள்ளனர்.

மாடசாமியும் பலிகடாதான். ஆனால் இதையும் தாண்டி அவனால் மேலே வர முடியாததற்குக் காரணம், அவனது நேர்மையான அணுகுமுறையே. 'உழைத்தால் போதும், முன்னேறிவிடலாம்' என்ற புத்தக அறிவு அவனை வழிநடத்தியதே தவிர, உழைக்காமல் இருப்பவர்களை எப்படி எதிர்கொள்ள வேண்டும் என்பதை அவனால் புரிந்துகொள்ள முடியவில்லை.

உழைக்காமல் இருக்கப் பழகியவர்கள் தினசரி வாழ்க்கையில் கடைப்பிடித்துக் கொண்டிருந்த தந்திரங்களை அவனால் கற்றுக் கொள்ளவும் முடியவில்லை. தோற்றுப்போய்க் கடைசியில் 'உங்களுடன் என்னால் இனி போராட முடியாது' என்கிற நிலையில்தான் இங்கே வாழ்ந்து கொண்டிருந்தான்.

பத்தாம் வகுப்பு முடித்துவிட்டு, ஊரில் மேற்கொண்டு படிக்க வசதியில்லாத காரணத்தால் திருப்பூர் கிளம்பி வந்தவனுக்கு, நண்பன் மூலம் ஒரு நிறுவனம் அறிமுகம் ஆனது. மாடசாமியின் கையெழுத்து அழகாக இருக்க, நிறுவனத்தில் இருந்து வெளியே செல்லும் பொருள்களுக்கு

டெலிவரி சலான் போட்டுக் கவனிக்கும் பொறுப்பு வழங்கப்பட்டது. கிராமத்து வெள்ளந்தி மனம் அடுத்தடுத்த வேலைகளை இழுத்துப் போட்டுச் செய்ய, அவனை அடுத்தடுத்த கட்டத்திற்கு நகர்த்திக்கொண்டே வந்தது. முதல் வருட இறுதியில் நிறுவனத்தில் இருந்த டிவிஎஸ் 50யைக் கையில் கொடுத்து 'இனிமேல் இந்த வண்டி உன்னுடைய பொறுப்பு. வெளி வேலைகளையும் சேர்த்துப் பார்த்துக் கொள்' என்று சொல்லி, வாங்கிக் கொண்டிருந்த எட்டாயிரம் சம்பளத்தோடு ஆயிரம் ரூபாயைச் சேர்த்துக் கொடுக்க, மாடசாமி மகிழ்ச்சி சாமியாக மாறி ராப்பகலாக அலையத் தொடங்கி இருக்கிறான்.

ஓய்வே இல்லை. தொடர்ச்சியாக அடுத்தடுத்த வேலைகள் காத்துக் கொண்டிருக்க, ஏமாற்ற மனமில்லாமல் ஒவ்வொருவர் இடும் கட்டளைகளையும் சிரமம் பார்க்காமல் செய்து வர, உடம்பில் ஒவ்வொரு உபாதையாக உருவாகத் தொடங்கியது. நேரத்திற்குச் சாப்பிட முடியாத காரணத்தால் முதலில் வயிற்றில் புண் உருவாக, அடுத்த பரிசாக ரத்த சோகையும் வந்துவிட, இரண்டாவது வருட இறுதியில் வந்து சேர்ந்ததுதான் முதுகு வலி.

திருப்பூரின் சாலை வசதிகள் பரவாயில்லை ரகம்தான். ஆனால் 20 ஆண்டுகளுக்கு முன் திருப்பூருக்குள் வந்தவர்கள் முக்கியமாக இரண்டு விஷயங்களைச் சமாளிக்கத் தெரிந்திருக்க வேண்டும். ஒன்று, தண்ணீர்ப் பிரச்சினை. மற்றொன்று, குண்டும் குழியுமான சாலைகள். கடந்த சில வருடங்களாக திருப்பூர் கூட்டுக் குடிநீர்த் திட்டம் மூலம், எல் அண்ட் டி என்ற தனியார் நிறுவனம், தற்காலிகத் தீர்வாக திருப்பூர் முழுக்கத் தேவையான குடிநீரை வழங்கிக் கொண்டிருக்கிறது. இதைப் போலவே சாலை வசதிகளும் சற்று மேம்பட்டுள்ளன. வட மாநில முதலாளிகள் தொடக்கம் முதல் திருப்பூரில் தங்க விரும்பாமல் கோவைப் பக்கம் சென்றதற்குக் காரணமே இந்த இரண்டு பிரச்சினைகள்தான்.

இந்தச் சாலை நிலைமை, மாடசாமி போன்று அடிமட்ட நிலையில் பணிபுரியும், தினந்தோறும் வெளியே அலைந்தே ஆக வேண்டும் என்ற நிலையில் உள்ள பலருக்கும், மொத்த உடல் உபாதைகளையும் தந்து, கடைசியில் படுத்த படுக்கையாக மாற்றிக் கொண்டிருக்கிறது.

மாடசாமி ஓட்டிக் கொண்டிருந்த வண்டியைக் கவனித்தேன். வண்டி என்ற பெயரில் ஓர் உருவத்தில் இருந்தது. எப்போது

எந்தப் பகுதி கழன்று விழுமோ என்ற அச்சத்தைத் தருவதாக இருந்தது. மற்ற ஊர்களில் இரண்டு சக்கர வாகனங்களைப் பயணிக்கத்தான் பயன்படுத்துவர். ஆனால் திருப்பூரில் ஐம்பது கிலோ துணியைக்கூட அநாயசமாக வண்டிக்குள் திணித்து ஓட்டிக்கொண்டு செல்வர்.

திருப்பூரில் ஒவ்வொருவரும் இரண்டு சக்கர வாகனங்களைப் பயன்படுத்துவது, இரண்டு வசதிகளுக்காக மட்டுமே. மனிதச் சுமைகள் பாதி, துணிச்சுமை மீதி.

பல சமயம் ஐம்பது கிலோ நூல் மூட்டையை வைத்துக்கொண்டு சர்வசாதாரணமாகச் சாலையில் பறப்பர். இதே போலப் பலசமயம் மாடசாமி நிறுவனத்தின் மொத்தச் சுமையையும் பொதி கழுதை போலச் சுமக்க, தொடக்கத்தில் உடம்பு வலி உருவானது. அதனைத் தொடர்ந்து முதுகுவலியும் வந்துள்ளது.

முதுகு வலியின் உண்மையான தன்மையை உணராமல், உடம்பு வலிதானே என்று நினைத்து, கண்ட மாத்திரைகளையும் வாங்கிப் போட்டுக் கொள்ள, அது பக்க விளைவுகளை உருவாக்கத் தொடங்கியது.

தொடர்ச்சியாக ஓய்வே இல்லாமல் பயணித்த காரணத்தினால் சாலையில் உள்ள மேடுபள்ளத்தில் ஏறி இறங்கிப் பயணித்த அவனது நெடுஞ்சாலைப் பயண வாழ்க்கை, பாயில் நெடுஞ்சாண்கிடையாகப் படுக்க வைக்கும் நிலைக்குத் தள்ளிவிட்டது. கடைசியாகத் தண்டுவடப் பாதிப்பில் கொண்டு வந்து நிறுத்திவிட்டது.

மாடசாமிக்கு உருவான நிரந்தர முதுகு வலியைக் குறித்து யோசிக்க அந்த நிறுவனத்தில் எவருக்கும் நேரமில்லை.

மாடசாமி பார்க்கும் வேலையின் பெயர் PRODUCTION FOLLOW UPS.

பத்தாண்டுகளுக்கு முன் திருப்பூர் நிறுவனங்களில் வேலையில் சேர்வது என்பது வாய்வார்த்தை மூலமாக நடந்து கொண்டிருந்தது. மாமன், மச்சான், பங்காளி என்று தொடங்கிக் கொழுந்தியாள், நாத்தனார், தங்கை, அப்பா, அம்மா என்று தொடர்ந்து, கடைசியாகப் பக்கத்துவீட்டுக்காரன் வரைக்கும் திருப்பூர் வந்து சேர்ந்து விடுவார்கள்.

ஒரே குடும்பத்தைச் சேர்ந்த பத்துப் பதினைந்து பேர்கள் ஒரே நிறுவனத்தில் பணிபுரிவார்கள். கூட்டுக் குடித்தன

வாழ்க்கை போலக் கூட்டு ஒப்பந்தம் போட்டுச் சம்பாதித்து அவரவர் ஊரில் வசதியாக வீடு கட்டி வாழ்ந்து கொண்டிருப்பவர்களும் உண்டு. கூட்டணி போட்டுக் கெட்டு அழிந்தவர்களும் உண்டு.

அவரவர் வினை வழி. அவரவர் விதி வழி.

ஆனால் சமீப காலமாக திருப்பூர் என்பது தமிழ்நாட்டின் மற்றப் பகுதிகளில் குற்றச் செயல்களில் ஈடுபட்டுவிட்டு அடைக்கலாம் புக உதவும் ஊராக இருப்பதால், ஒரு பக்கம் காவல்துறையும், மற்றொரு பக்கம் நிறுவனத்தின் மனிதவளத்துறையில் உள்ளவர்களும், கண்ணில் விளக்கெண்ணெய்யை ஊற்றிக்கொண்டு, ஒவ்வொருவரையும் பார்த்து பார்த்துத் தேர்ந்தெடுக்கிறார்கள்.

ஒருவர் எந்தப் பதவிக்குச் சேர்ந்தாலும் நிறுவனத்தில் உள்ளே நுழைந்ததும் தேவையான ஆவணங்கள் அனைத்தையும் வாங்கி வைத்துக் கொள்கிறார்கள். இது தவிர, தினசரி நாளிதழ்கள் மூலம் அதிகளவில் விளம்பரம் கொடுத்து வேலைக்கு எடுக்கிற கலாசாரம் தற்போது உருவாகியுள்ளது.

திருப்பூர் மாவட்டத்தில் வெளி வருகிற எந்தப் பத்திரிகையிலும் நிறுவனத்திற்கு ஆட்கள் தேவை என்று வந்தால், நிச்சயம் மாடசாமி பணிபுரிகிற பதவியும் சேர்ந்தே வரும். காரணம் இதுபோன்ற பதவிக்கு வருகிறவர்கள் அசராத உழைப்புக்குச் சொந்தக்காரர்களாக இருக்க வேண்டும். தொடக்கத்தில் இதுபோன்ற பதவிக்கு வருகிறவர்களுக்கு, வெளியே சுற்ற நிறுவனங்களே இரண்டு சக்கர வாகனங்களைக் கொடுத்துக் கொண்டிருந்தன.

ஆனால் இந்த நிலை மாறி, தற்போது இந்தப் பதவிக்கு வருகிறவர்கள், கட்டாயம் இரண்டு சக்கர வாகனங்கள் வைத்திருக்க வேண்டும் என்ற நிலை உருவாகிவிட்டது. நிறுவனம் பெட்ரோல் போட்டுக் கொடுத்து விடுவார்கள். அதற்குத் தனியாக ஒரு நோட்டு வைத்துக்கொண்டு, எங்கிருந்து சென்று எங்கே வந்து சேர்ந்தேன் என்று கிலோ மீட்டர் கணக்கு எழுதிக்காட்டி, தினந்தோறும் குறிப்பிட்ட நபரிடம் கையெழுத்து வாங்க வேண்டும். அதன் பிறகே அடுத்த பெட்ரோல் டோக்கன் கிடைக்கும்.

பெரிய நிறுவனங்களில் ஒவ்வொரு துறைக்கும் தனித்தனி ஆட்கள் உண்டு. அவரவருக்கு உண்டான பொறுப்புகள் என்ற வரையறை உண்டு. அந்த வேலைகளை முடித்துவிட்டு

அடுத்த துறை மக்களிடம் கொடுத்து விட்டால் போதுமானது. இதே போல் ஒவ்வொரு துறையாக நகர்ந்து வந்து, கடைசியில் தேய்த்து பாலிபேக்கில் போட்டுப் பெட்டிக்கு வந்துவிடும். ஆனால் இன்று வரையிலும் சிறிய நிறுவனங்களில் உள்ளே பணிபுரியும் ஒரு சில நபர்கள்தான், ஒரு நிறுவனம் சார்ந்த அனைத்துப் பொறுப்புகளையும் கவனிக்க வேண்டும்.

ஐம்பது வேலைகள் இருந்தாலும் ஒருநாள் முழுக்க அனைத்து வேலைகளையும் அவரே முடிக்க வேண்டியதாக இருக்கும். தவறு ஏதும் நிகழ்ந்தால் அந்தக் குறிப்பிட்ட நபரே பலிகடாவாக மாற்றப்படுவார். வேலை பறிபோய்விடும் வாய்ப்பும் உண்டு.

தற்போதைய சூழ்நிலையில் எந்தப் பொருளையும் கடனுக்கு எங்கும் வாங்கவோ விற்கவோ முடியாத சூழ்நிலை நிலவுவதால், ‘கையில் காசு வாயில் தோசை’ என்கிற நிலைதான் தற்போது இந்தத் தொழிலிலும் உள்ளது. சிறிய நிறுவனங்களை எந்தப் பெரிய நிறுவனங்களும் மதிப்பதே இல்லை. சிறிய நிறுவனங்கள் தங்கள் வேலைகளை முடித்துக் கொடுத்தாலும் அவர்களுக்குச் சேர வேண்டிய பணத்தை அவர்கள் வாங்குவதற்குள் தலையால் தண்ணீர் குடிப்பது போலத் தடுமாறிப் போய்விடுவார்கள். பெரிய நிறுவனங்கள் என்ன காரணங்கள் சொல்லி நாமத்தைப் போடலாம் என்று காத்திருப்பார்கள். இதுபோன்ற அனைத்து விஷயங்களையும் தாண்டிச் சிறிய நிறுவனங்கள் தங்களை இந்தச் சந்தையில் நிலைப்படுத்திக் கொள்ள வேண்டும்.

வாழ்க்கை ஒரு வட்டம்தானே? மேலே சொன்ன நிலை மாறிவிட்டது. தற்போது திருப்பூர்ச் சந்தையில் சிறிய நிறுவனங்கள்தான் சக்கைபோடு போட்டுக் கொண்டிருக்கிறார்கள். ‘காசைக் கொடுத்துவிட்டு, எடுத்துட்டு போ. இல்லைன்னா இந்தப்பக்கம் வந்துடாதே’ என்று விரட்டுகிறார்கள்.

பெரிய நிறுவனங்கள் கடைப்பிடிக்க வேண்டிய கட்டுப்பாடுகள் எதையும் சிறிய நிறுவனங்கள் பொருட்படுத்துவதே இல்லை. அதைக் கவனிக்கவும் அதிகார வர்க்கத்திற்கு நேரமும் இருப்பதில்லை. காரணம் தொழிலாளர்களின் பற்றாக்குறை அந்த அளவுக்கு இந்தத் தொழிலைப் பாடாய்ப்படுத்திக் கொண்டிருக்கிறது. பத்து வருடங்கள் ராப்பகலாக உழைத்து, தங்கள் ஆரோக்கியத்தைப்

பற்றிக் கவலைப்படாத அத்தனை பேர்களையும், வாழ முடியாத நிலைக்கு இந்தத் துறை துப்பித் தள்ளிக்கொண்டே இருக்கிறது.

புதிய நபர்கள் தமிழ்நாட்டில் இல்லை என்றால் என்ன? நேபாளம் தொடங்கி வட மாநிலங்கள் வரைக்கும் புரோக்கர் வைத்துக்கொண்டு வந்து இறக்கிக்கொண்டே இருக்கிறார்கள்.

இதன் காரணமாகவே தங்கள் நிறுவனங்களில் செய்ய வேண்டிய வேலைகளை மற்ற சிறிய நிறுவனங்களில் கொடுத்துப் பெரிய நிறுவனங்கள் குறிப்பிட்ட காலத்தில் ஏற்றுமதி செய்து கொண்டிருக்கிறார்கள்.

சிறிய நிறுவனமோ பெரிய நிறுவனமோ, அவர்களின் நிர்வாகத் தன்மை எப்படி இருந்தாலும், மாடசாமி போன்ற நூற்றுக்கணக்கான பேர்கள் தங்களின் உழைப்பைக் கொடுத்துவிட்டு ஒரு கட்டத்தில் செயல்பட முடியாத நிலை வரும்போது, திருப்பூர் ஆயத்த ஆடைத் துறை அவர்களை அவரவர் வாழ்ந்த ஊர்களுக்கு நடைப்பிணமாக அனுப்பி வைத்துக் கொண்டிருக்கிறது.

மாடசாமி கடைசியாக அலைபேசியில் என்னைத் தொடர்பு கொண்டபோது 'எப்ப எனக்குச் சாவு வரும்ன்னு காத்துக்கிட்டு இருக்கேன்' என்றான்.

ஒவ்வொரு துறையிலும் மாடசாமிகள் போல உழைப்பதற்கென்றே பிறப்பெடுத்த பிறவிகள் உண்டு. இவர்களைப் போன்றவர்கள் வாழ்க்கை முழுக்கப் பிறருக்காகவே தங்களை அர்ப்பணித்துவிட்டு, தனக்கென்று எதையும் பார்த்துக் கொள்ள விரும்பாமல் மடிந்தும் போய்விடுகிறார்கள்.

8

பலி கொடுத்து விடு!

தொழில் நிறுவனங்களில் வரம்தரும் சாமியான முதலாளிகளைக் காலி செய்யக்கூடிய ஆசாமிகளைப் பற்றித்தான் இப்போது நாம் பேசப் போகிறோம்.

இவனைப் பலிகொடுத்தால்தான் நாம் இனி பிழைக்க முடியும் என்று யோசிக்க வைக்கக் கூடிய மோசமான நபர்களும் ஒவ்வோர் இடத்திலும் இருக்கத்தானே செய்கிறார்கள்? திருப்பூர் போன்ற கோடிக்கணக்கில் பணம் புழங்கும் ஊர்களில் திருட்டுத்தனத்திற்குப் பஞ்சமே இல்லை.

எனக்குத் தெரிந்த ஒரு பெரிய ஏற்றுமதி நிறுவனத்தில், ஒப்பந்தம் ஒன்றுக்குப் போடப்படுகிற தொகையில், அந்த நிறுவனத்தின் முதலாளி ஐந்து சதவிகிதம் தனியாகக் கட்டம் கட்டி வைத்து விடுவார்.

நிறுவனத்திற்குள் நடக்கிற திருட்டுத்தனத்தை ஓரளவுக்கு மேல் கட்டுப்படுத்த முடியவில்லை என்பதாகக் காரணம் சொல்கிறார். அந்த ஐந்து சதவிகிதத்திற்குள் திருட்டுத்தனம் நடந்தால் அதைக் கண்டும் காணாமல் போய்விடுவார். இதைப் போலத்தான் ஒவ்வோர் ஆயத்த ஆடை நிறுவனமும் ஒவ்வொரு விதமாகச் செயல்பட்டுக் கொண்டிருக்கிறது.

எந்த நிறுவனமாக இருந்தாலும் பத்துப் பேர்கள் இருந்தால் சில கட்டுப்பாடுகள் மூலம் மொத்த நிர்வாகத்தையும் கட்டுக்குள் வைத்திருக்க முடியும். அதுவே எண்ணிக்கை நூற்றுக்கணக்கான பேர்களைத்

தாண்டும் போது, இன்னும் கொஞ்சம் மெனக்கெட வேண்டி இருக்கும். ஆனால் ஐந்நூறு பேர்கள் இருந்தால் திறமையான நிர்வாகமாக இருந்தாலும் திருட்டுத்தனத்தைக் கட்டுக்குள் கொண்டு வருவது கடினமே.

எனது ஆயத்த ஆடைத் துறை அனுபவத்தில் பலவற்றையும் பார்த்துள்ளேன். சில சமயம் மிரட்சியும் பல சமயம் பயத்தில் நடுக்கத்தையும் உருவாக்கும் அளவிற்குப் பல அனுபவங்களை அவஸ்தைகளுடன் கடந்து வந்துள்ளேன். இவரா இப்படி என்று ஆச்சரியமாகப் பார்க்க வைக்கும் பல நபர்களை இந்தத் துறையில் சந்தித்துள்ளேன்.

ஒவ்வொரு திருட்டுத்தனத்திற்குப் பின்னாலும் ஒரு 'சிறப்பான சிந்தனை' இருப்பதை மறுக்க முடியாது. அது நம்முடைய பார்வையில் கேவலமாகத் தெரிந்தாலும் திருடிப் பிழைப்பவர்களின் மனதில் எந்தக் குற்ற உணர்ச்சியையும் உருவாக்குவதில்லை.

திருடுபவர்களின் சித்தாந்தம் எளிதானது, 'எனக்குத் திருட முடிவது, நீ திருட வாய்ப்பு கொடுப்பதால்தானே?'

தர்மம், நியாயம், அறம் என்பதெல்லாம் அன்றும் இன்றும் பலரின் வாழ்க்கையில் வெறும் வார்த்தைகள் மட்டுமே. பணம் என்ற காகிதத்திற்காக, தன் சுகம் என்ற குறுகிய வட்டத்திற்காக எந்த எல்லைக்கும் போகலாம் என்பதாகத்தான் இங்கே பலரின் கொள்கைகளும் உள்ளன.

'அவன் கோடீஸ்வரன்தானே, அவனுக்கென்ன பிரச்சினை?' என்று நீங்கள் பொறாமை படலாம். நெட்டி முறிக்கலாம். ஆனால் நீங்கள் சுட்டிக் காட்டும் கோடீஸ்வரன் நடத்துகிற நிறுவனத்தில், அவர் எத்தனை கேடிகளை வைத்துச் சமாளித்துக் கொண்டிருக்கிறார் என்பதை உள்ளே நுழைந்து பார்த்தால்தான் தெரியும். அப்போதுதான் அவரது வலியையும் வேதனைகளையும் நம்மால் புரிந்துகொள்ள முடியும்.

இங்கே ஒவ்வொரு முதலாளியும் தங்களது தொழிலை வளர்க்கக் கூடிய சிந்தனைகளை வளர்த்துக் கொள்வதைவிட, தாங்கள் நடத்துகிற தொழிலை எப்படி நீண்ட காலத்திற்கு நடத்திச் செல்வது என்பதில்தான் நடைமுறைச் சவால்களைச் சந்திக்கிறார்கள். அரசாங்க அதிகாரிகளின் தொந்தரவு ஒரு பக்கம். உள்ளே இருப்பவர்களின் அரிப்பு மற்றொரு பக்கம். இவை அனைத்தையும் சமாளிக்கத் தெரிந்தவராக அவர் இருக்க வேண்டும்.

ஏழை — பணக்காரன் என்ற பள்ளத்தாக்கின் ஆழமும் அகலமும் நாளுக்கு நாள் இங்கே அதிகமாகிக்கொண்டே போகின்றன. இந்த இடைவெளியில் எந்த நம்பிக்கையையும் இட்டு நிரப்பமுடியாத அளவுக்கு மனிதர்களின் அவநம்பிக்கைகளும் அளவுகடந்து போய்க்கொண்டே இருக்கின்றன. இன்றைய சூழ்நிலையில் கெட்ட விஷயங்கள் அனைத்தும் நல்ல விஷயங்களாக மாறியுள்ளன. நல்ல விஷயங்கள் அனைத்தும் ஏளனமாகப் பார்க்கப்படுகின்றன.

எவர் சொல்லும் அறிவுரையும் எடுபடுவதில்லை. அப்படியே சொன்னாலும், 'நீ ரொம்ப யோக்கியமா?' என்று எதிர்மறைக் கேள்வி வந்து தாக்குகிறது. தர்மத்திற்குப் புறம்பான அனைத்து விஷயங்களும் சிலாகித்துப் பேசப்படுகின்றன.

'கட்டிங்' என்ற வார்த்தை இரண்டு இடங்களில் இயல்பான வார்த்தையாக மாறியுள்ளது. ஒன்று மதுக்கடைகளில், மற்றொன்று கமிஷன் என்ற பெயரில் நடக்கும் கொள்ளைச் சமாசாரத்தில்.

அரசியலில் தொடங்கி அதிகார வர்க்கத்தினர் மற்றும் தொழில் நிறுவனங்கள் வரைக்கும் 'லஞ்சம்' என்ற வார்த்தை என்பது குற்ற உணர்ச்சியை உருவாக்காத அளவிற்குப் புரையோடிப் போய்விட்டது. லஞ்சம் வாங்கத் தெரியாதவன் 'பிழைக்கத் தெரியாதவன்' என்று தூற்றப்படுகிறான். இதனால், 'நான் நேர்மையுடன் வாழ வேண்டும்' என்ற எண்ணம் கொண்டவனின் சிந்தனை சமூகத்தால் மெதுவாக மழுங்கடிக்கப்படுகிறது. மொத்தச் சமூகமும் பன்றிக் கூட்டமாக மாறிய பின்பு நாம் மட்டும் ஏன் பசுவாக வாழ வேண்டும் என்ற எண்ணம் அனைவரின் மனதிலும் மேலோங்குகிறது.

இங்கே ஒரு பதவியில் இருக்கும் தனி நபர் நேர்மையான எண்ணத்துடன் வாழ்வது எளிது. ஆனால், 'வாழ்க்கை வெல்வதற்காக மட்டுமே. வெற்றி பெற்றவர்களுக்கே இங்கே மரியாதை. அந்த வெற்றி பணத்தால் மட்டுமே கிடைக்கும். எனவே நேர்மை என்பது தேவையில்லை' என்ற நினைப்பில் வாழும் கூட்டத்தோடு வாழந்தாக வேண்டிய சூழ்நிலையில், இங்கே எல்லாம் மாறிவிடத் தொடங்குகின்றன.

இதுபோன்ற சூழ்நிலையில் உருவாகும் பிரச்சினைகளை எதிர்கொள்வதுதான் இன்றைய காலகட்டத்தில் சவாலான விஷயமாக உள்ளது. இதனால்தான் இன்று பலரும் நமக்கேன் வம்பு என்று ஒதுங்கிப் போய்க்கொண்டே இருக்கிறார்கள்.

இதுபோன்ற சமாசாரங்கள்தான் திருப்பூரில் உள்ள ஆயத்த ஆடைத் துறையில் அதிகம் நடந்து கொண்டிருக்கின்றன.

ஆயத்த ஆடைத் துறையில் MERCHANDISER என்றொரு பதவி உண்டு. இதிலும் சீனியர், ஜூனியர் போன்ற பிரிவுகள் உண்டு. இது முக்கியமான பதவியாகும். இந்தப் பதவியில் உள்ளவர்கள்தான், வெளிநாட்டில் இருந்து ஒப்பந்தம் கொடுப்பவர்களுக்கும் தாங்கள் பணிபுரிகிற நிர்வாகத்திற்கும் இடையே செயல்படுபவர்களாக இருக்கிறார்கள்.

இந்தப் பதவியில் உள்ளவர்களின் ஒவ்வொரு செயல்பாடும் மிக முக்கியமானது. ஒரு குழந்தை கருவாகி, உருவாகி, சுகப்பிரசவம் பார்ப்பது போல, ஓர் ஆடையின் அளவு, வடிவமைப்பு, அந்த ஆடையில் வர வேண்டிய பிரிண்ட்டிங், எம்பிராய்ட்ரி, வண்ண வேலைப்பாடு என அனைத்தையும் மிக நுணுக்கமாகக் கவனிக்க வேண்டிய நபராக இருப்பார்கள்.

இந்தப் பதவியில் இருப்பவர்களைச் சுற்றிலும் பல துறைகள் உள்ளன. ஒவ்வொரு துறையும் ஒரு கடல் போன்றது. தனியான ராஜாங்கம், தனித்தனியான சட்டதிட்டங்கள் உண்டு. மெர்சன்டைசர் பதவியில் இருப்பவர்கள் தங்களைச் சுற்றியுள்ள ஒவ்வொரு துறையில் உள்ளவர்களையும் வேலை வாங்க வேண்டிய நிலையில் இருப்பதால், திரைப்படத்துறையில் உள்ள இயக்குநர் போன்று செயல்பட வேண்டியவர்களாக இருப்பார்கள்.

குறிப்பாக ஆடைகளில் வர வேண்டிய சமாசாரங்களை இவர்கள் சரியாகக் கவனிக்காத பட்சத்தில், முதலாளியின் பணம் குப்பைத்துணிக்கு முதலீடு போட்டது போல மாறிவிடும் ஆபத்து இருக்கிறது.

அப்படி ஏதேனும் நடந்தால், எந்தத் துறை தவறு செய்தது என்பது முதலாளிக்குத் தேவையே இல்லை! 'நீ ஏன் கவனிக்கவில்லை?' என்ற கேள்வி மெர்சன்டைசரை நோக்கித்தான் வரும்.

நான் பத்தாண்டுகளுக்கு முன் ஒரு நிறுவனத்தில் இந்தப் பதவியில் இருந்தபோது நடந்த கதை இது.

அது வளர்ந்து கொண்டிருந்த நிறுவனம். வருடாந்திர வரவு செலவு பல நூறு கோடிகளுக்கு மேல். அந்த வருடம் முதல் இடத்தைப் பெற வேண்டும் என்று பல முஸ்தீபுகளை நிறுவன முதலாளி செயல்படுத்திக் கொண்டிருந்தார்.

திருப்பூரில் உள்ள ஓர் ஏற்றுமதி நிறுவனம் வளர்ந்து கொண்டிருக்கிறது என்றால், அந்த நிறுவனத்தில் முதலாளி செய்ய விரும்பும் முதல் காரியம், 'ஒரே கூரையின் கீழ் அனைத்து வசதிக'ளையும் கொண்டு வந்துவிட வேண்டும் என்பதுதான். உடனே அதற்கான வேலைகளில் ஈடுபடுவார். பெரிய முதலீடுகளை முடக்க வேண்டியதாக இருக்கும். பணத்தை வாரி இறைக்க வேண்டும். வங்கியில் தவமாய்த் தவமிருக்க வேண்டும். வங்கி சார்ந்த அத்தனை நபர்களின் கருணைப் பார்வைக்காகத் தன்மானத்தை இழந்து பொறுமை காக்க வேண்டும். தான் உருவாக்க விரும்பும் ஒவ்வொரு துறைக்கும் தகுதியான நபர்களை உடனடியாகத் தேர்ந்தெடுக்க வேண்டும். பணியில் நியமிக்கப்பட்டவர்களைக் கண்காணித்தல் வேண்டும். நிர்வாக வடிவமைப்பை உருவாக்க வேண்டும். நிர்வாகத்தால் உருவாக்கப்பட்ட சட்ட திட்டங்களை ஒவ்வொருவரும் கடைப்பிடித்து வருகிறார்களா என்பதையும் இரவு பகல் பாராது கண்காணித்து வர வேண்டும்.

ஒரு முதலாளி ஓர் ஆயத்த ஆடை உருவாக்கத்தில் பங்கு பெறுகிற அனைத்துப் பிரிவுகளையும் தன் நிறுவனத்திற்குள்ளே உருவாக்க விரும்புவதற்கான காரணத்திற்குப் பின்னால் இரண்டு விஷயங்கள் உள்ளன.

வெளிநாடுகளில் இருந்து ஓர் ஒப்பந்தம் காகித வடிவில் உள்ளே வருகிறது. முதலில் நூல் வாங்க வேண்டும். அதன் பிறகு அந்த நூல் நிட்டிங் என்ற அறவு இயந்திரத்தை நோக்கி நகர்கிறது. துணியாக மாறுகிறது. அதன் பிறகு அந்தத் துணி சாயப்பட்டறைக்குச் செல்கிறது. வெள்ளை அல்லது குறிப்பிட்ட நிறத்திற்கு அந்தத் துணி மாற்றம் பெறுகிறது.

அந்தத் துணியில் முழுமையாகப் பிரிண்ட்டிங் தேவைப்படும் பட்சத்தில் பிரிண்ட்டிங் வசதிகள் உள்ள நிறுவனத்திற்குச் செல்கிறது. மீண்டும் நிறுவனத்தின் உள்ளே வந்து தேவையான அளவிற்கு வெட்டப்பட்டுத் தைக்கப்படுகிறது. ஒருவேளை அந்த ஆடையில் எம்பிராய்ட்ரி சமாசாரங்கள் இருந்தால் மீண்டும் அதுபோன்ற வசதிகளை உருவாக்கிக் கொடுக்கும் நிறுவனத்திற்குச் செல்கிறது. மேலும் பாசி மணிகள் கோர்க்கப்பட வேண்டியதாக இருந்தால், அதற்காக அந்த ஆடை குறிப்பிட்ட இடத்திற்குச் சென்று வந்த பிறகு, கடைசியில் தரம் பார்க்கப்பட்டு, சரியான அளவு பார்த்துத் தேய்க்கப்பட்டு (அயரன்) பெட்டிகளுக்குப் போகிறது.

இப்படி ஓர் ஆடை முழுமை பெற பல துறைகள் சம்பந்தப்படுகின்றன. ஒவ்வோர் இடத்திலும் குறைந்தபட்சம் பத்துச் சதவிகிதம் லாபம் என்று வைத்துக் கொண்டாலும் பத்து இடத்திற்குச் சென்று வந்தால் நூறு சதவிகித லாபத்தைத் துணை நிறுவனங்களே எடுத்துக் கொள்ளும் சூழ்நிலை. இந்த லாபத்தைத் தனது நிறுவனம் பெற வேண்டும் என்பதற்காக, 'ஒரே கூரையின் கீழ்' அத்தனை வசதிகளையும் ஒவ்வொரு முதலாளியும் கொண்டு வர விரும்புகிறார். இது தவிரத் துணை நிறுவனங்களை எதிர்பார்த்துக் காத்திருக்க வேண்டி இருக்காது. காலத் தாமதத்தைத் தவிர்க்க முடியும்.

நான் அந்த நிறுவனத்தில் நுழைந்த சமயத்தில் ஐரோப்பிய நாட்டில் இருந்து செயல்பட்டுக் கொண்டிருந்த ஒரு பன்னாட்டு நிறுவனத்தின் ஒப்பந்தம் வந்து சேர்ந்தது. அது மிகப் பெரிய ஒப்பந்தம். மாதம் ஐந்து லட்சம் ஆடைகள் அனுப்ப வேண்டும். இதற்கெனத் தனியாக ஒரு குழுவினரை அமைக்கும் பொருட்டு ஆட்களைத் தேர்ந்தெடுத்தபோது, நான் அந்த வாய்ப்பைப் பயன்படுத்திக் கொண்டு, அந்த நிறுவனத்தின் உள்ளே சீனியர் மெர்சன்டைசர் என்ற பதவியோடு நுழைந்தேன்.

ஒரு மெர்சன்டைசரின் முக்கியப் பணி, எல்லாவற்றையும் நுணுக்கமாகக் கவனிக்கத் தெரிந்திருக்க வேண்டும். கவனித்த ஒவ்வொன்றையும் உள்வாங்கத் தெரிய வேண்டும். உள்வாங்கியதில் எது முதன்மையானது, எப்போது முக்கியமானது என்பதையும் உணர்ந்து வைத்திருக்க வேண்டும். இடைவிடாத கவனிப்பு கட்டாயம் இருக்க வேண்டும். அசராத உழைப்பாளியாக இருந்தே ஆக வேண்டும். 24 மணி நேரத்தில் எந்த நேரத்திலும் எங்கிருந்து வேண்டுமானாலும் அழைப்பு வரும் என்பதையும் உணர்ந்திருக்க வேண்டும். இத்தனை தகுதிகளுடன் இருந்தால் மட்டும் போதாது. உடன் பணிபுரிந்துகொண்டே குழிபறிக்கும் குள்ளநரிகளைத் தந்திரமாகக் கையாளத் தெரிந்திருக்க வேண்டும். சொல்லிக் கொள்ளும் அளவிற்காவது ஆங்கில அறிவு வேண்டும்.

நான் உள்ளே நுழைந்த சமயம், என்னைப் போலப் பல புதிய முகங்களும் ஒரே சமயத்தில் உள்ளே வந்திருந்தனர். இது தவிர, அங்கே அலுவலகத்தில் மிகப்பெரிய பட்டாளமே இருந்தது. தலையா, அலையா என்பது போல, எந்தப் பக்கம் திரும்பினாலும் ஒவ்வொரு துறையிலும் முதன்மைப்

பதவிகளில் பத்துக்கும் மேற்பட்டவர்கள் இருந்தார்கள். ஒவ்வொரு துறையிலும் உள்பிரிவுகள் இருக்க, பெரிய கடல் போல அந்த நிர்வாகம் இருந்தது. மொத்தத்தில் சமுத்திரத்தில் ஊற்றிய சொம்புத் தண்ணீர் போல ஆகிப் போனேன்.

திருப்பூரில் உள்ள நிறுவனங்களில் ஒரு நல்ல பழக்கம் உண்டு. நேர்முகத் தேர்வில் எந்தப் பதவிக்கு உங்களைத் தேர்ந்தெடுக்கிறார்களோ, அந்தப் பதவிக்கு உள்ளே நுழைந்ததும் அமர வைத்துவிட மாட்டார்கள். உங்கள் திறமைகளைச் சோதித்து, தாக்குப் பிடிக்கக்கூடிய நிலையில் இருப்பவரா என்பதைப் பல விதங்களில் அலசிய பிறகே, குறிப்பிட்ட பதவி கிடைக்கும். அவர்கள் கொடுக்கும் வேலையில் உங்கள் திறமையைக் காட்ட வேண்டும். குறிப்பாக உங்கள் உழைப்பைக் காட்டியே ஆக வேண்டும். அதன்பிறகே உங்களைப் பற்றி நிர்வாகம் யோசிக்கும்.

சிலருக்கு அவர்கள் நினைத்து வந்த பதவி, உள்ளே நுழைந்த அடுத்த மாதமே கிடைக்கும். பலருக்குப் பல மாதங்கள் காத்திருக்க வேண்டும். சிலர் தாக்குப் பிடிக்க முடியாமல் உடனடியாக அடுத்த நிறுவனத்திற்குத் தாவி விடுவார்கள்.

புதிதாக ஒரு நிறுவனத்தில் நுழைபவர்கள் மேலும் ஒரு பிரச்சினையைச் சந்தித்தே ஆக வேண்டும். நிறுவனத்தில் பழம் தின்று கொட்டை போட்டு உள்ளே சம்மணம் போட்டு வாழ்ந்து கொண்டிருப்பவர்களைச் சமாளிக்கத் தெரிந்திருக்க வேண்டும். பெருச்சாளிகள் போலப் பலரும் இருப்பர். இது தவிர அல்லக்கை நபர்கள் பல வடிவங்களில் உள்ளே இருப்பார்கள். எடுபிடியாகக் காலம் தள்ளிக் கொண்டிருப்பவர்கள், பெரிய பதவிகளில் இருப்பவர்கள், 'நல்லதும் கெட்டதுமாக'க் கவனித்துத் தங்களைத் தக்க வைத்துக் கொண்டிருக்கும் மாமாக்கள் போன்ற பலரையும் சமாளிக்க வேண்டும். இத்தனையையும் மீறிப் புதிதாக வந்தவர்கள் தங்களை உள்ளே நிலைப்படுத்திக் கொண்டாக வேண்டும்.

உங்களிடம் உள்ள தனிப்பட்ட திறமைகளை வெளியே காட்ட சில மாதங்கள் காத்திருக்க வேண்டும். அதற்குள் உங்களை உண்டு இல்லை என்று படுத்தி எடுக்கக் காத்திருக்கும் பிரகஸ்பதிகளைச் சமாளிக்கத் தெரிந்தால் நீங்கள் தகுதியான நபர் என்று உங்களுக்கு நீங்களே பாராட்டிக் கொள்ளலாம். காரணம் நீங்கள் எத்தனை வருடங்கள் திருப்பூரில் உள்ள

ஒரு நிறுவனத்தில் பணியாற்றினாலும் உங்களை ஈ காக்கை கூடப் பாராட்டாது. உங்கள் முதுகில் உள்ள சந்தேகக் கண் எப்போதும் மாறாது.

உள்ளே பணிபுரிந்து கொண்டிருப்பவர்களில் எவர் நல்லவர், எவர் கெட்டவர் என்பதையே அடையாளம் காண முடியாத அளவிற்குத் தந்திரசாலிகளால் அந்த நிறுவனம் நிறைந்திருக்கும். மனம்விட்டு எவருடனும் பழக முடியாது. அதற்கான வாய்ப்பே அமையாது. உங்கள் வாழ்க்கை யோசிக்கவே முடியாத அளவிற்கு மாறிவிடும்.

இவற்றையெல்லாம் கடந்து முதலாளியின் பார்வைக்கு உங்களின் திறமை தெரிந்துவிட்டால் அதன் பிறகு உங்களுக்கென்று ஒரு ராஜபாட்டைக் காத்திருக்கும்.

அந்த நிறுவனத்தில் என்னை எடுத்த பதவிக்கும் நியமித்த பதவிக்கும் சம்பந்தம் இல்லாமல் சில வாரங்கள் எடுபிடியாக மாற்றி வேலை வாங்கிக் கொண்டிருந்தனர். யாருக்குக் கீழே நான் பணியாற்ற வேண்டும் என்று நிர்வாகம் கட்டளை பிறப்பித்து இருந்ததோ அவர்தான் இந்த அத்தியாயத்தின் கதாநாயகன்.

காரணம் இந்தக் கதாநாயகனின் மச்சினனும், உள்ளே வேறொரு துறையில் பணியாற்றிக் கொண்டிருந்தார். இவர்கள் இருவரும் மாப்பிளை மச்சினர் என்பது எனக்குக் குறிப்பிட்ட காலம் வரைக்கும் தெரியாமலே இருந்தது. நான் நுழைந்த மூன்றாவது மாதத்தில், ‘நம்மால் இங்கே இனி தொடர்ந்து பணியாற்ற முடியாது’ என்ற நிலை வந்தபோதுதான் முக்கிய முடிவை எடுத்தேன்.

அப்போதுதான் என் மூலம் அந்த நிறுவனத்தில் ஒரு வெடிகுண்டு வெடித்தது. அந்தக் குண்டு முக்கியப் பதவிகளில் இருந்த பலரையும் காவு வாங்கியது. ஒருவரின் உயிரும் போனது.

9

பாறைகளைப் பிளக்கும் விதைகள்

‘உனக்குத் தேவையில்லாத விஷயங்களில் தலையிடாதே. முதலாளி இந்தப் பொறுப்பை உனக்குக் கொடுத்ததும் நீ என்ன பெரிய ஆள்ன்னு நினைப்போ? உனக்கு என்ன வேலை கொடுத்து இருக்கிறார்களோ அதை மட்டும் பார். நான் இங்க பத்து வருசமா இருக்கேன். உன்னை மாதிரி மாதம் ஐந்து பேர்கள் வந்து போய்க் கொண்டிருக்கானுங்க. நீ இங்கே எத்தனை நாளைக்குத் தாக்கு பிடித்து நிற்பாய் என்று எனக்குத் தெரியும்? நோண்டற வேலையைவிட்டு விடு? புரியுதா?’ என்றார்.

மரியாதைக்காக என்றார் என்று எழுதி இருக்கிறேனே தவிர மிரட்டினான் என்றுதான் எழுத வேண்டும். எங்கள் இருவருக்கும் நடந்த அரைமணி நேர வாக்குவாதத்தின் இறுதியில் இப்படியான மிரட்டலை அவன் என்னிடம் சொன்னான்.

முதல்முதலாக அவனுடன் நான் அறிமுகமான நாள், என் வாழ்வின் மிக முக்கியமான நாளாகும். காரணம், என் பொறுமையின் எல்லை என்ன என்பதை அன்றுதான் என்னால் அடையாளம் கண்டுகொள்ள முடிந்தது. நான் அன்று அவனிடம் அமைதியான முறையில்தான் எதிர்கொண்டேன். ‘நம் மீது தவறேதும் இல்லாதபோது நாம் ஏன் கோபப்பட வேண்டும்?’ என்ற என் கொள்கையின் காரணமாக, அவன் தொடர்ந்து என்னைக் கோபப்படுத்திக் கொண்டே இருந்த போதிலும் நான் சிரித்துக்கொண்டே

நிற்க, அவனுக்கு மேலும் மேலும் ஆத்திரம் அதிகமாகி வார்த்தைகளை இறைத்துக் கொண்டிருந்தான்.

'கடமையே கண்' போல நான் தொடர்ந்து கேள்வியாகக் கேட்க, அவன் ஆத்திரத்தின் உச்சிக்கே சென்று கத்தத் தொடங்கினான்.

அவனைச் சுற்றிலும் ஏராளமான பேர்கள் அங்கே நின்று கொண்டிருந்தனர். மேலும் பலரும் வந்து போய்க் கொண்டிருந்தனர். அத்தனை பேர்களுக்கும் அவன் தேவதூதனாகத் தெரிந்தான். அங்கே வந்திருந்த சிலர், அவன் எப்போது தங்களிடம் பேசுவான் என்று காத்துக் கொண்டிருந்தார்கள். சிலர் பவ்யமாக நின்று கொண்டிருந்தார்கள்.

ஆனால் அவன் என் பார்வையில் அக்மார்க் பொறுக்கியாகத் தெரிந்தான். அவன் இருந்த பதவியின் காரணமாக அவனுக்கு அங்கே ஒரு ராஜாங்கம் அமைந்திருந்தது.

அரசியல்வாதிகளுக்கும் மத்தியத் தணிக்கைத் துறைக்கும் எப்போதும் ஏழரைதான் என்பதை நாம் பத்திரிகையில் படித்திருப்போம்தானே? என்னையும் அப்படித்தான் அவன் பார்த்தான். நேற்று வந்தவன் இவன், ஏன் நம்மைக் கேள்வி கேட்க வேண்டும் என்ற எண்ணம்தான் அவன் மனதில் மேலோங்கி நின்றது. நான் கேட்ட ஆவணங்களை அவன் கொடுக்க வாய்ப்பிருந்த போதும் அதைத் தவிர்க்கவே முயன்றான். இது குறித்து நான் கேட்ட போதெல்லாம் ஏளனப்படுத்தினான்.

அவன் அங்கே அமர்ந்திருந்த விதமே எனக்குச் சிரிப்பை வரவழைத்தது. தன்னுடைய கனத்த உருவத்தைக் கஷ்டப்பட்டு அவன் அமர்ந்திருந்த நாற்காலியில் திணித்து அமர்ந்திருந்தான். அவனைச் சுற்றி ஏராளமான ஜால்ரா கோஷ்டிகள் இருந்தன. அவன் பேச்சை நிறுத்தும்போது அவர்கள் என்னை மிரட்டிக் கொண்டிருந்தனர்.

கட்டைக்குரலில் அவன் என்னை நோக்கிப் பேச, அவனது மொத்த உடம்பும் குலுங்கி நின்றதை வேடிக்கை பார்க்கும்படி இருந்தது. ஒவ்வொரு வார்த்தையும் மிரட்டலாகத்தான் வந்து கொண்டிருந்தது. காரணம் அவன் முழுமையாகப் பயத்தில் இருந்தான். நான் மிகக் கவனமாக, அவன் தவிர்க்கவே முடியாத அளவிற்குக் கட்டம் கட்டி உள்ளே நிறுத்தி இருந்தேன்.

ஆயத்த ஆடைத் துறையில் உள்ள ஒரு நிறுவனத்தின் கீழ் பலதுறைகள் உள்ளன என்று ஏற்கெனவே சொல்லி இருந்தேன் அல்லவா? அவன் இருந்த துறையின் பெயர் FABRIC DEPARTMENT.

ஓர் ஆயத்த ஆடை ஏற்றுமதி நிறுவனத்தின் ஆணி வேராக இருப்பது இந்தத் துறையே.

நான் பணியாற்றிய அந்த நிறுவனத்தின் மொத்த உற்பத்திக்கும் தேவைப்படுகிற துணிகளைத் தயார் செய்து கொடுப்பது இவனது வேலையாக இருந்தது. இவன் வகித்த பதவியின் பெயர் FABRIC MANAGER.

இவனது முக்கிய வேலை, முதலாளி காகிதத்தில் கொடுக்கிற ஒவ்வொரு ஒப்பந்தத்திற்கும் தேவைப்படுகிற துணியை இவன் தயார் செய்து கொடுக்க வேண்டும். ஒவ்வொரு ஒப்பந்தத்திற்கும் தேவையான நூல் இவன் பொறுப்புக்கு வந்துவிடும்.

ஒரு நூல் பை என்பது அறுபது கிலோ இருக்கும். இவன் நிட்டிங் என்று சொல்லப்படுகிற அறவு இயந்திரங்களில், கொடுக்கப்பட்ட அளவுகளில் ஓட்டி, அதனை முதலில் சரிபார்க்க வேண்டும். அதன் பிறகு, தயாரான துணிகளைத் தரம்வாரியாகப் பிரித்துச் சாயப்பட்டறைகளுக்கு அனுப்ப வேண்டும். வண்ணத் துணியைக் காம்பாக்ட்டிங் என்ற மற்றொரு பகுதிக்கு அனுப்பி வைக்க வேண்டும். வண்ணமேற்றிய துணி வெட்டுவதற்கு ஏதுவான முறையில் மாற்றப்பட்டுவிடும். மீண்டும் ஒருமுறை அந்தத் துணியைத் தரம் பார்த்துச் சோதிக்க வேண்டும். கடைசியாக மடிப்புக் கலையாத அழகான துணியாக உற்பத்தித் துறைக்கு வந்துவிடும். இந்தத் துணியை இவனது பொறுப்பில் உள்ளவர்கள், CUTTING SECTION என்று சொல்லப்படுகிற உற்பத்தித் துறையின் தொடக்க நிலைக்குக் கொடுக்க வேண்டும்.

துணி சார்ந்த இந்தத் துறையில் உள்ளவர்கள் மற்றொன்றையும் கட்டாயம் கவனிக்க வேண்டும். கட்டிங் துறைக்குக் கொடுத்த பின்பு அங்கிருப்பவர்கள் சரியான அளவில் வெட்டுகிறார்களா என்பதுதான் அது. ஏனென்றால், நிர்ணயித்த அளவுக்கு மாறாக கட்டிங் மாஸ்டர்கள் வெட்டி விடக்கூடும். கடைசியில் எங்களுக்குத் துணி போதாது, இன்னும் வேண்டும் என்று கட்டிங்

இன்சார்ஜ் துணித்துறையில் வந்து நிற்பார்கள். இந்த இடத்தில் மிகக் கவனமாக இருக்க வேண்டும்.

ஆயத்த ஆடைத் துறையில் பயன்படுத்தப்படும் நூல்களில் பல வகைகள் உள்ளன. ஒவ்வொரு நூலும் ஒவ்வொரு விதமான ஆடைகளுக்கு உதவும். இதுபோன்ற விஷயங்களை நுணுக்கமாகக் கவனித்துக் கணக்கீடு செய்வதற்கு PATTERN MASTER என்றொரு கில்லாடி இருப்பார். வெளிநாடுகளில் இருந்து ஓர் ஒப்பந்தம் வந்ததும், முதலாளி மேலோட்டமாகப் பார்வையிட்டு முடித்ததும், இவர்கள் கையில் அந்தக் காகிதத்தை நிர்வாகம் கொடுக்கும். இவர்கள் அதில் உள்ள விவரங்களை வைத்துக்கொண்டு தங்கள் வேலைகளைத் தொடங்குவார்கள்.

ஒவ்வொரு விஷயமாக எடுத்துக்கொண்டு, குறிப்பிட்ட ஆடைக்குத் தகுந்தாற் போல், வெளிநாட்டுக்காரரர் எதிர்பார்க்கும் அளவை வைத்துக்கொண்டு, மாதிரி அட்டை ஒன்றை உருவாக்குவார்.

உருவாக்கிய முதல் அட்டையின்படி, தன் கையில் வைத்துள்ள ஏதோவொரு துணியில், ஒப்பந்தத்தில் சுட்டிக் காட்டியுள்ள ஆடையில் உள்ள அனைத்துப் பாகங்களையும் வெட்டித் தைக்கச் சொல்லிப் பார்ப்பார். ஒப்பந்தத்தில் கொடுக்கப்பட்ட அளவுகள் அனைத்தும் தைக்கப்பட்ட துணியில் உள்ளனவா என்பதைப் பார்த்துவிட்டு, மொத்த ஒப்பந்தத்திற்கும் உண்டான கணக்கீடுகளைப் போடத் தொடங்குவார். கடைசியில் ஓர் ஆடைக்கு உண்டான நூல் அளவு தெரியவரும். அதன்படி தனது வேலைகளைப் பேட்ட(ர்)ன் மாஸ்டர் தொடங்குவார்.

ஓர் ஆடை என்றால் S, M, L, XL என்று பல அளவுகள் இருக்கும். இதுபோன்ற பல விவரங்களையும், நூலில் அளவுகளையும், நூலின் தரத்தையும் காகிதத்தில் எழுதி முதலாளி கையில் கொடுத்து விடுவார்.

15 ஆண்டுகளுக்கு முன் பேட்டன் மாஸ்டர்களைப் பார்த்து முதலாளிகள் பயந்த காலமுண்டு. முன்கோபக்காரரர்களாகவும் சுய கௌரவம் பிடித்தவர்களாகவும் இருப்பார்கள். இவர்கள்தான் ஓர் ஆடை உருவாக்கத்திற்குத் தேவையான அத்தனை அடிப்படையான வேலைகளையும் செய்து கொடுப்பார்கள். எந்த நிர்வாகமும் இவர்களைச் சங்கடப்படுத்தாமல் சுகவாசியாக வைத்திருப்பார்கள்.

ஓர் ஆடைக்கு எத்தனை கிராம் நூல் தேவைப்படுகிறது என்ற கணக்கின் அடிப்படையில் திட்ட மதிப்பீடு உருவாக்கப்படும். ஆனால் காலமாற்றத்தில், விஞ்ஞான முன்னேற்றத்தில், இன்று எல்லாமே வெளிப்படையாக மாறிவிட்டது. தற்போது ஆயத்த ஆடைத் துறையில் உள்ள ஒவ்வொரு பிரிவுக்கும் தனிப்பட்ட படிப்புகள் வந்து விட்டன. இதுபோன்ற படிப்புகள் படித்துவிட்டு வருபவர்களும், நவீன வசதிகளைப் பயன்படுத்தத் தெரிந்தவர்கள் எவராயினும், இந்த நுணுக்கங்களை எளிதில் கற்றுக் கொள்ள முடியும்

இன்று பேட்டன் மாஸ்டர் என்ற பதவியில் இருந்த அத்தனை பேர்களும் காணாமல் போய் விட்டார்கள். தற்போதைய சூழ்நிலையில் பேட்டன் மாஸ்டர்கள் ஒவ்வொரு நிறுவனமாக ஏறி இறங்கிக் கொண்டிருக்கிறார்கள். இவர்கள் செய்து கொடுத்த வேலைகள் அனைத்தையும் இயந்திரங்கள் செய்து கொடுத்துக் கொண்டிருக்கின்றன. இவர்கள் நூறுக்கும் இருநூறுக்கும் தன்மானத்தை இழந்து பரிதாபமாக ஒவ்வொரு நிறுவனமாக அலைந்து கொண்டிருக்கிறார்கள்.

கால மாற்றம் என்பது கரை தெரியாமல் ஓடும் வெள்ளம் போன்றது. மாறிக்கொண்டே வரும் மாற்றத்திற்கேற்பத் தன்னை மாற்றிக் கொள்பவர்களால் மட்டுமே பிழைத்துக் கரை சேர முடியும் என்பது உலக நியதி.

நூலைத் துணியாக மாற்றும் துறையில் பல துணைத் துறைகள் உள்ளன. பெரிய ஒப்பந்தமாக இருந்தால் அவசர கதியில் செயல்பட வேண்டும். பத்துக்கும் மேற்பட்ட அறவு இயந்திரங்கள் வைத்திருக்கும் துணை நிறுவனங்களுக்கு நூல் கொடுத்து, ஓட்டை இல்லாமல், அளவு மாறாமல் ஓட்டிக்கொண்டு வர வேண்டும். அறவு இயந்திரங்கள் வைத்திருக்கும் நிறுவனங்களுக்குத் தரம் பார்க்கச் செல்கிறவர்கள் தினந்தோறும் தொடர்ந்து செல்ல வேண்டும். அறவு இயந்திரங்கள் வைத்திருக்கும் துணை நிறுவனங்கள் இரண்டு ஷிஃப்ட் என்கிற கணக்கில் 24 மணி நேரமும் செயல்பட்டுக் கொண்டிருக்கும்.

கடந்த 24 மணி நேரத்தில் அவர்கள் தயாரித்து வைத்துள்ள துணியை, ஒவ்வொரு நாளும் நிறுவனத்தின் சார்பாக அங்கே செல்பவர்கள், அதற்கென்ற தனியாக வடிவமைக்கப்பட்ட இயந்திரங்களில் சோதித்து, எதிர்பார்த்த தரத்துடன் துணி சரியாக உள்ளதா என்பதைப் பார்க்க வேண்டும். இதுபோன்ற கண்காணிக்கும் நபர்களை மேலே இருப்பவர்கள் கவனமாகக் கையாள வேண்டும்.

இவர்கள் தினந்தோறும் அந்த அந்த அறவு இயந்திரங்கள் உள்ள நிறுவனத்திற்குத்தான் செல்கிறார்களா என்பதைக் கண்காணித்தே ஆக வேண்டும். இடைச்செருகலாக என்ன வேண்டுமானாலும் நடக்கலாம்.

நிறுவனத்தில் இருந்து குறிப்பிட்ட இடத்திற்கு வழங்கப்பட்ட நூல் பைகளை வேறு இடத்திற்கு மாற்றுதல், இடையில் எடுத்து விற்று விடுதல், அளவு குறைத்துக் கொடுத்தல் என எது வேண்டுமானாலும் நடக்கலாம். கமிஷனுக்கு ஆசைப்பட்டுப் பல மோசமான விஷயங்களைச் செய்பவர்களைக் கட்டுப்பாட்டுக்குள் கொண்டு வர வேண்டும். இதுபோன்ற சூழ்நிலையில் இந்தத் துறைக்குத் தலைமைப் பொறுப்பில் இருப்பவருக்கு இரண்டு முக்கியக் கடமைகள் உண்டு. ஒன்று, ஒழுக்கமானவராக இருத்தல் வேண்டும். மற்றொன்று, நேர்மையான கொள்கை கொண்டவராக இருக்க வேண்டும்.

என்னிடம் உரையாடியவனிடம் இந்த இரண்டு தகுதியும் பூஜ்யம். மாசு மருவற்ற பொறுக்கி என்று கூடச் சொல்லலாம். அவன் இங்கே இருக்க முக்கியக் காரணம், அவனது தங்கை கணவன் மெர்சன்டைசர் துறையில் முதலாளியின் உள்வட்டத்தின் முக்கிய நிலையில் முதன்மை ஆளாக இருந்தான்.

நான் இந்த நிறுவனத்தில் நுழைந்தது முதல் என்னுடைய அத்தனை தன்மானத்தையும் இழக்க வேண்டியதாக இருந்தது. கேள்விகள் எதுவும் கேட்கமுடியாமல், எதனைப் பற்றியும் யோசிக்க முடியாமல், செக்கில் பூட்டப்பட்ட மாடு போலச் சொல்ல முடியாத மன அழுத்தத்துடன் இருந்தேன். எனக்கு மேலே இருக்கும் ஒவ்வொருவரின் பேச்சையும் கேட்க வேண்டிய சூழ்நிலை. நாம் என்ன பதவிக்கு இங்கே உள்ளே வந்தோம் என்பதையே மறக்கும் நிலையில்தான் பணியாற்றிக் கொண்டிருந்தேன்.

அங்கே ஒவ்வொருவரும் சொல்லக்கூடிய எடுபிடி வேலைகளைச் செய்துவிட்டு, இரவு எப்போதும் வரும், எப்போது வீட்டுக்குப் போகலாம் என்று நாள்களைத் தள்ளிக் கொண்டிருந்தேன்.

ஆனால் என் மனதில் தனிப்பட்ட வைராக்கியம் வைத்திருந்தேன். இங்கே இருந்து கிளம்புவதற்கு முன் நான் யார் என்பதை இந்த நிறுவனத்திற்கு உணர்த்திவிட்டுச் செல்ல வேண்டும் என்பதைக் கொள்கையாகவே

வைத்திருந்தேன். நான் எதிர்பார்த்துக் காத்திருந்த நாளும் வந்தது. அன்றுதான் எதிர்பாராத திருப்புமுனை நிகழ்ச்சி ஒன்று நடந்தது.

முதலாளி குறிப்பிட்ட விவரங்கள் குறித்துக் கேட்பதற்காகக் கூட்டத்தைக் கூட்டி இருந்தார். கூட்டத்தில் அவர் கேட்ட பல ஒப்பந்தங்கள் தொடர்பான விவரங்கள் குறித்து எவருக்கும் தெரியவில்லை. முக்கியத் தலைகள் அனைவரும் அந்தக் கூட்டத்தில் இருந்தனர்.

அவர் குறிப்பிட்ட ஒப்பந்தத்திற்கு எடுத்த நூல் விவரத்தையும், அது துணியான பிறகு உள்ளே வந்த விவரத்தையும் கேட்க, அங்கே இருந்த அத்தனை பேர்களும் திருதிருவென்று விழித்தனர். சிலர் சொன்ன தகவல்களும் தவறாக இருந்தன. துணிக்குப் பொறுப்பான நபர்கள் அத்தனை பேர்களும் அமைதியாக இருந்தார்கள். அவர் கேட்ட தகவல்கள் என்னிடம் இருந்தன. நான் அதுவரையிலும் முதலாளியின் பார்வையில் பட்டதே இல்லை. அவரது எடுபிடிகள்தான் என்னை இயக்கிக் கொண்டிருந்தார்கள். நாம் சொல்லலாமா என்று யோசித்துக்கொண்டே, மொத்தக் கூட்டத்தையும் அங்கே நடந்த உரையாடல்களையும் அமைதியாகக் கவனித்துக் கொண்டிருந்தேன்.

நாம் இடைமறித்துப் பேசினால் வேறேதும் விபரீதம் உருவாகுமோ? இவர் நம்மை ஏற்றுக் கொள்வாரா? இல்லை எப்போதும் போல ஏச்சுதான் கிடைக்குமா? இந்த எண்ணங்களால் நான் தடுமாறிய போதும் கூட, இந்தச் சமயத்தில் கிடைத்த வாய்ப்பைப் பயன்படுத்திக் கொள்ள வேண்டும் என்ற ஆவல் என்னுள் உருவானது.

நான் என் நோட்டில் குறித்து வைத்திருந்த விவரங்கள் அனைத்தையும் ஒரு காகிதத்தில் எழுதி அவரிடம் கொண்டு போய்க் கொடுத்துவிட்டு என் இருக்கையில் வந்து அமர்ந்தேன். என் முகம் முழுக்க வேர்த்துக் கொட்டியது. படபடப்பு அடங்க நேரமானது.

நான் செய்த உருப்படியான காரியம், காகிதத்தில் எழுதிக் கொடுத்தது. அதில் என் எழுத்து முத்து முத்தாக அழகாக இருந்ததையும், அதன் கீழே எழுதி இருந்த என் பெயரையும் பார்த்துவிட்டு என்னை அழைத்தார்.

அப்போதுதான் என்னைப் பற்றியும், நான் எந்தத் துறையில் இருக்கிறேன் என்பது பற்றியும் அனைத்து

விவரங்களையும் விசாரித்தார். என்னைப் பற்றியும், என் கடந்த கால அனுபவத்தையும், உள்ளே பணியாற்றிக் கொண்டிருந்ததையும் தயக்கத்துடன் அவரிடம் சொல்லிவிட்டு வந்தமர்ந்தேன். மொத்தக் கூட்டத்திலும் ஒரு பேரமைதி நிலவியது.

பக்கத்தில் இருந்த அவரது ஜால்ராவிடம் சற்று கடிந்து கொண்டு, 'ஏன் இதுபோன்ற பையன்களை இப்படி வீணாக்கிக் கொண்டிருக்கீங்க' என்றார். அவரோ சம்பந்தம் இல்லாமல் உளறிக் கொண்டிருந்தார்.

அப்போதுதான் மற்றொரு பயம் என் மனதில் உருவானது. நிச்சயம் உள்ளே இருக்கும் ஜால்ரா கோஷ்டியினர் நம்மை உள்ளே இருக்க விடமாட்டார்கள் என்று நினைத்தபடி, இனி இங்கே இருக்கப் போகும் மணித்துளியை எண்ணியபடி கவலையுடன் யோசித்துக் கொண்டிருந்தேன்.

கூட்டம் கலைந்து வெளியே வந்து கொண்டிருந்தபோது, முதலாளியின் உதவியாளராக இருந்த பெண்மணி என் பெயரைச் சொல்லி சத்தமாக அழைத்தார். அப்போதுதான் என் பெயர் இந்த நிறுவனத்தில் முதன்முறையாக உச்சரிக்கப்பட்டது என்று யோசித்துக் கொண்டே, அழைத்த பெண்மணியுடன் மகிழ்ச்சியாக முதலாளியின் அறைக்குச் சென்றேன். அங்கே எனக்கு சீனியர் என்ற நிலையில் இருந்தவர்களுடன் இன்னும் பலரும் இருந்தனர்.

'இன்று முதல் இந்தப் பையன் என் நேரிடையான கட்டுப்பாட்டில் இருப்பான். ஒவ்வொரு ஒப்பந்தத்திற்கும் உண்டான அனைத்து விவரங்களையும் கணக்கு விவரங்களையும் ஒவ்வொரு துறை சார்ந்தவர்களும் இவனிடம் கொடுக்க வேண்டும். இவன் சரிபார்த்து நான் கையெழுத்துப் போட்டால் மட்டுமே நீங்கள் அந்த பில்லை பாஸ் செய்ய வேண்டும்' என்று மற்றொரு நபரிடம் உத்தரவு கொடுத்தபோது, மொத்தக் கூட்டமும் என்னை வெறுப்புடன் பார்த்தது.

வாழ்க்கை என்பது இப்படித்தான், இந்தப் பாதைதான் என்பதையும் எவராலும் அறுதியிட்டுக் கூறிவிடமுடியாது. வாய்ப்புகள் எங்கிருந்து வரும், எவரிடமிருந்து வரும் என்று யோசிக்கவே முடியாது. வருகிற சமயத்தில் சரியாக வந்துவிடும். நாம்தான் எப்போதும் எல்லாவற்றுக்கும் தயாராக இருக்க வேண்டும். எடுபிடி போல என்னைப் பயன்படுத்திக் கொண்டிருக்கிறார்களே என்ற ஆதங்கம்

மனதிற்குள் இருந்தாலும், கொடுக்கப்பட்ட வேலையை ஒவ்வொரு நாளும் மிகத் தெளிவாகச் செய்துகொண்டே வந்தேன். ஒவ்வொன்றையும் குறிப்பெடுத்து வைத்துக் கொள்வது எனது வாடிக்கை. அந்தப் பழக்கம் இப்போது எனக்குக் கை கொடுத்தது. இதன் காரணமாகத்தான் முதலாளி கேட்ட தகவல்களை உடனடியாக என்னால் கொடுக்க முடிந்தது.

அவர் மனதில் என்ன நினைத்தாரோ, தனித்தனித் தீவுகளாக இருந்த ஒவ்வொரு துறைக்கும் உண்டான கணக்கு வழக்குகளையும் என்னை எடுத்து தரச் சொன்னார். வாரத்தில் மூன்று நாள்கள் குறிப்பிட்ட நேரம் ஒதுக்கி அவரைப் பார்க்க அனுமதித்த போது, உள்ளே மகிழ்ச்சியாக இருந்தாலும், 'நிச்சயம் இந்தப் பதவி நம்மைக் காவு வாங்கப் போகிறது, நாம் எதற்கும் தயாராக இருக்க வேண்டும்' என்பதை மனதில் குறித்து வைத்துக் கொண்டேன்.

காரணம், அந்த நிறுவனத்தில் பயன்படுத்திக் கொண்டிருந்த கணினிகளில், துணி சார்ந்த கணக்கு என்ற பெயரில் எல்லாவற்றையும் நிரப்பி வைத்திருந்தார்களே தவிர, அனைத்தும் தீர்க்க முடியாத வழக்காகவே இருந்தது.

எல்லா இடங்களிலும் விடுபட்டுப் போயிருந்த இடங்கள் அதிகமாக இருந்தன. ஆயிரம் கிலோ நூல் உள்ளே வந்திருந்தால், அது வண்ணத் துணியாக மாறி, வந்தபோது நூறு கிலோ காணாமல் போய் இருந்தது. அதற்கான காரணங்களைத் துழாவும் போது, அடுத்தடுத்த ஒப்பந்தங்கள் உள்ளே வந்துகொண்டிருக்க, நிர்வாகம் அதன்பின் ஓடிக்கொண்டே இருக்க, மூன்று மாதங்களில் மூவாயிரம் கிலோ நூலுக்குக் கணக்கே இல்லை!

உள்ளே பணிபுரிந்தவர்களில் முதலாளியின் உறவுக் கூட்டம் ஒரு பக்கம், நிறுவனம் தொடங்கியது முதல் இருந்தவர்கள் மறு பக்கம். இவர்கள் அத்தனை பேர்களும் முதலாளியின் 'நம்பிக்கைக்குப் பாத்திரமானவர்கள்'. முதலாளியால் தடாலடியாக எந்த முடிவும் எடுக்க முடியாமல் தடுமாறிக் கொண்டிருந்ததை என்னால் உணர முடிந்தது. மேலும் புதிதாக ஒருவர் தேர்ந்தெடுக்கப்பட்டு நிறுவனத்தின் உள்ளே வந்தார் என்றால், அவரால் தாக்குப் பிடிக்க முடியாமல் வெளியேறிவிட, மாதந்தோறும் புதிய நபர்கள் வந்துகொண்டே இருந்தார்கள். உள்ளே பணியில் இருந்த பழைய நபர்கள் வைத்ததே சட்டம் என்கிற நிலையில் நிர்வாகம் நடந்து கொண்டிருந்தது.

முதலாளி பழைய நபர்களைச் சார்ந்தே இருக்க வேண்டிய நிலையில் இருந்தார். நான் மட்டும் விதிவிலக்காக மூன்றாவது மாதம் வரைக்கும் தாக்குப்பிடித்து நின்றேன். அதுவே உள்ளே இருந்த பலருக்கும் பெரிய எரிச்சலை உருவாக்கிக் கொண்டிருந்தது. இப்போது முதலாளி புதிய பொறுப்பை, அதுவும் அவருடைய நேரிடையான கட்டுப்பாட்டில் என்னைக் கொண்டு வந்து நிறுத்த, திருடனுக்குத் தேள் கொட்டியது போலப் பலருக்கும் நடுக்கத்தை உருவாக்கத் தொடங்கியது.

காரணம் முதலாளி என்னிடம் வழங்கிய வேலை, அங்கே இருந்த பலருக்கும் சம்பளம் தவிர்த்துப் பலவிதங்களில் வருமானத்தை அளித்துக் கொண்டிருந்தது. எனக்கு அரசல்புரசலாக இது குறித்துத் தெரிந்த போதிலும், இது குறித்து நாம் ஏன் அக்கறைப்பட வேண்டும் என்ற எண்ணத்தில், காதில் விழுந்த செய்திகளை எவருடனும் பகிர்ந்து கொள்ளாமல் எனக்குள்ளேயே வைத்திருந்தேன்.

ரகசியம் என்பது நம்முடன் இருக்கும் வரையில் மட்டுமே. அடுத்து ஒருவரிடம் அது குறித்துப் பேசி விட்டால், அதற்குப் பெயர் ரகசியம் அல்ல. செய்தியாக மாறிவிடும். பலசமயம் வதந்தியாக மாறி, பல விபரீதங்களை நம்மிடமே கொண்டு வந்து சேர்த்துவிடும்.

தொடக்கத்திலேயே முதலாளியிடம் எனக்கு உதவியாளர் தேவையில்லை என்று சொல்லிவிட்டேன். அதற்குக் காரணமும் உண்டு. உள்ளே இருந்த பெரும்பாலான அத்தனை பெண்களும் பதினெட்டு வயதுக்கு அருகே இருந்தார்கள். எனக்கு வழங்கப்பட்ட பொறுப்பில் ஒரு பெண்ணைக் கொண்டு வந்து உட்கார வைத்தால், அதுவும் உள்ளே இருக்கும் மற்றவர்களுடன் பழகியவராக இருக்கும்பட்சத்தில், எந்தத் தகவல் எப்போது யாருக்குப் போய்ச் சேருமோ என்ற கவலை எனக்கு. மேலும், பெண் என்பதால் உருவாக வாய்ப்புள்ள பிரச்சினைகளின் காரணமாக, எனக்கு உதவியாளரே தேவையில்லை என்று தவிர்த்து விட்டேன்.

இந்த இடத்தில் ஆயத்த ஆடை உலகத்தில் முக்கியப் பங்கு வகிக்கும் நூல் உலகத்தைப் பற்றி நாம் பேசியாக வேண்டும்.

நூலை ஆங்கிலத்தில் YARN என்கிறார்கள். ஆனால் இந்தத் துறையில் நூல் விஷயத்தைச் சரியான முறையில் கையாளத் தெரியாவிட்டால், அது, ஒவ்வொரு முதலாளியையும்

தெருவில் கொண்டு வந்து நிறுத்திவிடும். காரணம் நூல்தான் இந்தத் தொழிலுக்கும் ஆதாரம். அதுவேதான் அஸ்திவாரம்.

ஒவ்வொரு நிறுவனத்திலும் நூல் வாங்கும் பொறுப்பு முதலாளி கையில் மட்டுமே இருக்கும். காரணம் ஒரே சமயத்தில் பல கோடிகளை ஒரே நாளில் கொடுத்து வாங்க வேண்டும்.

கடன் கேட்டாலும் முதலாளியின் நம்பகத்தன்மையைப் பொறுத்து நூற்பாலைகள் கொடுக்கும் நிலையில் இருப்பார்கள். மாதம் ஒருநாள், பல சமயம் வாரம் ஒருநாள், இரண்டு மூன்று கோடிகளுக்கு நூல் வாங்க வேண்டியதாக இருக்கும். இதுபோன்ற நிலையில் அறிமுகம் இல்லாதவர்களின் கையில் நூல் வாங்கும் பொறுப்பைக் கொடுத்து விட்டால், மிகப் பெரிய பஞ்சாயத்து உருவாக வாய்ப்பு அதிகம். தரமற்ற நூல்களை கமிஷனுக்காக வாங்கிவிட்டுக் கடைசியில் நிறுவனத்தைத் தெருவில் நிறுத்தி விடுவார்கள். இதை மனதில்கொண்டே எந்த முதலாளியும் நூல் வாங்கும் பொறுப்பை வேறு எவர் கையிலும் கொடுப்பதில்லை. இந்த மில் நூல் இத்தனை பைகள் வருகின்றன என்று தனக்குக் கீழே உள்ள ஃபேப்ரிக் டிபார்ட்மெண்ட் கையில் கொடுத்து விடுவார்கள். அவ்வளவுதான். இதுபோன்ற தனித்தனித் துறைகள் என்பதை 15 வருடங்களுக்கு முன்பு நினைத்தே பார்க்கவே முடியாது.

கடந்த சில வருடங்களில் திருப்பூரில் உள்ள ஆயத்த ஆடை நிறுவனங்களில் உருவாக்கப்பட்ட நிர்வாக அமைப்புகளில் பல மாறுதல்கள் உருவாகியுள்ளன. ஒவ்வொரு துறைக்கும் தனியான ஆட்கள், இணைய வசதிகளுடன் தனித்தனி கணினிகள். கூடவே ஆள், அம்பு, சேனைகள் மற்றும் அவரவர் வைத்திருக்கும் வாகனத்திற்குப் பெட்ரோல் என்று பலவிதமான வசதிகளை முதலாளிகள் உருவாக்கிக் கொடுத்திருக்கிறார்கள். 15 வருடங்களுக்கு முன்னால் ஒரே நபர்தான் அனைத்து வேலைகளையும் பார்க்க வேண்டும்.

கணக்குப்புள்ள அல்லது சூப்ரவைசர் என்ற வார்த்தைக்குள் அவரது பதவி அடங்கிவிடும். ஆனால் இன்று எல்லாமே மாறிவிட்டது. இந்தத் துறையைப் பற்றி எதுவும் தெரியாமல் உள்ளே நுழைபவர், பேசத் தொடங்கும் போதே என் சம்பளம் என்ன என்று கேட்கும் அளவிற்கு ஒவ்வொருவரின் மனோபாவமும் மாறியுள்ளது.

என்னைப் போலப் படிப்படியான உழைப்புடன் கூடிய வளர்ச்சியை இன்றைய சூழ்நிலையில் எவரிடமும் எதிர்பார்க்க முடியாது. மூன்று மாதங்கள் மட்டுமே பணிபுரிந்து விட்டு, நான்காவது மாதம் அடுத்த நிறுவனத்தில் நுழைந்து, தான் கற்று வைத்துள்ள அரைகுறை அறிவுடன் ஆங்கில அறிவையும் வைத்து, மாதம் இருபதாயிரம் சம்பளம் வாங்கிக் கொண்டிருக்கும் பலரையும் எனக்குத் தெரியும். இந்த நிறுவனத்திலும் இதைப் போலப் பலர் இருந்தனர்.

துணித்துறையில் இருந்தவனும் துணி சார்ந்த அறிவில் முன்னனுபவம் எதுவும் இல்லாதவனாகத்தான் இருந்தான். அவனுடன் உரையாடிய போதே என்னால் அதை உணர்ந்து கொள்ள முடிந்தது.

துணி சார்ந்த விஷயங்களில் அனுபவம் இல்லாத போதும், 'மற்ற அத்தனை விஷயங்களிலும்' பழம் தின்று கொட்டை போட்டவன் மட்டுமல்ல, கொட்டையையும் மென்று தின்று துப்பக்கூடியவன் என்பதை அடுத்த இரண்டு நாள்களில் புரிந்து கொண்டேன்.

நான் அந்த நிறுவனத்தில் நுழைந்தபோது எதிர்பார்த்துச் சென்ற பதவிக்கும் எனக்கு வழங்கப்பட்ட பதவிக்கும் சம்பந்தமே இல்லை. 'இவருக்குக் கீழே நீங்கள் மூன்று மாதங்கள் பணியாற்ற வேண்டும்' என்று ஒருவரை என்னிடம் சுட்டிக் காட்டினார்கள். அவரைத்தான் சீனியர் என்றார்கள். என்னைப் போல ஏழெட்டுப் பேர்கள் ஏற்கெனவே அவருக்குக் கீழே பணியாற்றிக் கொண்டிருந்தார்கள்.

பெரும்பாலும் கூட்டத்தோடு கோவிந்தா என்கிற நிலையில்தான் உள்ளே இருந்த பணிச்சூழல் இருந்தது. எவர் என்ன வேலை பார்க்கிறார்கள் என்பதைப் புரிந்துகொள்வதே கடினமாக இருந்தது. கடினமான சூழ்நிலைகள் நம்மை நமக்கே அடையாளம் காட்டும். நம்மிடம் உள்ள தகுதிகளை அதுவே இனம் பிரித்துக் காட்டிவிடும். அப்படித்தான் இந்த வாய்ப்பு எனக்கு அமைந்து.

ஆனால் இந்த நிறுவனத்தில் அஸ்திவாரம் செங்கரையான்களால் சூழப்பட்டிருந்தது. அங்கே என் வேட்டை தொடங்கியது. பலரின் விளையாட்டும் வெளியே தெரிய வந்தது. வேட்டையாடு விளையாடு என்று என் பொழுதுகள் கழியத் தொடங்கின.

ஃபேப்ரிக் மேனேஜர் என்ற பொறுப்பில் இருந்தவனின் மிரட்டலை மீறி, பழைய டெலிவரி சலான் ஒவ்வொன்றையும்

நோண்டிக்கொண்டே செல்ல, பல புதிர்கள் அவிழத் தொடங்கின.

அதன் விளைவு, நள்ளிரவில் அலைபேசியில் எனக்குக் கொலை மிரட்டல் வந்தது.

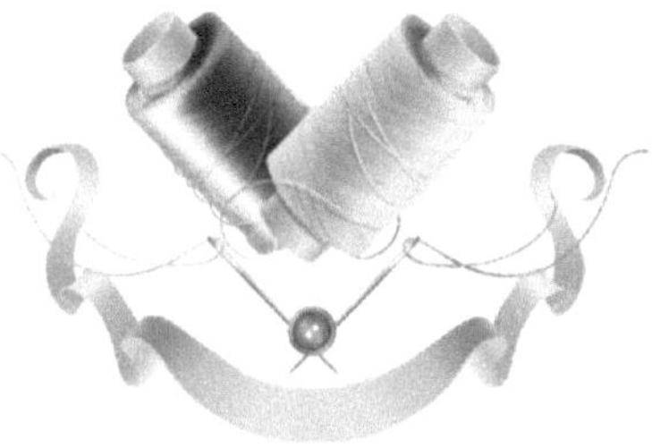

10

நேர்மையே உன் விலை என்ன?

மூன்று நாள்களாக நள்ளிரவு வரைக்கும் அலைபேசியில் தொடர்ச்சியாக மிரட்டல்கள் வந்துகொண்டே இருந்தன. புதிய எண்கள். புதிய குரல்கள். ஆனால் சொல்லி வைத்தாற் போல் வசைமாறிப் பொழிந்து தள்ளிக்கொண்டே இருந்தார்கள்.

நீங்கள் மிரட்டப்பட்டவரா? அல்லது மிரட்டியவரா? இரண்டு இடத்திலும் கொஞ்சம்தான் வித்தியாசம் இருக்கும்.

ஒவ்வோர் இடத்திலும் மிரட்டுபவரைக் கவனித்துப் பாருங்கள். மனதளவில் கோழையாக, தன் உழைப்பை நம்பாமல், சூழ்நிலையைப் புரிந்துகொண்டு போட்டி போட முடியாமல், விரும்பாமல், போட்டிக்கான தன் தகுதியை வளர்த்துக் கொள்ள முடியாத அத்தனை பேர்களும் மிரட்டும் நபர்களாகத்தான் வாழ்ந்து கொண்டிருக்கிறார்கள். அவர்கள் பார்வையில் திறமைசாலிகள் அத்தனை பேர்களும் எதிரிகளாகத்தான் தெரிவார்கள். இதுதான் சமூக நியதியாக உள்ளது.

வாழ்க்கை என்பது 'இப்படித்தான் வாழ வேண்டும்' என்று கட்டுப்பெட்டித்தனத்திற்குள் உங்களைப் பொருத்தி இருந்தால், இதுபோன்ற சமயங்களில் உங்கள் நிலைமை திண்டாட்டமாகத்தான் இருக்கும். அதுவே, 'என் வாழ்க்கை இப்படித்தான். எதையும் தாங்கும் இதயம் எனக்கு உண்டு' என்பவராயின்

இன்னும் கொஞ்சம் மேலே வந்து, படபடப்புக் குறைந்து, பக்குவமாக அதை அணுக முடியும்.

இதற்கு அடுத்த நிலை ஒன்றுண்டு. எப்பேற்பட்ட மோசமான குணாதிசயங்கள் கொண்டவருடன் பழகினாலும், தன் சுயபுத்தியை இழக்காமல், தன் நிலையை எந்தச் சூழ்நிலையிலும் கடைசி வரைக்கும் மாற்றிக் கொள்ளாமல், அனைத்தையும் வேடிக்கை பார்க்கும் மனோநிலையில் இருத்தல். நான் பலபடிகளைக் கடந்து இந்த நிலைக்குத்தான் இந்தச் சமயத்தில் வந்து சேர்ந்திருந்தேன்.

காரணம் அனுபவம். அனுபவமே ஆசான். அந்த அந்த நிலையில் கற்றதையும் பெற்றதையும் என் மனம் உள்வாங்கி இருந்தது. உள்வாங்கியதை மனம் மறக்க முடியாத அளவுக்கு அடுத்தடுத்த அனுபவங்கள் அதைப் பழக்கமாக மாற்றி இருந்தது.

நான் படித்த கல்லூரிப் படிப்பு வரைக்கும் ஊரில் அடித்துத் துவைத்து என்னை வளர்த்திருந்தார்கள். ஒழுக்க விதிகளை உள்ளே மருந்து போலப் புகுத்தி இருந்தார்கள். பல கசப்புகளைப் பொறுத்துக் கொண்டுதான் அப்பாவுடன் வாழ்ந்திருந்தேன்.

ஆனால் மொத்த கசப்பில் மீதி இருந்த வெறுப்பை, திருப்பூருக்குள் நுழைந்தவுடன் துப்பி விட்டேன். 'வானமே வாழ்க்கையின் எல்லை' என்பது போல, ஒவ்வோர் அனுபவமும் ஒன்றைக் கற்றுத் தந்தது. மனம் போன வாழ்க்கை மற்றும் நான் விரும்பிய வாழ்க்கை என்று எல்லா இடங்களுக்கும் சுற்றத் தொடங்கினேன். ஆனால் எந்த நிலையிலும் அடுத்தவன் காசுக்கு ஆசைப்படவில்லை.

உறுத்தல் ஒவ்வொரு நாளும் என்னுள் கூடிக்கொண்டே போனது. மனிதர்களின் உடல்நலம் மனநலத்தோடு சம்பந்தப்பட்டது. எனக்குள் உருவான உறுத்தல்கள், தினந்தோறும் என்னைத் தூங்க விடாமல் தொந்தரவு செய்ய ஆரம்பித்தன. தூக்கம் மறந்த இரவுகள் நாளுக்கு நாள் அதிகமாகத் தொடங்கின. மனம் விழித்துக் கொள்ளத் தொடங்கியது. நானும் விழித்துக் கொண்டேன். ஒழுக்க விதிகள் திசைகாட்டியாய் மாறத் தொடங்கின.

நீங்கள் சிறுவயதில் பெற்றோர்களிடம் இருந்து பழகிய பழக்கங்கள் உங்களைவிட்டு என்றும் அகலாது என்பதை நம்புகிறீர்களா? என்னதான் வாழும் சூழ்நிலைக்கேற்ப

உங்களை மாற்றிக் கொண்டாலும், உங்கள் குணாதிசயத்தின் அடிப்படைக் கட்டுமானமென்பது உங்கள் குடும்பத்திடம் இருந்த வந்ததாக இருக்கும் என்பதை உணர்கிறீர்களா? அடிப்படைக் கட்டுமானத்தை ஓரளவுக்கு மேல் உங்களால் மாற்றிவிட முடியாது என்பதை ஏற்கிறீர்களா? ஆம், என் அனுபவங்கள் இதைத்தான் எனக்குச் சுட்டிக் காட்டின. நானும் இதையேதான் நம்புகிறேன்.

நீங்கள் வாழ்ந்த குடும்பத்தை விட்டுத் தனியாக வந்து வேறொரு இடத்தில் வாழும்போது செய்யக்கூடிய அத்தனை தவறுகளையும் ஒருநாள் உணரத்தான் செய்வீர்கள். மற்றொன்று, உங்கள் குடும்பத்தோடு வாழ்ந்த முதல் இருபது வருட வாழ்க்கையில் நீங்கள் கற்றுக் கொண்ட நல்லதும் கெட்டதும் உங்களைச் சரியான முழு உருவமாக மாற்ற அடுத்த பத்து வருடங்கள் ஆகும். அப்படியும் மாறாவிட்டால் தவறு ஒன்றுமில்லை. சபிக்கப்பட்ட வாழ்க்கையை நீங்கள் விரும்பி தேர்ந்தெடுத்துள்ளீர்கள் என்று அர்த்தம்.

மிரட்டியே வளர்க்கப்பட்ட குழந்தைகள் சமூகத்தின் உள்ளே நுழையும்போது தலைகீழாக மாறி விடுகிறார்கள். மற்றவர்களை மிரட்டி வதைத்து இன்பம் காண்பவர்களாக இருந்து விடுகிறார்கள். குடும்பத்திற்குள் திருடிப் பழக்கமானவர்கள் மனதை எவ்வித ஒழுக்க விதிகளும் சஞ்சலப்படுத்துவதில்லை.

பத்து லட்சம் மோசடி செய்பவர்கள் தொடங்கிப் பல்லாயிரம் கோடி திருடுகிற அத்தனை 'ஒயிட் காலர்' கிரிமினல்களின் வண்டவாளங்களையும் நாம் தினந்தோறும் ஊடகங்களில் படித்துக் கொண்டும் பார்த்துக் கொண்டும் தானே இருக்கிறோம். அத்தனை பேர்களும் பணக்கார வாரிசுகளின் பிள்ளைகளாகத்தான் இருக்கிறார்கள். ஏதோவொரு விடுதியில் தங்கிப் படித்து, அப்பா, அம்மா, அண்ணன், தம்பி, அக்கா, தங்கை உறவு பற்றித் தெரியாதவர்களாகவும், வெளியுலகச் சமூகத்தில் உள்ள ஏற்றத்தாழ்வுகளைக் கண்டும் காணாமல் கடந்து போகக்கூடியவர்களாகவும் இருக்கிறார்கள்.

தனிநபர்களோ, மிக உயர்ந்த பொறுப்பில் உள்ளவர்களோ, அரசியல்வாதியோ, அதிகாரிகளோ, எவருக்காகவது, மோசடி வழக்கில் கைது செய்யப்பட்ட பின்பு, குற்ற உணர்ச்சி அவரவர் மனதில் குறுகுறுப்பை உருவாக்கும் என்றா நினைக்கின்றீர்கள்? பத்திரிகை ஆசிரியர் என்ற

பெயரில் இருந்துகொண்டு தர்மத்தை மீறிப் பகல் வேஷம் போட்டுக் கொண்டிருப்பவர்கள் முதல் பள்ளிக்கூட ஆசிரியர் வரைக்கும், சமூகத்தின் ஊற்றுக்கண்ணாக இருக்கும் அத்தனை பேர்களும், அவரவர் வளர்த்துக் கொண்ட கொள்கைகளும் கோட்பாடுகளும்தான், அவர்களின் தனிப்பட்ட குணாதிசயத்தை உருவாக்கக் காரணமாக உள்ளன. அவர்களின் ஆழ்மனதில் உள்ள வக்கிரங்கள் எழுத்தாக, வார்த்தையாக வந்து விழுகின்றன என்பதைக் கவனித்துப் பார்த்தால் புரியும்.

அவர்கள் வாழ்ந்து கொண்டிருக்கும் இரட்டை வாழ்க்கை சரியென்பதை அவர்களின் மனமும் நம்பத் தொடங்க, உள்ளே ஒரு வாழ்க்கை, வெளியே ஒரு வாழ்க்கை என்பதை எளிதாகக் கடைப்பிடித்துக் கொண்டிருக்கிறார்கள்.

இப்படித்தான் ஒரு தனிமனிதன் மூலம் மிகப் பெரிய சமூகக் கேடுகள் உருவாகி, மொத்தச் சமூகத்தையும் பாதிப்படையச் செய்கின்றன. இப்படிப்பட்ட நபர்கள்தான் ஒவ்வொரு தொழில் நிறுவனங்களிலும் உயர்ந்த பொறுப்பில் இருக்கும்போது, காலப்போக்கில் அந்த நிறுவனம் அழிந்து போய் விடுகிறது.

இங்குள்ள ஒவ்வோர் ஆயத்த ஆடை நிறுவனமும் அழிந்த கதைக்குப் பின்னால் யாரோ சிலர் மட்டுமே காரணமாக இருக்கிறார்கள். இன்று வரையிலும் இது தொடர்ந்து கொண்டும் இருக்கிறது. இதில் சம்பந்தப்பட்ட தனி நபர்களைப் பற்றியும் அவர்களின் தனிப்பட்ட பொருளாதார வளர்ச்சியையும் நன்றாகக் கவனித்த காரணத்தினால்தான் என்னால் உறுதியாக இதை இங்கே எழுத முடிகிறது.

எனக்கு மிரட்டல் விடக் காரணமாக இருந்தவன் வாங்கிக் கொண்டிருந்த சம்பளம் மாதம் இருபதாயிரம்தான். ஆனால் இதைப் போலப் பத்து மடங்கு மாதந்தோறும் சம்பாதித்துக் கொண்டிருந்தான்.

இந்த நிறுவனத்தில் மட்டும் நான்கு வருடமாகப் பணியாற்றிக் கொண்டிருக்கிறான். இந்த அளவுக்குச் சம்பாதித்தவன் எந்த அளவுக்குச் சொத்து சேர்த்திருப்பான் என்பதை உங்கள் யூகத்திற்கே விட்டு விடுகிறேன். இந்த வருமானத்தை யாரோ ஒருவன் கெடுக்க நினைக்கிறான் என்றால், அவனைச் சும்மா விட்டுவிட முடியுமா? அதுதான் என்னை நோக்கி மிரட்டல் அஸ்திரத்தைப் பலர் மூலம் ஏவத் தொடங்கினான்.

மிரட்டலை எதிர்கொள்வது என்பது ஒரு தனிக்கலை. அது உங்களுக்கு அனுபவத்தில் மட்டுமே கிடைக்கக் கூடும். எனக்கும் பட்ட பின்புதான் இந்த ஞானம் கிடைத்தது. சம்பந்தமே இல்லாமல் நமக்கு மேலே இருப்பவரிடம் திட்டு வாங்கும் போது, முதலில் குழப்பமும், தொடர்ந்து வெறுப்புடன் ஆத்திரமும் வரும். இதுதான் ஆபத்தானது. எதிராளிகள் நம் கோபத்தைத்தான் எதிர்பார்த்துக் காத்திருப்பார்கள். நாம் கோபப்பட அவனுக்கு இலகுவாகிவிடும்.

நம் மேல் மேலும் மேலும் வன்மத்தை வார்த்தைகளாகத் துப்ப, நாம் நம் சுய கட்டுப்பாட்டை இழந்து விடுவோம். என்ன பேசுகிறோம் என்று தெரியாமல் பேச ஆரம்பிப்போம். தடுமாற்றத்துடன் வார்த்தைகள் வந்து விழும். அதற்காகவே காத்திருந்தவர்கள் விரித்த வலைக்குள் நாம் சிக்கிக் கொள்வோம்.

ஆனாலும், ஒவ்வொரு நாளும் சொல்லி வைத்தாற் போல அலைபேசி அழைப்புகள் நள்ளிரவில் வந்த போதும், நான் தூக்கக் கலக்கத்தில் இருந்தாலும் கவனமாகவே கையாண்டேன். ஒவ்வொருவரும் பலவிதமாகப் பேசி இறுதியில் உயிர் பயத்தைத்தான் காட்டினார்கள்.

'ரோட்டில் அடிபட்டு செத்துக் கிடப்பாய்' என்றார்கள். 'பிழைக்க வந்த ஊரில் உன் பிடிவாதத்தை மாற்றிக் கொள்' என்று அறிவுறுத்தினார்கள். சிரித்துக்கொண்டே 'இரவு நேரத்தில் அழைத்துப் பேசுறீங்களே? காலையில் அலுவலகத்திற்கு வாங்களேன்' என்றால் தொடர்பு துண்டிக்கப்பட்டுவிடும்.

மனிதர்கள் நேர்மையாக வாழ்வது என்பது அவர்களின் தனிப்பட்ட பிடிவாதமல்ல. சிறு வயது முதல் வாழும் சூழ்நிலையில் இயல்பாக அவரவர் குடும்பம் உருவாக்கும் ஒரு பழக்கம். இடது கை, வலது கை போல இது நம் உடம்போடு ஒட்டியுள்ள ஒருவிதமான நம்பிக்கை.

சில அதிகாரிகள் பணி ஓய்வு வரைக்கும் தங்கள் கொள்கையை மாற்றிக் கொண்டதே இல்லை என்பதை யோசித்துப் பாருங்கள். எதனால் அப்படி வாழ்ந்தார்கள் என்று தற்போதைய சமூகப் போக்கில் உங்களால் யோசிக்க முடிகிறதா? வாழ்க்கையைப் புரிந்துகொண்டு வாழ்பவர்களுக்குக் கொள்கையில் சமரசம் என்பதே இருக்காது.

சமரசம் செய்துகொண்டு வாழ்பவர்கள் அத்தனை பேர்களிடமும் பணம் வந்து விழுந்து கொண்டேதான் இருக்கிறது. ஆனால் தவறான வழியில் சம்பாதிப்பவர்கள் பொருள் ஈட்டுவதில் ஆர்வத்துடன் இருக்கிறார்களே தவிர, அதை வைத்துச் சுகமாய் வாழும் கலையைக் கற்றுக் கொள்வதில்லை என்பதுதான் ஆச்சரியமாக உள்ளது. நேர்மையற்ற வழியில் சம்பாதிக்க முயலும்போது தொடங்கும் பயம், அடுத்தடுத்து அதிகமாகிக் கொண்டேதான் இருக்கிறது.

பணத்தை மேலும் மேலும் பெருக்குவதில் தொடங்கிக் கடைசி வரைக்கும் அதைக் கட்டிக் காப்பது வரை, ஒவ்வோர் இடத்திலும் பயம்தான் பிரதானமாகவே உள்ளது. இந்த அதிகப்படியான அழுத்தம் மூளையைத் தாக்குகிறது. ஒரு நிலையில் மனம் உடம்பைத் தாக்க, கடைசியில் உச்சி முதல் பாதம் வரைக்கும் நோயே வாழ்க்கை. இறுதியில் கேழ்வரகுக் கஞ்சி ருசிதான் மிஞ்சுகிறது.

கணக்கில் அடங்கா நோய்கள் உடம்புக்குள் வர, வைக்கோல் போரைக் காத்திருந்த நாய் போலச் சொத்துகளைச் சேர்த்து வைத்துவிட்டு இறந்து போய்விடுகிறார்கள். கடைசியில் சொத்தைப் பங்கு போட பங்காளி என்ற பெயரில் வந்து விடுகிறார்கள்.

எனக்கு நேர்மை என்ற வார்த்தைக்கெல்லாம் முழுமையான அர்த்தம் தெரியாது. நேர்மையாகத்தான் வாழ்வேன் என்ற பிடிவாதம் கூட இல்லை. ஆனால் இன்றைய தினப் பொழுதின் கடமை என்ன என்பதாகத்தான் இந்த வாழ்க்கையைப் பார்க்கிறேன். யாரோ ஒருவரிடம் மாதச்சம்பளம் பெறுகிறோம். அவர் நல்லவரா கெட்டவரா போன்ற ஆராய்ச்சிகளை விட, அவரிடம் வாங்கும் பணத்திற்கு 'என் கடமையைச் செய்துவிட வேண்டும்' என்பதில் குறியாக இருந்தேன்.

ஒவ்வொரு நிறுவனமாக மாறும்போது நான் கவனித்து வந்த மற்றொரு விஷயம், ஒவ்வோர் இடத்திலும் திருடிப் பிழைப்பவர்களின் மனோபாவத்தால் அந்த நிறுவனம் அழிந்து போவது.

ஒரு நிறுவனத்தை அழிப்பது, வளர்ந்த காடு ஒன்றை அழிப்பதற்குச் சமம். ஒரு காடு அழிக்கப்படும்போது முதலில் பாதிக்கப்படுவது அங்கே உள்ள பல்லுயிர்ப் பெருக்கமே. உயிருள்ள மற்றும் உயிரற்ற பலவும் பாதிப்படைவதை நீங்கள் பாடங்களில் படித்திருக்கக்கூடும். அழிந்த காட்டின்

சமநிலை மாறும். அதன் பாதிப்புகள் அடுத்தடுத்து வெவ்வேறு நிலைகளில் நிகழும்.

திருப்பூரில் உள்ள நிறுவனங்கள் அழிபடுவதை நான் அப்படித்தான் பார்க்கிறேன்.

ஓர் ஆயத்த ஆடை நிறுவனம் லாப நோக்கில் செயல்படுகிறது, சுற்றுப்புறத்தை நாசம் செய்கிறது, மனிதர்களை அடிமையாக நடத்துகிறது என்று எத்தனை குற்றச்சாட்டுகளை வைத்தாலும், ஒவ்வொரு நிறுவனமும் ஆயிரக்கணக்கான நபர்களின் குடும்ப வாழ்க்கையோடு சம்பந்தப்பட்டு உள்ளது என்பதை மறுக்க முடியாது. இதனால் நான் தவறுகளைச் சரி ஏற்கிறேன் என்பதல்ல, நிச்சயம் எதிர்க்கிறேன். இதில் இரண்டாம் கருத்தே கிடையாது. அதே சமயம் யதார்த்தத்தையும் யோசிக்கச் சொல்கிறேன்.

தமிழ்நாட்டில் உள்ள பல மாவட்டங்களுடன் திருப்பூர் பலவிதங்களில் தொடர்பு கொண்டிருக்கிறது. குறிப்பாக தர்மபுரி, திருவண்ணாமலை, பெரம்பலூர், திருச்சி, தஞ்சாவூர், சிவகங்கை, இராமநாதபுரம், மதுரை போன்ற ஏழு மாவட்டங்களில் உள்ள அடித்தட்டு மற்றும் நடுத்தர மக்களின் காமதேனுப் பசுவாக விளங்கிக் கொண்டிருப்பது திருப்பூரே.

ஒடுக்கப்பட்ட மக்கள், வாழ வசதியில்லாதவர்கள், இனி இங்கே வாழவே முடியாது என்ற நிலையில் வாழ்பவர்கள், கணவனை இழந்து வாழும் பெண்கள், மனைவியுடன் சண்டை போட்டுக்கொண்டு வீட்டை விட்டுக் கிளம்பிய புண்ணியவான்கள், தம்பி தங்கைகளைப் படிக்க வேண்டிய கடமையில் உள்ளவர்கள், பள்ளிப் படிப்பை முடித்துவிட்டு மேற்கொண்டு படிக்க வசதியில்லாமல் தவிப்பவர்கள், கல்லூரிப் படிப்புகளை முடித்துவிட்டு கலங்கரை விளக்கத்தைத் தேடிக் கொண்டிருக்கும் இளைஞர்கள் என்று மிகப் பெரிய பல்லுயிர்ப் பெருக்கத்திற்கு திருப்பூர்தான் கடந்த இருபது ஆண்டுகளாக உதவிக் கொண்டிருக்கிறது.

இந்தச் சமயத்தில் நம் அரசுகள் என்ன செய்து கொண்டிருக்கின்றன என்ற கேள்வி உங்கள் மனதில் எழ வேண்டுமே? இந்திய அரசாங்கம் என்பதும் இந்தியாவின் ஜனநாயகம் என்பதும் ஒரு விதமான பாவனை போன்றது.

நம்முடைய இந்த அமைப்பு, இந்திய ஜனத் தொகையில் ஒரு கோடி மக்களுக்காக மட்டுமே செயல்பட்டுக்

கொண்டிருக்கிறது. அவர்கள் சுகமான வாழ்க்கை வாழ அனைத்து வகையிலும் உதவிக் கொண்டிருக்கிறது. அரசியலின் வேறொரு புறத்தை உணர்ந்தவர்களுக்கு இது தெரியும்தானே?

எந்த அதிகார வர்க்கத்தினர் தனிப்பட்ட நபர்களின் குடும்ப வாழ்க்கையில் ஒளிவிளக்கை ஏற்றியுள்ளனர்? மேலை நாடுகள் போலத் தனிமனிதர்களின் மனித உரிமைகளைப் பற்றிக் கவலைப்படுகின்றனர்? அரசாங்கம் கொடுத்தே தீரவேண்டிய கல்வி, பொதுச் சுகாதாரம், அடிப்படைக் கட்டுமானம் போன்றவை கூட இங்கே இன்னமும் முழுமையாக நிறைவேற்றப்படவில்லை என்பதை மறுக்க முடியுமா?

திருப்பூர் போன்ற தொழில் நகரங்கள் இந்த வேலையைச் செய்து கொண்டிருக்கின்றன. இங்கே காலந்தோறும் ஒவ்வொரு தனிமனிதர்களும் குட்டிக்கரணம் போட்டுத் தங்கள் வாழ்க்கையை நடத்திக் கொண்டிருக்கிறார்கள். இவர்கள் கட்டும் வரிப்பணத்தைத்தான் பன்னாட்டு நிறுவனங்களுக்கு வரிச்சலுகை என்ற பெயரில் ஆட்சியாளர்கள் வாரி வழங்கிக் கொண்டிருக்கிறார்கள்.

சாதாரண மக்கள் வங்கியில் போடும் சேமிப்பைத் தூக்கிப் பெரு நிறுவனங்களுக்கு வழங்கிவிட்டு, வருடந்தோறும் வராக்கடனில் கொண்டு போய் நிறுத்துகிறார்கள்.

மொத்தத்தில் திருப்பூர், சிவகாசி, நாமக்கல், ஈரோடு, கரூர் போன்ற தொழில் நகரங்கள், தமிழ்நாட்டு மக்கள் மட்டுமல்ல, இந்தியாவில் உள்ள அனைத்து மாநிலங்களில் வாழும் பல கோடி மக்களும் தங்கள் அடிப்படை வாழ்க்கையை வாழ உதவுகின்றன என்பது மறுக்க முடியாத உண்மை.

மேலே நான் குறிப்பிட்டுள்ள ஏழு மாவட்டங்களில் திருப்பூருக்குள் நுழைந்து சாதாரணக் கூலித் தொழிலாளிகளாக வாழ்ந்தவர்களின் வாழ்க்கையைப் பற்றி, அவரவர்கள் குடும்பத்திற்கு அவர்கள் செய்த மகத்தான அர்ப்பணிப்பைப் பற்றி, அடுத்தடுத்து வரும் அத்தியாயங்களில் உங்களுக்குப் புரிய வைக்கிறேன்.

இப்போது ஒவ்வொரு நிறுவனத்திலும் இருக்கும் தனிப்பட்ட சில நபர்கள் செய்யும் தவறான செயல்பாடுகளின் காரணமாக அந்த நிறுவனம் எப்படி அழிந்து விடுகிறது என்பதைப் பார்ப்போம்.

நீங்கள் காணும் எந்தத் துறை என்றாலும் PURCHASE DEPARTMENT என்று தனியாக ஒரு பிரிவு இருக்கும். அதில் PURCHASE MANAGER என்ற பதவியும் அவருக்கு எடுபிடியாகப் பலரும் இருப்பார்கள்.

ஒரு நிறுவனத்தில் புதிதாக ஓர் ஒப்பந்தம் உள்ளே வரும்போது மாதிரி உடைகளை பேட்டன் மாஸ்டர் தைத்துப் பார்த்துத் தனது பணியைத் தொடங்குவார். அந்த நிறுவனத்தில் பயன்படுத்தப்பட்ட பல விதமான பழைய துணிகள் இருக்கும்.

சிலர் வெளியே இருந்துதான் துணி வாங்க வேண்டும் என்று சொல்லி ஐந்து கிலோ வாங்கிவிட்டு பத்து கிலோ துணிக்கான பணத்தை லவட்டுவார்கள். இதைப் போல, உள்ளே ஏற்கெனவே தைத்த பலதரப்பட்ட ஆடைகளுக்குப் பயன்படுத்திய நூல் கண்டுகள் (STITCHING THREAD) இருக்கும். பேட்டன் மாஸ்டர் தான் எடுத்த நிறத் துணிகளுக்கு ஏற்பத் தைக்கும் நூலைத் தனக்குக் கீழே இருக்கும் நபரிடம் சொல்ல, அவர் இந்த நிற நூல்கள் நம்மிடம் இல்லை, வெளியே இருந்துதான் வாங்க வேண்டும் என்று சொல்வார்.

SAMPLE DEPARTMENT எதைக் கேட்டாலும் நிறுவனத்தின் காசாளர் உடனே பணத்தை எடுத்துக் கொடுக்க வேண்டும் என்பது இங்கே உள்ள நிறுவனங்களில் எழுதப்படாத விதி. சிறிய நிறுவனங்களில் ஒவ்வொரு பணம் சார்ந்த செயல்பாடும் முதலாளியின் பார்வைக்குச் செல்லும். அவரது அனுமதி கிடைத்த பின்பே, பணம் கிடைக்கும்.

பெரிய நிறுவனங்களில் அதற்கென்று இருக்கும் நபர்களிடம் அனுமதி பெற வேண்டும். ஆனால் எப்பேற்பட்ட நிறுவனமாக இருந்தாலும் சாம்பிள் பீஸ் தைக்கிறார்கள் என்றால், அதற்கு எந்த வகையில் பணம் தேவைப்பட்டாலும், உடனே வழங்க வேண்டும். காரணம், கால தாமதம் தவிர்க்கப்பட வேண்டும் என்பதால், SAMPLE DEPARTMENT என்பது மத்திய அரசின் கட்டுப்பாட்டின் கீழே செயல்படும் யூனியன் பிரதேசம் போலச் சிறப்பு அதிகாரங்களுடன் இருக்கும்.

இதுபோன்ற வசதிகள் உள்ள இந்த சாம்பிள் பீஸ்கள் தயாரிக்கும் துறை, ஊழலின் முதல் புள்ளியைத் தொடங்கி வைக்கும்.

பில் என்ற பெயரில் சில சமயம் துண்டுச் சீட்டுக் கொடுக்கப்படும். குறிப்பிட்ட மாதிரி ஆயத்த ஆடை உருவாக்க, பட்டன் தொடங்கி ஒவ்வோர் இடத்திற்கும் நகர்ந்து வரும்.

ஏற்கெனவே நாம் பேசி இருந்தோமே PRODUCTION FOLLOW UPS என்றொரு பதவியைப் போல, SAMPLE FOLLOW UPS என்பதற்காக இங்கே மற்றொரு நபர் இருப்பார். ஒவ்வோர் இடத்திற்கும் கொண்டு செல்பவர், பணம் பார்க்க வாய்ப்புள்ள அத்தனை இடங்களிலும் பேசி வைத்திருப்பார்.

இந்த ஆடைகள் அடுத்த மாதம் பத்தாயிரம் பீஸ் வரப் போகிறது என்று அங்கே சொல்லிவிட, அவரும் ஆர்வமாக இலவசமாகச் செய்து கொடுத்து விடுவார். ஆனால் அங்கே சாம்பிள் பீஸ் காஜா பட்டன் அடித்தேன், எம்பிராய்ட்ரி அடித்தேன், ஒவ்வோர் இடத்திலும் பணம் கொடுத்து வாங்கினேன் என்று கணக்குக் காட்டப்படும்.

இவையெல்லாம் நூறு இருநூறு சமாசாரம். ஆனால் ஒரு நிறுவனத்தின் துணித்துறை என்பது தமிழக அரசின் பொதுப்பணித்துறை போன்றது. தொட்ட இடங்களில் எல்லாம் பணம் கொட்டக் கூடியது.

நிட்டிங் என்று சொல்லப்படுகிற அறவு இயந்திரம், துணியை வண்ணமாக்கச் சாயப்பட்டறை என்று தொடங்கி ஒவ்வோர் இடத்திலும் கிலோ ஒன்றுக்கு ஒரு ரூபாய் கமிஷன் வைத்துக் கொண்டாலும், அந்த அந்த துறைக்குப் பொறுப்பாக உள்ளவர்கள் மாதந்தோறும் ஐம்பதாயிரத்திற்குக் குறையாமல் சம்பாதிப்பார்கள். இன்று வரையிலும் முதலாளியைவிட செழுமையாக இங்கே பலரும் வாழ்ந்து கொண்டிருக்கிறார்கள்.

ஆனால் கடந்த நாலைந்து வருடமாக மற்றொரு கலாசாரத்தை இங்கே பார்க்கிறேன்.

வெளியே இருந்து அழைத்து வரப்படுகிற ஒப்பந்தக் கூலியிடம் தனிப்பட்ட ஆதாயம் பார்ப்பவர்கள் அதிகமாகிக்கொண்டே இருக்கிறார்கள். கமிஷன், உள் கமிஷன் அதற்கு மேலும் உள்ளடி கமிஷன் என்று விரிந்து போய்க்கொண்டே இருக்கிறது. கடைசியில் உழைத்தவன் சக்கையை வாங்கிக்கொண்டு செல்ல வேண்டியதாக உள்ளது.

சமீபத்தில் ஒரு நிறுவன முதலாளி சொன்ன குற்றச்சாட்டு மொத்தத்திலும் வித்தியாசமானது.

அவரது நிறுவனத்தில் தினந்தோறும் கழிப்பறையைச் சுத்தம் செய்ய வருபவர்களின் ஷிஃப்ட் கணக்கில் ஒருவர் ஒரு வருடமாகப் புகுந்து விளையாடி உள்ளார். ஒரு நாளில் இரண்டு முறை வேலைக்கு வர வேண்டும் என்பது நிறுவன விதி. ஆனால் ஒரு நேரம் மட்டும் அவர்களை வரவழைத்து விட்டு, இரண்டு நேரமும் வந்தது போல ஷிஃப்ட் போட்டுக் காசு பார்த்துள்ளனர். இதனை அவர் ஒரு வருடமாகச் செய்துள்ளார் என்பதைச் சமீபத்தில்தான் கண்டுபிடித்தாராம்.

எனக்குத் தெரிந்த ஒரு பெரிய நிறுவனத்தில் பணியாற்றும் பர்சேஸ் மேனேஜர் கட்டியுள்ள வீட்டின் மதிப்பு இரண்டு கோடி ரூபாய். அவர் வாங்கும் சம்பளம் மாதந்தோறும் இருபதாயிரம் ரூபாய் மட்டுமே.

இதுபோன்ற மனிதர்களைப் பற்றி நீங்கள் என்ன சொல்ல முடியும்? சமூகத்தில் இவர்களை 'பிழைக்கத் தெரிந்த மனிதர்கள்' என்று வகைப்படுத்துகின்றனர்.

கூச்சம் ஏதுமில்லாமல் 'காசேதான் கடவுளடா' என்கிற ரீதியில் இருக்கும் பலரையும் எனக்குத் தெரியும். பல இடங்களில் முதலாளியின் சொந்தக்காரர்களைத்தான் பணம் புழங்கும் துறைகளில் வைத்திருப்பார்கள். அவர்கள் முதலாளியின் கூடப் பிறந்த தம்பியாக இருந்தாலும், சரி அல்லது மனைவி வகைச் சொந்தமாக இருந்தாலும் சரி, அவர்களும் முடிந்த வரைக்கும் புகுந்து விளையாடுபவர்களாகத்தான் இருக்கிறார்கள்.

சாதி மற்றும் உறவுப்பாசம் என்பது பலவற்றையும் சகித்துக் கொள்ள உதவுகிறது என்பதைப் பல அனுபவங்கள் வாயிலாகக் கண்டுள்ளேன்.

ஆனால் எனக்கு நெருக்கடி கொடுத்துக் கொண்டிருந்த ஃபேப்ரிக் மேனேஜர் இந்த நிறுவன முதலாளியின் சொந்தக்காரர் அல்ல. ஆனால் அவர் மச்சினர் சொந்தக்காரர் போல முதலாளியின் உள்வட்டத்தில் இருந்த காரணத்தால், இவன் செய்து கொண்டிருந்த எந்தத் தவறுகளையும் எவராலும் சுட்டிக்காட்ட முடியவில்லை என்பதை உணர்ந்து கொண்டேன்.

ஆயிரம் கிலோ நூல் வருகிறது என்றால் அவன் பேசி வைத்துள்ள அறவு இயந்திரங்கள் உள்ள நிறுவனத்திற்குச்

சென்றுவிடும். புதிய ஒப்பந்தங்கள் அடுத்தடுத்து வந்துகொண்டே இருக்க, மாதத்தில் ஓர் அறவு இயந்திர நிறுவனத்திற்குக் குறைந்தபட்சம் பத்தாயிரம் கிலோ அளவுக்கு நூல் சென்றுவிடும். இதே போல ஐந்து இடங்களுக்குச் செல்லும்போது ஐம்பதாயிரம் கிலோ சேர்ந்துவிடும். அறவு இயந்திரத்தில் ஓட்டப்படும் துணிக்குக் கூலியாகக் கிலோவுக்கு ஒன்பது ரூபாய் என்கிற ரீதியில் நிறுவனத்திற்கு பில் வரும். அந்த ஒன்பது ரூபாயில் இவனுக்கு உண்டான ஒரு ரூபாயைத் தனியாகக் கொடுத்து விடுவார்கள்.

ஒவ்வொரு பில்லும் பாஸ் ஆகும்போது ஒரு ரூபாய் கமிஷன் ஒவ்வோர் இடத்திலும் இருந்து வந்துவிடும். இதே போலத் துணியான பின்பு சாய்ப்பட்டறைக்குச் செல்லும். அங்கேயும் ஒரு கிலோவுக்கு ஒரு ரூபாய் முதல் நிறத்திற்குத் தகுந்தாற் போல ஐந்து ரூபாய் வரைக்கும் பேசி வைத்திருப்பான்.

அந்தத் தொகை முந்தைய தொகையைக் காட்டிலும் அதிகமாக இருக்கும். அடுத்த துறையான காம்பேக்ட்டிக் துறையிலும் ஐம்பது பைசா முதல் இது தொடங்கும். மொத்தத்தில் நூறு கோடி ரூபாய் வர்த்தகம் செய்யும் நிறுவனத்தில் இந்தத் துணித்துறையில் இருப்பவர்கள் மாதம்தோறும் குறைந்தபட்சம் ஒரு லட்சம் ரூபாயைத் தனியாகச் சம்பாதித்து விடுவார்கள்.

ஆயத்த ஆடைத் துறையில் உள்ள இந்தத் துணித்துறையைப் போல மற்றொரு பகுதி ACCESSORIES DEPARTMENT. இதுவும் பணம் கொழிக்கும் துறையாகும்.

ஓர் ஆயத்த ஆடை இறுதி வடிவம் பெற STITCHING THREAD. ZIP, BUTTONS, FOAM, CARTON BOX, POLY BAGS, TAPES என்று பலதரப்பட்ட சமாசாரங்கள் தேவைப்படுகின்றன. இதுபோன்ற பொருள்களை வாங்கிக் கொடுக்க வேண்டிய பொறுப்பில் இந்தத் துறையின் மேனேஜர் இருப்பார்.

எல்லா இடங்களிலும் சமய சந்தர்ப்பத்திற்கேற்ப கமிஷன் வைக்க, அதுவும் பெரியதொகையாக மாறிக் கூரையைப் பிய்த்துக் கொட்டிக் கொண்டிருக்கும்.

எனக்கு திருப்பூருக்குள் நுழைந்த முதல் ஐந்து வருடங்களில் இதுபோன்ற ஒவ்வொரு செயல்பாட்டையும் பார்த்துக்கொண்டே வந்தபோது, முதலில் பயம் வந்தது. பிறகு படபடப்பு உருவாக்கியது. இதன் ஒவ்வொன்றுக்கும் பின்னால் உள்ள அரசியலும் புரிய ஆரம்பித்தது.

இதுபோன்று சம்பாதித்துக் கொண்டிருந்தவர்கள் அத்தனை பேர்களிடமும் ஒரு தனித்திறமை இருப்பதைக் கண்டுகொள்ள முடிந்தது. 'எந்த எல்லைக்கும் செல்லலாம்' என்கிற ரீதியில் அவர்களது மூளை எந்தச் சூழ்நிலையிலும் சுறுசுறுப்பாக இருந்ததைப் பார்த்தபோது, வாழ்வியலின் பல பரிணாமங்களை என்னால் புரிந்துகொள்ள முடிந்தது.

'தன் நலத்திற்க்காகச் சமூகக் கட்டுப்பாடுகள் தேவையில்லை' என்பதை ஒருவர் எனக்குச் சொல்லிப் புரிய வைத்தார். ஆனால் அவர் தன் மனைவியை முதலாளியிடம் தொடர்ச்சியாகத் தாரை வார்த்துக் கொண்டிருந்ததைப் பிறகுதான் புரிந்து கொண்டேன்.

உற்பத்திப் பிரிவில் இருப்பவர்கள் தாங்கள் செய்யும் கடமைகளைவிட, உள்ளே பணியாற்றிக் கொண்டிருக்கும் பெண்களில் யார் மேல் முதலாளி ஆசை வைத்துள்ளார் என்பதை அறிவதிலும், அவர் விருப்பத்தை நிறைவேற்றுவதில் கண்ணும் கருத்துமாக இருப்பதையும் பார்த்தபோது, மனித வாழ்க்கையின் ஒழுக்க விதிகள் ஓரக் கண்ணால் என்னைப் பார்த்துச் சிரித்தன.

இவற்றை எல்லாம் தாண்டி மனம் பக்குவமடைந்த நிலையில் இப்போது பணியாற்றிக் கொண்டிருந்த நிறுவனத்தில் இருந்தாலும், மனிதர்களின் ஆசைகள் குறித்து மட்டும் இடைவிடாத ஆராய்ச்சி என்னுள் ஓடிக்கொண்டே இருந்தது. காலத்தின் கோலம், நானே இங்கே ஆராய்ச்சியாளனாக மாறிப் போனேன். என் ஒவ்வோர் ஆராய்ச்சியின் முடிவிலும் பல லட்ச ரூபாய் பெறுமானமுள்ள திருட்டுத்தனங்கள் வெளி வரத் தொடங்கின.

இதன் காரணமாகப் பல எதிரிகளை ஒரே நாளில் பெறவும் முடிந்தது.

ஒரு தொடக்கம் என்றால் முடிவு என்று இருக்கத்தானே வேண்டும்? முதலாளி குறிப்பிட்ட நாள் ஒன்றைச் சொல்லி என்னைப் பார்க்க வரச் சொல்லி இருந்தார்.

பெரிய கோப்பு ஒன்றை உருவாக்கி இருந்தேன். ஒவ்வொரு ஒப்பந்தத்திற்கும் உண்டான கணக்கு வழக்குகள், விடுபட்ட தகவல்கள், அவை எதனால் விடுபட்டன, எங்கே தவறு நிகழ்ந்தது, தவற்றுக்கு யார் பொறுப்பு, அதன் மூலம் பலன் அடைந்தவர்களின் பட்டியல், அதில் சம்பந்தப்பட்ட நிறுவனங்கள் என்று ஒவ்வோர் இடத்திலும் தனித்தனியாகச் சுட்டிக் காட்டி இருந்தேன்.

இதைவிட மற்றொரு முக்கியமான சமாசாரத்தை அதில் சுட்டிக் காட்டி இருந்தேன். நேர்மையாகச் செயல்பட்டு நிறுவனத்தின் வளர்ச்சியில் அக்கறைகொண்டு செயல்பட்டவர்களை, எப்படி இவர்கள் காசுக்கு ஆசைப்பட்டுப் புறக்கணித்தார்கள் என்பதை, அந்த அந்த நிறுவனங்களை அழைத்துப் பேசி அவர்கள் தரப்பு வாதங்களையும் சிறு குறிப்பாக எழுதி வைத்திருந்தேன். அதில் நான் பேசிய நபர்களின் அலைபேசி எண்களையும் குறிப்பிட்டிருந்தேன்.

அன்று நான் முதலாளியிடம் கொடுத்த கோப்பு என்ன விளைவுகளை உருவாக்கும் என்பதில் நான் அக்கறை காட்டவில்லை. காரணம் நான் தங்கையின் திருமணத்திற்காக ஊருக்குச் செல்ல வேண்டிய அவசரத்தில் இருந்தேன். இதைப் பற்றி ஏற்கெனவே முதலாளியிடம் சொல்லி வைத்திருந்தேன். நான் பக்கத்தில் இல்லாவிட்டாலும் அந்தக் கோப்பு அனைத்து விவரங்களையும் எவருக்கும் தெள்ளத் தெளிவாக எடுத்துரைக்கும் வகையில் உருவாக்கி இருந்தேன்.

அனைத்தையும் கோர்த்து, ஒவ்வொரு ஒப்பந்தத்திலும் செய்யப்பட்ட கோல்மால்கள், வெளியே சென்று மீண்டும் உள்ளே வராத நூல்கள் எத்தனை கிலோ என்பதையும், உள்ளே வந்தது போல எழுதப்பட்டிருந்த கணக்கு வகைகள், தரமில்லாத துணி என்று நல்ல துணியை விற்றுத் தனியாக அடித்த கமிஷன்கள் போன்றவற்றையும் தெளிவாகச் சுட்டிக்காட்டி இருந்தேன். என் வேலை முடிந்தது. முதலாளியிடம் ஒப்படைத்துவிட்டு, விடுப்பு எடுத்துக்கொண்டு ஊருக்குக் கிளம்பினேன்.

ஊரில் இருந்தபோது மூன்றாவது நாள் எனக்கு அலுவலகத்தில் இருந்த பெண்ணிடமிருந்து அழைப்பு வந்தது. அது அவரது அலுவலக எண் அல்ல. அவருடன் பேசிய பின்பே அவரது தனிப்பட்ட எண் என்பதை உணர்ந்து கொண்டேன்.

'முக்கியப் பதவிகளில் இருந்த ஆறு பேர்களின் பதவி பறிக்கப்பட்டுக் குறிப்பிட்ட தொகையைக் கட்டச் சொல்லி எழுதி வாங்கி இருப்பதாக' முதல் தகவல் அறிக்கையைச் சொன்னதோடு, அடுத்து அவர் சொன்ன தகவல் எனக்குச் சப்தநாடியையும் அடங்கி விடச் செய்தது.

ஃபேப்ரிக் மானேஜர் அதிகாலை சாலை விபத்தில் (?) பலியானதாகச் சொன்னார்.

●

திருப்பூருக்குள் நுழைந்தவன் ஏற்கெனவே பேசி வைத்திருந்தபடி மற்றொரு நிறுவனத்திற்கு அடுத்த கட்ட பதவிக்கு உயர்ந்து சென்று விட்டேன். நான் போன நிறுவனத்தில் அப்பாவுக்குத் தெரியாமல் மகனும் மகனுக்குத் தெரியாமல் அப்பாவும் மாறிமாறி அவர்கள் நிறுவனத்திலேயே திருடிக் கொண்டிருந்தார்கள். ஆனால் இரண்டு பேர்களின் பணமும் இறுதியில் ஒரே பெண்ணிடம் சென்று கொண்டிருந்தது!

11

காற்றில் பறக்கும் கௌரவம்

‘இன்றும் அவர் வீட்டுக்கு வந்திருந்தார். இந்த முறை கட்டாயம் நீங்கள் நாளைக்கு அங்கே வர வேண்டும் என்று சொல்லிச் சென்றுள்ளார். போயிட்டுதான் வந்துடுங்களேன்.’

மனைவி சொன்னபோது அதனைப் புறக்கணித்துவிட்டு அப்போது நான் பணிபுரிந்து கொண்டிருந்த அலுவலகத்திற்குச் சென்று விட்டேன்.

எனக்கு மற்றொரு நிறுவனத்திலிருந்து அழைப்பு வந்திருந்தது. என் வீட்டுக்கு வந்தவர் அந்த நிறுவனத்தின் ADMINISTRATIVE OFFICER என்று சொல்லப்படும் நிர்வாக அதிகாரி. கடந்த ஒரு மாதத்தில் இரண்டு முறைக்கு மேல் வீட்டுக்கு வந்து விட்டார். முதலாளியைப் பார்க்கச் சொல்லி அவர் அழைப்பு விடுத்தும் நான் செல்லவில்லை.

ஆனால் அன்று மதிய வேளையில் சம்பந்தப்பட்ட நிறுவனத்தின் முதலாளியே அலைபேசியில் அழைக்க, என்னால் தவிர்க்க முடியாமல் போய்விட்டது.

‘நீங்க அவசியம் வர வேண்டும். என் மகனும் இப்போதுதான் அமெரிக்காவில் இருந்து வந்துள்ளார். மொத்த நிர்வாகத்தை அவரிடம் கொடுக்கப் போகிறேன். அனுபவம் உள்ள உங்களைப் போன்றவர்கள் அவருடன் இருந்தால் எனக்கு உதவியாக இருக்கும்’ என்றார்.

அவர்களின் எதிர்பார்ப்பு, ஓர் ஏற்றுமதி நிறுவனம் சார்ந்த அனைத்துப் பொறுப்புகளையும் திறம்பட எடுத்து நடத்திச் செல்ல வேண்டும். அதுவும் நம்பிக்கை சார்ந்த விஷயங்களில் முதன்மையாக இருக்க வேண்டும்.

யார் மூலமோ என்னைப் பற்றி அறிந்து, வீட்டு முகவரியைத் தெரிந்துகொண்டு வீட்டுக்கே வந்து விட்டார்கள். ஒரு நிர்வாகத்தின் 'பொது மேலாளர்' என்றால், ஏற்கெனவே செயல்பட்டுக் கொண்டிருக்கும் நிர்வாகத்தை மேம்படுத்த வேண்டியதாக இருக்கும். ஆனால் இங்கு இனிமேல்தான் ஒவ்வொன்றையும் உருவாக்க வேண்டும். அதாவது காய்ந்து போய் நிற்கும் மரத்தை நம் திறமையால் துளிர்க்கச் செய்ய வேண்டும்.

காலம் செய்யும் கோலத்தை நினைத்துப் பார்க்கும்போது எனக்கு வியப்பாக இருந்தது.

'என்னை மிஞ்சியவர்கள் இந்த உலகில் யாருமில்லை' என்று கருதிய மாமன்னர்கள் அத்தனை பேர்களின் வாழ்க்கைத் தடங்களின் அடையாளங்களில் எதுவும் மிஞ்சவில்லை. சம்பந்தப்பட்டவர்களின் வாரிசுகள் இன்னமும் இருக்கிறார்களா, எப்படி இறந்தார்கள் என்பது கூட தெரியாத அளவுக்கு, கொடுமையான காலம் அனைத்தையும் கரைத்துவிட்டது.

பதவியைப் போதையைப் போல ரசித்து ருசித்தவர்களின் அந்திம வாழ்க்கை சொல்லும் கதை அனைத்தும் அந்தோ பரிதாபம் என்றுதான் நினைக்கத் தோன்றுகிறது. இனி மிச்சம் ஏதும் இருக்கக்கூடாது என்று உச்சமாய் அதிகாரத்தைச் சுவைத்து வாழ்ந்த அதிகார வரக்கத்தினர் பலரது வயோதிக வாழ்க்கை அனாதை விடுதியில்தான் கொண்டு போய்ச் சேர்க்கிறது.

சமூகத்தில் உள்ள பல தரப்பட்ட நிலைகளைப் போல, ஒவ்வோர் இடத்திலும் உள்ள தொழில் நிறுவனங்களின் கதையும் பல அனுபவங்களை நமக்குப் பாடமாகச் சொல்கிறது.

பெயர்ப் பொருத்தம் பார்த்து வைத்த நிறுவனங்கள், ஜாதகத்தில் நல்ல நேரம் பார்த்துத் தொடங்கப்பட்ட நிறுவனங்கள், வாஸ்து பார்த்துத் தேர்ந்தெடுக்கப்பட்ட இடம் போன்ற சிறப்பம்சங்கள் கொண்ட ஒவ்வொரு நிறுவனமும் எத்தனை தலைமுறை தொடர்கிறது?

இந்திய சுதந்திரத்திற்குப் பிறகு இங்கே உருவான தொழில் நிறுவனங்களில் இன்று எத்தனை தாக்குப் பிடித்து நிற்கின்றன? ஏனிந்த அவலம்? அரசியல் காரணங்கள் பல இருந்தாலும் முக்கியமான காரணம் ஒன்று உண்டு.

நாம் இந்தத் தலைமுறையில்தான் தொழில் குறித்து யோசிக்கவே தொடங்கியுள்ளோம். இந்தியர்கள் அனைவரும் அடிப்படையில் விவசாயச் சிந்தனைகள் கொண்டவர்கள். தொழில் சார்ந்த சிந்தனைகளில் தொடக்க நிலையில்தான் உள்ளோம். மிகக் குறைவான பணப்புழக்கத்தோடு வாழ்ந்த பழகிய மக்களிடம், அளவு கடந்து பணம் புழங்க, அதை எப்படிக் கையாள்வது என்பது தெரியாமல், ‘கண்டதே காட்சி கொண்டதே கோலம்’ என்ற நிலையில் இருக்கிறார்கள்.

பஞ்சம், பசி, பட்டினியில் உழன்ற பல கோடி மக்கள் கடந்த 25 ஆண்டுகளாகத்தான் வறுமை என்ற விஷயத்தையே மறக்கத் தொடங்கியுள்ளனர். தங்களுக்குண்டான அடிப்படை விஷயங்களையே தற்போதுதான் அவர்களால் பெற முடிந்துள்ளது.

ஆனால் மேற்கத்திய நாடுகளோ கடந்த பல தலைமுறைகள் தொழில் சிந்தனைகளில் ஊறி, தற்போது நோகாமல் நோம்பி கொண்டாடும் கலையில் கில்லாடியாக மாறியுள்ளனர். இதன் காரணமாக எந்த நாட்டைத் தங்கள் வளர்ச்சிக்குப் பயன்படுத்திக் கொள்ளலாம் என்று தினந்தோறும் படையெடுத்து வந்து கொண்டிருக்கிறார்கள்.

நாமும் நம் நாட்டைக் குப்பையாக மாற்றிக் கொள்ளச் சம்மதிக்கிறோம். ‘நீ குனியச் சொல்லிக் குத்த வேண்டாம். நானே குனிந்து கொள்கிறேன்’ என்று இடம் கொடுக்கிறோம்.

தற்போது திருப்பூரில் இரண்டாம் தலைமுறையினரிடம் ஒப்படைக்கப்பட்ட பாதி நிறுவனங்கள் காணாமல் போய்விட்டன. மீதியுள்ள நிறுவனங்களும் இன்றோ நாளையோ என்று தள்ளாடிக் கொண்டிருக்கின்றன.

காரணம், இரவு பகல் பாராமல் ஒவ்வொரு நாளும் தங்கள் உழைப்பின் மூலம் வளர்த்த நிறுவனங்களை, உழைப்பு என்றால் எட்டிக்காய் போலப் பாவிக்கும் இளந்தலைமுறையினரிடம் கொடுத்தால் என்னவாகும்?

பிறந்த சில வருடங்களில் விடுதிகளில் கொண்டு போய்த் தள்ளிவிட்டு வந்தவர்களை, வளர்ந்து வாலிபனான

பின்புதான் வீட்டுக்கு அழைத்து வருகிறார்கள். வெளியுலகமே தெரியாமல் வசதிகளுடன் மட்டுமே வாழ்ந்தவர்களைத் திடீரெனச் சமூகத்தில் கொண்டு வந்து நிறுத்தினால் அவர்களுக்கு என்ன தெரியும்? தலையும் புரியாது, வாலும் தெரியாது. அர்த்தமற்ற அதிகாரம் தூள் பறக்கும். நல்லவை அனைத்தும் கெட்டதாகத் தெரியும். கெட்டவை அனைத்தும் நல்லதாகத் தெரியும். கடைசியில் நடிகைகள் காலடியில் கிடப்பதில்தான் முடியும்.

அதுதான் இங்கே நடந்து கொண்டிருக்கிறது.

ஒவ்வொரு மனிதனும் பார்த்து பார்த்து செய்த காரியங்கள் அனைத்தும் ஓரளவுக்கு மேல் உதவுவது இல்லை. 'நாம் இந்தத் தொழில் ராஜ்ஜியத்தை ஆண்டு விடுவோம்' என்று தொடங்கியவர்கள் கடைசியில் பூஜ்ஜியத்துக்கு வந்து விடுகிறார்கள். கடந்து இருபது ஆண்டுகளாக திருப்பூருக்குள் வீழ்ந்த ஒவ்வொரு நிறுவனமும் இப்படி ஒரு கதையைத்தான் சொல்கிறது.

நான் திருப்பூருக்குள் நுழைந்த முதல் இரண்டு வருடங்களில் மிகப் பெரிய அளவில் வளர்ந்த பல ஏற்றுமதி நிறுவனங்களின் கதையைக் கேட்டு அண்ணாந்து பார்த்துள்ளேன்.

வெளியுலகத்தைப் பற்றி ஏதும் தெரியாத எனக்கு ஒவ்வொன்றும் மந்திரக் கதையாகவே தெரிந்தது. மிகப் பெரிய அளவில் வளர்ந்த ஒவ்வொரு நிறுவனத்தின் வருடாந்திர வரவு செலவுகள், அங்கு பணிபுரியும் ஏராளமான தொழிலாளர்கள் மற்றும் அலுவலர்களின் எண்ணிக்கையைப் பார்த்து மிரண்டு போய் இருக்கிறேன்.

அதுவரையிலும் வாழ்க்கையைப் புத்தகங்களின் வழியே பார்த்தவனுக்கு, எல்லாமே வியப்பாகவே இருந்தது. நேரிடையாக ஒவ்வொன்றையும் பார்க்க பார்க்க, எல்லாம் நான் படித்த மாயாஜாலக் கதைகள் போலவே தெரிந்தன. இவை அனைத்தும் யாரோ ஒருவரின் உழைப்பும் இடைவிடாத முயற்சியும் அல்லவா என்று பெருமைப்பட்டும் இருக்கிறேன்.

ஆனால் கடிகார முள் போலக் கஷ்டப்பட்டு ஏறியவர்கள் ஏறிய வேகத்தைவிட அதிவேகமாக இறங்கியும் போய்விட்டார்கள். இறங்குமுகம் கண்ட நிறுவனங்களின் வீழ்ச்சி எனக்குப் பெரிதான ஆச்சரியத்தைத் தரவில்லை. அந்த வீழ்ச்சியை அந்த முதலாளி எப்படி எதிர்கொண்டார்,

அதன் பிறகு அவரது நடவடிக்கைகள், வாழ்க்கை முறை எப்படி மாறி விடுகின்றன என்பதைக் கவனித்தவன் என்ற முறையில் அதனைப் பற்றி இங்கே பதிவு செய்ய விரும்புகிறேன்.

பணம் சம்பாதிப்பது கடினம் என்பவரா நீங்கள்? என்னைப் பொறுத்தவரையிலும் பணம் யார் வேண்டுமனாலும் சம்பாதிக்கலாம். அதற்கான வாய்ப்புகள் வந்தே தீரும். நாம்தான் எந்த நிலையிலும் தயாராக இருக்க வேண்டும். வாய்ப்புகள் வரும்போது வாய் பிளந்து வேறு பக்கம் பார்த்து நின்று கொண்டிருந்தால், வந்த சுவடு தெரியாமல் அந்த வாய்ப்புகள் காணாமல் போய்விடும். காலம் முழுக்க விதியை நம்பிப் புலம்பிக் கொண்டிருக்க வேண்டியதுதான்.

ஆனால் கிடைத்த வாய்ப்பின் மூலம் உருவான வெற்றியை, அதன் மூலம் கிடைத்த பணத்தைக் கடைசி வரைக்கும் கட்டிக் காப்பதுதான் சவாலான விஷயம். இங்கே பணம் குறித்த பழமொழிகளைப் பற்றிப் பேசி ஒன்றும் ஆகப் போவதில்லை. பணம் என்பது அனைத்தையும் மாற்றிவிடக் கூடியது என்பதை மட்டும் எப்போதும் உங்கள் நினைவில் வைத்திருக்கவும்.

உங்களின் ஆசைக்கு எல்லை இருக்காது. அதனால் உருவாகும் ஆணவத்திற்கும் அளவே இருக்காது.

சில மாதங்களுக்கு முன் திருப்பூரில் உள்ள ஒரு புத்தகக் கடைக்குச் சென்றிருந்தபோது நடந்த சம்பவம் இது. புத்தகக்கடை நண்பர் அப்போது அங்கு வந்த ஒருவருடன் பேசிக் கொண்டிருந்தார். பேச்சின் சாரம்சத்தை வைத்து நானே புரிந்து கொண்டேன். வந்திருந்தவர் இவரிடம் வட்டி வாங்க வந்துள்ளார். இவர் அடுத்த வாரம் தருகிறேன் என்று சொல்ல, வசூலிக்க வந்தவர் கேவலமாகத் திட்டிக் கொண்டிருந்தார். அவர் சென்றவுடன், வட்டிக்காரரைப் பற்றி நண்பர் சொன்ன விஷயங்கள்தான் பணத்தைப் பற்றி அதிகம் யோசிக்க வைத்தன.

திருப்பூருக்கு வரும்போது அடிப்படைச் செலவுக்கே வழியில்லாமல் ஏதோவொரு நிறுவனத்தில் எடுபிடியாக வேலையில் சேர்ந்துள்ளார். அங்கே பணியாற்றியபோது செய்த தவறுகளால் வெளியேற்றப்பட்டுள்ளார். காலம் கொடுத்த வாய்ப்பில் டாஸ்மாக் கடைக்கு அருகே இருந்த பார் வசதியுள்ள இடத்தை எப்படியோ எவர் மூலமோ பெற்று விட்டார்.

இரண்டு வருடங்களில் ஒரு கடை என்பது ஆறு கடைகளாக மாறிவிட்டன. இன்று குறைந்தபட்சம் ஒரு நாளைக்கு நிகர லாபமாக ஐம்பதாயிரம் ரூபாயை வீட்டுக்கு எடுத்துச் சென்று கொண்டிருக்கிறார். கையில் வைத்துள்ள பணத்தைப் பெருக்க முக்கியமான நபர்களுக்கு வட்டிக்கு விட்டுத் தனியாகச் சம்பாதித்துக் கொண்டிருக்கிறார். அந்த நபரின் மாத வருமானத்தை உத்தேசமாகக் கணக்கிட்டுப் பார்த்தேன். பல இடங்களில் வீடு கட்டி வாடகைக்கு விட்டுள்ளார். வீட்டு வாடகை வருமானம் மற்றும் இதர அனைத்து வருமானத்தையும் கணக்கிடும்போது மாதத்திற்கு இருபது லட்சம் ரூபாய் வந்தது.

வருமான வரி கட்டத் தேவையில்லை. அடிமை வாழ்க்கை இல்லை. அறம் சார்ந்த கொள்கைகள் இல்லை. ஆனால் அவருக்கு வரக்கூடிய மாத வருமானத்தை திருப்பூரில் உள்ள சிறிய ஆயத்த ஆடை நிறுவனம் ஒன்றில் ஒரு முதலாளி சம்பாதிக்க தற்போதைய சூழ்நிலையில் முழுமையாக மூன்று மாதங்கள் உயிரைக் கொடுத்துப் பாடுபட வேண்டும். அதுவும் பணம் வரும் என்று எந்த நிச்சயமுமில்லை! வட்டிக்காரரோ முதலீடு எதுவும் இல்லாமல் சம்பாதிப்பவர். முதலாளிகளோ வங்கிக் கடன் வாங்கி முதலீடு செய்து வாழ்ந்து கொண்டிருப்பவர்கள். இது தவிர, எந்த வெளிநாட்டுக்காரன் எப்போது ஆப்பு அடிப்பான் என்று கலங்கித் தூக்கம் மறந்து கண் கொத்திப் பாம்பாக முதலாளி இருக்க வேண்டும்.

சென்னையில் ஒரு நபர் மாநகராட்சி சார்பாகப் பொதுமக்களுக்காக இலவசமாகக் கட்டி விடப்பட்டுள்ள கழிப்பறையை, ஆங்காங்கே உள்ள வார்டு கவுன்சிலர்களைத் துணைகொண்டு ஆக்கிரமித்து, கட்டணக் கழிப்பறையாக மாற்றி, தினந்தோறும் பல ஆயிரம் (கொடுக்க வேண்டிய கமிஷனுக்குப் பிறகும்) ரூபாயைச் சம்பாதித்துக் கொண்டிருப்பதாகச் செய்தித்தாளில் படித்தபோது சிரிப்புதான் வந்தது. சாதாரணமானவர்களுக்கு அது கழிப்பறை. ஆனால் அதுவே ஒரு தனிநபருக்குப் பணம் தரும் கற்பகத் தரு.

ஆனால் இங்குள்ள ஏற்றுமதி நிறுவன முதலாளிகள் கௌரவத்திற்காகக் கடனில் வாழ்ந்து, தங்கள் வாழ்க்கையையும் கடனே என்றுதான் வாழ்ந்து கொண்டிருக்கிறார்கள்.

இங்கு மற்றொரு விஷயத்தைப் பற்றி நாம் பேசியாக வேண்டும்.

ஒருவருடைய தவறுகள் அடுத்தவருக்குப் பாடத்தைக் கற்றுக் கொடுக்கும் அல்லவா? அவர் செய்த தவறுகளை நாமும் செய்து விடக்கூடாது என்பதைத்தானே படிப்பினையாக எடுத்துக் கொள்ள வேண்டும்? ஆனால் நிஜ வாழ்வில் அப்படி நடப்பதில்லையே? ஏன்?

இங்குதான் விதிக்கும் மதிக்கும் உண்டான போராட்டமே தொடங்குகிறது. ஆசை பெரிதா, அடக்கம் பெரிதா என்றால் ஆசைதான் முன்னுக்கு வந்து முகம் காட்டி நிற்கிறது.

பத்து லட்சம் ரூபாய் முதலீடு போட்டு ஒருவர் சிறிய ஆயத்த ஆடைத் தொழிற்சாலையைத் தொடங்குகிறார். அவரது உழைப்பு அவரை ஒரு வருடத்திற்குள் உயர்த்தி விடுகிறது. அவரிடம் இருக்கும் நேர்மையால் அடுத்தடுத்த வாய்ப்புகள் தேடி வருகின்றன. பல தொடர்புகள் உருவாகின்றன. ஒரு நாளின் மொத்த நேரத்தையும் தொழிற்சாலைக்காக அர்ப்பணித்து வளர்த்தவரின் எண்ணங்கள் மாறத் தொடங்குகின்றன.

அது வரையிலும் அவர் கொண்டிருந்த வாழ்க்கை குறித்த பார்வையும், பணம் வந்தவுடன் தனது குடும்பம், விருப்பங்கள் சார்ந்த பார்வையும் மொத்தமாக மாறத் தொடங்க, எல்லாமே தலைகீழாகப் போகத் தொடங்குகின்றன.

பணிபுரியும் பெண்கள் அனைவரும் தன்னுடன் படுக்கையைப் பகிர்ந்து கொள்ளக் கடமைப்பட்டுள்ளவர்கள் என்று ஒரு முதலாளி நினைத்தால் அவரது தொழில் சிந்தனை எப்படி இருக்கும்?

இரவு என்பது மதுக் கொண்டாட்டத்திற்கு மட்டுமே என்று கருதும் முதலாளியால் மறுநாள் காலை எப்படி ஆரோக்கியத்தோடு பணிபுரிய முடியும்?

பலரைச் சார்ந்துதான் இந்தத் தொழிலில் இருக்கிறோம், எவரையும் நீண்ட காலம் ஏமாற்ற முடியாது, அப்படி ஏமாற்றினால் நாமும் வீழ்ந்து விடுவோம் என்று யோசிக்கத் தெரியாதவரை முதலாளி என்பீர்களா? முழு முட்டாள் என்பீர்களா?

இந்த மூன்று வட்டத்திற்குள்தான் இங்குள்ள நிர்வாக அமைப்புச் செயல்படுகிறது. இதையும் தாண்டி அறம்

சார்ந்து செயல்படுபவர்கள் குறைவான எண்ணிக்கையில் இருந்தாலும், அவர்கள் வருடந்தோறும் தங்கள் தொழிலை நிறைவாகவே செய்து கொண்டிருக்கிறார்கள்.

நானும் நிறைவாகவே வாழ்ந்து கொண்டிருந்தேன். ஆனால் நேரம் ஒன்று இருக்கிறதே? அதுதான் இந்த நிறுவனத்தின் பக்கம் என்னை நகர்த்தியது. இந்த நிறுவனத்தை நான் திருப்பூருக்குள் நுழைவதற்கு முன்பே அறிந்தவன் என்றால் நீங்கள் என்ன யோசிப்பீர்கள்?

கல்லூரியில் நான் படிக்கும்போது திருப்பூர் என்ற ஊர் குறித்து எதுவும் தெரியாது. 1989ம் ஆண்டு என்று நினைக்கிறேன். அப்போது தமிழில் வந்து கொண்டிருந்த 'இந்தியா டுடே' பத்திரிகையில் திருப்பூர் குறித்து ஒரு சிறப்புக்கட்டுரை வெளிவந்திருந்தது. அதில் திருப்பூரில் வாழ்ந்து கொண்டிருந்த தொழில் அதிபர்கள் குறித்தும், அவர்களின் வெற்றிப் புராணத்தைக் குறித்தும் விலாவாரியாக விவரித்திருந்தார்கள். இதனால், அதில் குறிப்பிடப்பட்டிருந்த முதலாளிகளின் பெயர்களையும் அவர்களது நிறுவனம் குறித்த வளர்ச்சியையும் என்னால் தெரிந்து கொள்ள முடிந்தது.

இப்போது எனக்கு அழைப்பு விடுத்தவர் அதில் வந்திருந்த முதலாளிகளில் ஒருவர். கட்டுரைப் படத்தில் பார்த்த அவர் முகம்கூட மறந்துவிட்டது. அவர் யார் என்றே எனக்குத் தெரியாது. அவரது பெயரும் நிறுவனப் பெயரும் மட்டும், 25 ஆண்டுகள் கழித்து அவரை நேரிடையாகச் சந்தித்தபோது நினைவுக்கு வந்தது. அவருடன் பேசிக் கொண்டிருந்தபோது அன்று நான் படித்த அந்தக் கட்டுரை வரிகள்தான் என் மனதில் நிழலாடிக் கொண்டிருந்தன.

கட்டுரை வெளிவந்த சமயத்தில் இந்த முதலாளி உச்சாணிக் கொம்பின் உயரத்தில் இருந்தார். இன்று அதலபாதாளத்தில் இருந்தார். அதுவும் எனக்கு மற்றவர்கள் சொல்லித்தான் இந்த நிறுவனத்தின் வீழ்ச்சியை முழுமையாகப் புரிந்துகொள்ள முடிந்தது. பல தனி மனிதர்களின் தொழில் சார்ந்த வீழ்ச்சிதான், ஒரு தொழில் நகரத்தின் முகத்தை மாற்றுகிறது. இப்படித்தான் தொழில் நகரம் குறித்த பார்வை பலருக்கும் பலவிதமாகப் போய்ச் சேருகிறது.

திருப்பூர் குறித்துப் பல பார்வைகள் உள்ளன. ஒவ்வொருவரும் ஒவ்வொருவிதமாக இந்த ஊரைப் பார்க்கின்றனர். என்ன காரணம்? ஏன் இப்படி? இதை

முதலில் பார்த்து விடுவோம். இது தெரிந்தால் மட்டுமே, இங்குள்ள வெற்றிக்கும் தோல்விக்கும் உண்டான காரண காரியங்களை நம்மால் புரிந்துகொள்ள முடியும்.

திருப்பூர் என்றால் இங்கு வாழ்கிற அத்தனை பேர்களும் ஆயத்த ஆடைத் தொழிலோடு சம்பந்தப்பட்டவர்கள் என்ற எண்ணம் இருந்தால், அதை உங்கள் எண்ணத்தில் இருந்து அழித்து விடவும்.

ஆயத்த ஆடைத் துறைக்குச் சம்பந்தம் இல்லாத பலரும் இங்கே பலதரப்பட்ட தொழிலில் ஈடுபட்டுள்ளார்கள்.

அவர்களைப் பொறுத்தவரையிலும் இங்குள்ள ஒவ்வொரு நிறுவனமும் பனியன் கம்பெனி. அவ்வளவுதான். மற்றபடி இதன் நிர்வாக முறைகள், ஏற்றத்தாழ்வுகள் போன்ற எதுவும் தெரியாது. இதே போலத்தான் திருப்பூருக்கு வெளியே வாழ்ந்து கொண்டிருப்பவர்களும் திருப்பூர் ஏற்றுமதித் தொழிலை அவரவர் பார்வைக்குத் தகுந்தாற் போல உருவகப்படுத்திக் கொள்கின்றனர்.

கடந்த இருபது வருடத்தில் இங்குள்ள மண்ணின் மைந்தர்கள் பலருடனும் பேசியுள்ளேன். இங்கேயே குறைந்தபட்சம் இரண்டு தலைமுறைகள் வாழ்ந்தவர்களாகவும், நம்மைவிட திருப்பூரின் படிப்படியான வளர்ச்சியை மிக அருகில் இருந்து பார்த்தவர்களாகவும் இருப்பார்கள்.

ஆனால் அவர்களால்கூட இந்தத் தொழிலை முழுமையாக உள்வாங்க முடியவில்லை. ஒருவரின் தொழில் ரீதியான வீழ்ச்சியைச் சரியான முறையில் புரிந்துகொள்ள முடியாமல் தவிக்கிறார்கள்.

வீழ்ச்சி என்பதை எப்படிச் சொல்வீர்கள்? பண இழப்பா? தொழில் சரிவா? குடும்பம் சீர்குலைவதா?

இந்த மூன்றுக்கும் அடிப்படைக் கட்டுமானம் ஒன்றே ஒன்றுதான். உங்கள் நேர்மை குறித்து உங்களுக்கே அக்கறையில்லை என்றால், அது என்றாவது ஒருநாள் மானங்கெட்ட மனிதர்களின் பட்டியலில் உங்களைக் கொண்டு போய்ச் சேர்த்துவிடும்.

இவற்றையெல்லாம் யோசித்துக் கொண்டுதான் அந்த நிறுவனத்தின் முதலாளியைச் சந்திக்கச் சென்றேன். அந்தப் பெரிய குளிர்சாதன அறையில் அவருடன் அவரது மகன் மற்றும் அவரது இரண்டு ஆலோசகர்கள் இருந்தார்கள்.

அங்கிருந்த ஆலோசகர்கள் இருவரும் என்னைப் பரிசோதிக்க வந்தவர்கள்.

நான் இந்த நிறுவனத்திற்குச் செல்லப் போகிறேன் என்று சொன்னதுமே நெருங்கிய நண்பர்கள் என்னை எச்சரித்தார்கள். 'ஐந்து மாதங்கள் கூட உன்னால் அங்கே தாக்குப் பிடிக்க முடியாது' என்றார்கள். இதைப் போல ஒவ்வொருவரும் ஒவ்வொரு விதமாகச் சொல்லி என்னைப் பயமுறுத்தினார்கள். 'காரணத்தைச் சொல்லுங்களேன்' என்றால் 'வேண்டாம். வேறெங்கும் உருப்படியான நிறுவனத்தில் போய்ச் சேர்ந்து விடு' என்றார்கள். 'கோடு போட்ட இடத்தில் நிரப்புக' என்று பள்ளிக்கூடப் பரிட்சையில் எழுதுவோமே? அப்படித்தான் ஒவ்வொருவரும் சொன்னார்கள். என் மனதிற்குள் இனம் புரியாத ஆவல் உருவானது.

பேய், பூச்சாண்டி போலப் பயம் காட்டுகிறார்களே, இந்த மனிதர் அப்படி என்ன மோசமானவர் என்பதைத் தெரிந்து கொள்ளும் ஆவல் உருவாகியது. சந்திக்கச் சென்றேன். இனிய சந்திப்பு. இனிப்பான வார்த்தைகள். மகிழ்ச்சியான பிரியாவிடை.

நான் குறிப்பிட்டுச் சொன்ன தேதி வரைக்கும் முதலாளியால் காத்திருக்க முடியாமல், இடையில் இரண்டு முறை அழைத்து, 'சற்று முன்னதாக வந்து விடுங்களேன்' என்ற சிரித்துக்கொண்டே சொன்னார்.

விதி வலியது அல்லவா? என் பயணத்தைத் தொடங்கினேன். அவர் சொன்ன தேதியில் அவர் விருப்பப்படியே போய்ச் சேர்ந்தேன். அலுவலகம் முதல் மாடியில் இருந்தது. அப்பாவும், மகனும் அழைத்துப் போய் என் இருக்கையைக் காட்டி அமர வைத்து, என் முன்னே அமர்ந்து சற்று நேரம் பேசி விட்டு, அவரவர் அறைக்குச் சென்றுவிட்டனர்.

கீழ்த் தளத்தில் இருந்த அலுவலக நிர்வாக அதிகாரி இன்டர்காம் வழியாக அழைத்து, 'உங்களைப் பார்க்க ஒருவர் சாயப்பட்டறையில் இருந்து வந்துள்ளார்' என்றார். எனக்கு வியப்பாக இருந்தது. வந்தமர்ந்த பத்து நிமிடத்தில் என்னைப் பார்க்க ஒருவரா? நாம் இங்கே வந்து சேர்வது குறித்து முக்கியமான நபர்களைத் தவிர வேறு எவருக்குமே தெரியாதே? இப்படி யோசித்துக்கொண்டே அவரை மேலே வரவழைத்தேன்.

மேல்தளத்தில் அலுவலகம் இருந்ததே தவிர, ஒரு காக்கை குருவி கூட அங்கே இல்லை. 30 பேர்கள் பணிபுரியும் வசதிகள் இருந்த அந்த அலுவலகத்தில் நான் மட்டும் அப்போது தொடக்கப் புள்ளியாக இருந்தேன். இது குறித்து ஏற்கெனவே முதலாளியுடன் பேசிய போது, 'நீங்களே உங்கள் விருப்பத்தின்படி ஒவ்வொரு துறைக்கும் ஆள் எடுத்துக் கொள்ளுங்களேன்' என்று சொல்லி இருந்தார்.

ஏற்கெனவே பணிபுரிந்தவர்கள் என்ன ஆனார்கள் என்ற கேள்வியை மனதிற்குள் மறைத்துக்கொண்டு, செய்ய வேண்டிய காரியங்களை ஒரு தாளில் பட்டியலிட்டுக் கொண்டிருந்தேன். அப்போது என் அறைக்கு வந்தவர் என் அனுமதி இல்லாமலேயே என் முன் இருக்கையில் அமர்ந்தார்.

அவரை நிமிர்ந்து பார்ப்பதற்கு முன்னால் அவரிடம் இருந்து மிரட்டலாய் ஒரு கேள்வி வந்தது. 'எங்கள் அறுபது லட்ச ரூபாயை எப்போது தரப் போகின்றீர்கள்?' என்றார்.

12

கொள்ளையடிப்பது தனிக்கலை

முன்பின் அறிமுகமே இல்லாத ஒருவர் திடீரென நம் முன்னால் உட்கார்ந்துகொண்டு மிரட்டும் தொனியில் 'எனக்குக் கொடுக்க வேண்டிய அறுபது லட்சத்தை எடுத்து வை!' என்று கேட்டால் என்ன சொல்வீர்கள்? முதலில் குழப்பம் உருவாகும். பிறகு பயம் வரும். ஆனால் எனக்குச் சிரிப்புதான் வந்தது.

காரணம், இதுபோன்ற பல பிரச்சினைகள் இங்கே உருவாகும் என்று உள்மனம் சொல்லிக்கொண்டே இருந்தது. நெருங்கிய நண்பர்கள் ஒவ்வொருவரும் பலவித எச்சரிக்கை செய்திருந்தார்கள் என்று ஏற்கெனவே சொல்லி இருந்தேன் அல்லவா? அவர்கள் இந்த நிறுவனம் சார்ந்த நிதி நெருக்கடியைப் பற்றி மேலோட்டமாகச் சொல்லி இருந்தார்கள். அவர்கள் சொல்லாத பலவற்றை நானே யூகித்துக் கொண்டேன். எல்லாவற்றுக்கும் தயாராய் இருந்தேன்.

இது நானே உருவாக்கிக் கொண்ட பாதை. ஓரிடத்தில் இருந்து மற்றொரு இடத்திற்கு மாறுவது எல்லோருக்கும் எளிதல்ல. அதற்கு மனதைத் தயார்ப்படுத்தி இருக்க வேண்டும். சவால்களோ சங்கடங்களோ எதிர்கொள்ளத் தெரிய வேண்டும். நாம் அவசரப்பட்டு விட்டோமோ என்று அங்கலாய்த்துக் கொள்ளாமல் புதிய சூழ்நிலையை ஏற்றுக்கொள்ளும் திடம் வேண்டும்.

இங்கு எல்லோருக்கும் சுயப் பாதுகாப்பு என்பது மற்ற அனைத்தையும்விட முக்கியமாக உள்ளது. எத்தனை

தத்துவங்கள் சொன்னாலும் அவரவர் பொருளாதாரம் சார்ந்த விஷயங்களில் நிறைவில்லை என்றால், மனதளவில் சோர்ந்து விடுவார்கள். தேவையான கவலைகள், தேவையற்ற கவலைகள் என்று இனம் பிரிக்கத் தெரியாமல், மொத்தமாகக் கவலைகளைக் குத்தகை எடுத்துக்கொண்டு வாழ்க்கையை நரகமாக்கிக் கொண்டு விடுகிறார்கள்.

வேறு எதிலும் அவர்களால் கவனம் செலுத்த முடிவதில்லை. நடுத்தர வர்க்கத்தின் மிகப் பெரிய பலவீனமே பற்றாக்குறை பட்ஜெட்தான். இதன் காரணமாகத்தான் இங்கே உரிமைக்கான எந்தப் பெரிய போராட்டமும் நிகழ்வதில்லை. நமக்கேன் வம்பு என்று ஒதுங்கிப் போய்விடுகிறார்கள். ஒருநாள் பொழுது என்பதைத் தங்கள் பொருளாதாரம் சார்ந்து சிந்திப்பதால் வேறு எதிலும் அவர்களால் கவனம் செலுத்த முடிவதில்லை. இதையும் மீறி சிந்தனை ரீதியாக மாற்றம் பெற்றவர்களால் மட்டுமே . தனது இலக்கை நோக்கி முன்னேற முடிகிறது. சாதிக்க விரும்புபவர்கள் சங்கடங்களைத் தாண்டித்தானே மேலேறி வர முடியும்? அது பண ரீதியோ அல்லது பதவி ரீதியோ எதுவாக இருந்தாலும், சவால்களைச் சந்திக்கத் தயாராக இல்லாதவர்களின் வாழ்வில் எந்த மாறுதலும் நிகழ்ந்து விடுவதில்லை.

நான் சந்தித்த ஒவ்வோர் அனுபவமும் ஒவ்வொன்றை எனக்குக் கற்றுத் தந்தது. ஒவ்வொரு காலகட்டத்திலும், நான் பணிபுரிந்த ஒவ்வொரு நிறுவனத்திலும், நான் சந்தித்த பலரும் பலவித ஆச்சரியங்களைத் தந்துள்ளனர். அதீதமான புத்திசாலிகள், கடுமையான உழைப்பாளிகள், அடங்கியே பழகிப் போனவர்கள், சுய சிந்தனை என்பதை என்னவென்றே தெரியாமல் வாழப் பழகியவர்கள், நம்மை வேலையில் இருந்து தூக்கி விடுவார்களோ என்று ஒவ்வொரு நாளும் மறுகிக்கொண்டு வாழ்பவர்கள் என்று பல வகையினராக இருந்துள்ளனரே தவிர, தன்னை எவரும் மீள் ஆய்வு செய்து கொண்டதில்லை. தன் நிறை குறை குறித்தோ, தான் செல்லும் பாதை குறித்தோ எவரும் கவலைப்பட்டுக் கொண்டதும் இல்லை.

இன்றைய தினக் கவலைகள் மட்டுமே அவரவர் மனதில் இருந்துள்ளதைக் கவனித்துள்ளேன். இந்தத் தொழிலில் நாம் எந்த இடத்திற்குச் செல்ல வேண்டும் என்பதைப் பற்றி அவர்கள் கவலைப்பட்டு நான் பார்த்ததில்லை. ஆனால் அத்தனை பேர்களும் ஒரு விஷயத்தில் மட்டும்

கவனமாக இருந்தனர். இன்றைய தினத்தில் எந்த வகையில் தனது வருமானம் சார்ந்த விஷயங்களில் கவனம் செலுத்த வேண்டும் என்பதில் மட்டும் குறியாக இருந்தனர்.

இந்த எண்ணம் கொண்டவர் முதலாளியாக இருக்கும் பட்சத்தில் தனது நிறுவனத்தை வளர்ச்சிப் பாதையில் கொண்டு செலுத்த முடிவதில்லை. மாறும் சூழ்நிலைகளை, உருவான மாற்றங்களை உள்வாங்க முடியாமல் தேக்க நிலையில் நின்று தோற்றுப் போய்விடுகிறார்கள். சிந்தனை ரீதியாக மாற்றம் பெறாத பணியாளர்கள் சொன்னதைத் திரும்பச் சொல்லும் கிளிப்பிள்ளை போல மாறி விடுகிறார்கள். பகுத்தறிவு பின்னுக்குப் போய்விடுகிறது. அவர்களின் சிந்தனைகளும் இயந்திரம் போல மாறிவிடுகின்றன.

ஒவ்வொரு காலகட்டத்திலும் நானே உருவாக்கிக் கொண்ட சவால்களையும், என்னைத் தேடி வந்த சவால்களையும் இயல்பாக ஏற்றுக் கொள்ளக்கூடிய பக்குவம் வந்த காரணத்தினால் வாழ்வின் யதார்த்த நிலை புரிபடத் தொடங்கியது. இழப்புகள் ஏராளமாக இருந்தாலும், கற்றுக்கொண்ட பாடங்களைக் கவனமாக உள்வாங்கிக் கொண்டதால், அது இறுதியில் ஏற்றம் தருவதாகவே இருந்தது.

மேலை நாடுகளில் மாற்றத்தை வரவேற்பார்கள். நம்மவர்களோ மாற்றத்தைக் கண்டு நடுங்குவார்கள். மரபு வழிச் சிந்தனையில் ஊறிப்போனவர்களுக்கு எதைக் கண்டாலும் பயமாகத்தான் தெரியும்?

மாற்றம் என்பதை எல்லோராலும் இயல்பாக ஏற்றுக் கொள்ள முடியாது என்பது பொது விதி. பணி மாற்றம் என்பது மட்டுமல்ல, வீடோ, ஊரோ, நிறுவனமோ, நாடோ எதுவாக இருந்தாலும் மாறுதலை ஏற்க மனதளவில் நம்மைத் தயார்ப்படுத்திக் கொள்ளச் சில காலம் பிடிக்கும்தான். ஆனால் திருப்பூருக்குள் பணிபுரியும் தொழிலாளர்களுக்கோ பணியாளர்களுக்கோ வேலை மாற்றம் எளிதான காரியம்தான்.

ஏறக்குறைய மென்பொருள் துறை போலச் சர்வசாதாரணமாக மூன்று மாதத்திற்கு ஒருமுறை வேலை மாற்றங்கள் ஒவ்வொரு நிறுவனத்திலும் நடந்து கொண்டேதான் இருக்கும். ஏன் மாறுகிறார்கள், இங்கே என்ன பிரச்சினை என்று எந்த முதலாளியும்

கவலைப்படுவதில்லை. இதைப் போலப் பணிபுரிபவர்களும் நாம் மாறுகிறோமே, போகிற இடம் சரியாக இருக்குமா என்று கவலைப்படுவதில்லை. ஓடிக் கொண்டிருக்கும் நீரில் மிதக்கும் இலைகள் போலத்தான். 'உன்னால் எனக்கு லாபம் இல்லை!' என்று முதலாளி குற்றம் சாட்ட, 'உன்னை நம்பி இனி நான் இங்கே இருந்தால் தெருவில் போய்த்தான் நிற்பேன்' என்று பணிபுரிபவர்களும் கிளம்பி விடுகிறார்கள்.

காரணம் இங்கே வாய்ப்புகள் பரஸ்பரம் கொட்டிக் கிடக்கின்றன. தேர்ந்தெடுக்கத் தயாராக இருப்பவர்களுக்கும், தேர்ந்தெடுத்ததைத் தனக்குச் சாதகமாகப் பயன்படுத்தத் தெரிந்தவர்களுக்கான உலகம் இது.

நானும் இந்த நிறுவனத்தில் உள்ளே நுழையும் நாளில் இதே போலத்தான் யோசித்துக்கொண்டு சென்றேன். எந்த நிறுவனத்தில் சேர்ந்தாலும் என்னைப் பொறுத்தவரையிலும் காலைப் பொழுது எனக்கு மிக முக்கியமான ஒன்று. நாம் இந்தப் பதவியில் இருக்கிறோம், இத்தனை மணிக்குச் சென்றால் போதும் என்று நான் நினைப்பதில்லை. மற்றவர்களைவிட நாம் முன்னால் சென்று விடுவது என்ற என் கொள்கைக்குக் காரணமுண்டு.

ஒவ்வோர் அலுவலகத்தின் காலை அலுவலக நேரம் என்பது வெவ்வேறு விதமாக இருந்தாலும், என்னைப் பொறுத்தவரையிலும் தினந்தோறும் காலை எட்டு மணிக்கே அலுவலகத்திற்கே வந்து விடுவது வாடிக்கை.

இங்கும் அதன்படியே காலையில் உள்ளே நுழைந்தபோது, உள்ளே இருந்த எடுபிடிகள் அத்தனை பேர்களும் என்னை வித்தியாசமாகப் பார்த்தனர். ஒருவர் அவசரப்பட்டு சட்டென்று கேட்டே விட்டார். 'என்ன சார் இத்தனை சீக்கிரமா வந்துருக்கீங்க?'

'ஏனப்பா? வரக் கூடாதா?' என்றபோது, 'சார் இங்கே மற்ற எல்லோரும் வந்து சேரும்போது ஒன்பதரை ஆகிவிடும். வந்தவுடன் டீ குடித்துவிட்டு அவர்கள் சீட்டில் உட்கார்ந்து வேலையைத் தொடங்க பத்து மணி ஆயிடும் சார்' என்றார்.

சிரித்துக்கொண்டே பதில் ஏதும் சொல்லாமல் மாடிப்படிகளில் மேலேறி வந்து விட்டேன். நிறுவனத்தின் வீழ்ச்சிக்கான முதல் காரணம் தெரிந்தது.

ஒருவருக்குக் காலைப் பொழுது மிக முக்கியமானது. ஒருநாள் முழுக்க உழைத்து உடலும் மனமும் சோர்ந்து போய், இரவு

தூங்கி புத்துணர்ச்சியுடன் எழுந்து, அடுத்த நாள் காலை நம் புத்துணர்ச்சியை அலுவலகத்தில் காட்ட முடியும்.

கிராமத்து வாழ்க்கை வாழ்ந்த எனக்கு அதிகாலை எழுவது இயல்பானதாக இருந்ததால், திருப்பூர் தொழில் வாழ்க்கையில் அதையே இன்று வரைக்கும் கடைப்பிடித்து வருகிறேன். இது பல விதங்களில் என் வளர்ச்சிக்கு உதவிகரமாக உள்ளது.

இதனால் நமக்குத் தனிப்பட்ட அனுகூலம் உண்டு. நமக்குப் பின்னால் வருகிறவர்களை, தாமதமாக வருகிறவர்களைக் கவனிக்க முடியும். பணிபுரிபவர்களின் மனோபாவங்களை அமைதியாக உள்வாங்க முடியும்.

அத்துடன் காலை வேலையில் எந்தத் தொந்தரவுமின்றி முடிவெடுக்க வேண்டிய முக்கிய விஷயங்களை ஆழ்ந்து உள்வாங்க முடியும்.

உள்ளே நுழையும் போதே கீழ்த்தளத்தில் இருந்த சிலர் என்னைப் பார்த்து ‘வாங்க!’ என்று அழைக்காமல், ‘இந்த முறை நீங்களா?’ என்று சொல்லித்தான் என்னை வரவேற்றார்கள். அந்த நொடி முதல் உள்ளே இருந்த சொற்பப் பேர்களின் செயல்பாடுகளை, அவர்களின் பேச்சுகளைக் கவனித்துக் கொண்டுதான் இருந்தேன்.

முறைப்படுத்தப்படுத்தப்பட்ட நிர்வாக அமைப்பில் முதல்முறையாக உள்ளே நுழையும் போது, நமக்கான இருக்கையில் அமர்ந்து நம் பொறுப்பை ஏற்றுக் கொள்ள முடியும். அங்கே போட்டிகள் இருந்தாலும் அடிப்படை நாகரிகம் இருக்கும். கொஞ்சம் மரியாதையைக் கூட எதிர்பார்க்கலாம். பொறுப்புகள் முறைப்படி ஒப்படைக்கப்பட்டு அதனை விளக்கச் சம்பந்தப்பட்ட நபர் குறிப்பிட்ட நேரம் வரைக்கும் நம்மோடு இருப்பார். அறிமுகப் படலம் நடக்கும். சிலசமயம் கூட்டம் கூட்டப்பட்டு அனைவரும் பரஸ்பரம் அறிமுகப்படுத்தி வைக்கப்படுவார்கள். இதுபோன்ற சம்பிரதாயங்கள் இங்கே நூற்றில் பத்து நிறுவனங்களில் நடந்தால் அதுவே ஆச்சரியம்தான்.

காரணம், எந்தத் துறையாக இருந்தாலும் அந்த நிறுவனத்தின் மொத்தச் செயல்பாட்டின் ஒவ்வோர் அசைவிலும் முதலாளியின் ஒழுக்கம் சார்ந்த செயல்பாடுகள்தான் முன்னிலை வகிக்கும். அவரது வெளிப்படைத்தன்மைதான் அந்த நிர்வாகத்தை வழி நடத்தும்.

ஒருவர் எந்தப் பணியில் இருந்தாலும் அவரது ஒவ்வொரு தனிப்பட்ட அசைவிலும் முதலாளியால் உருவாக்கப்பட்ட நிர்வாக ஒழுங்கின் வெளிப்பாடு வெளிப்பட்டே தீரும். அது பயத்தின் அடிப்படையில் இருக்கலாம் அல்லது நடிப்பின் அடிப்படையில் இருக்கலாம். மொத்தத்தில் 'அரசன் எவ்வழி மக்களும் அவ்வழி' என்பது போலத்தான் இருக்கும்.

ஆனால் திருப்பூர் போன்ற முறையற்ற நிர்வாக அமைப்பில் இதுபோன்ற விஷயங்களை எதிர்பார்ப்பது கானல் நீரே.

திருப்பூரில் உள்ள ஏற்றுமதி நிறுவனங்களின் நிர்வாகம் முறைப்படுத்தப்பட்டதல்ல. ஒவ்வொரு காலகட்டத்திலும் நிர்வாகம் வளர வளர, அவ்வப்போது முதலாளியின் விருப்பத்தின் அடிப்படையில் ஒவ்வொன்றாக மாறிக்கொண்டே வரும். பத்து வருடம் விசுவாசமாகப் பணிபுரிந்தவனும் அடிமையே. ஒரு மாதம் மட்டும் பணிபுரிந்துவிட்டு நிர்வாகத்திற்குப் பெரிய ஆப்பைச் சொருகிவிட்டுச் செல்பவனும் அடிமையே.

இங்குள்ள எந்த முதலாளியும் இதுகுறித்துக் கவலைப்பட்டுக் கொள்வதில்லை. பரஸ்பரம் அவநம்பிக்கைதான் இங்கே ஒவ்வொன்றையும் தொடங்கி வைக்கிறது. முழுமையற்ற சூழ்நிலையும் தெளிவற்ற நோக்கமும்தான் ஒவ்வோர் இடத்திலும் நிலவுகின்றன. மொத்தத்தில் பணம் வர என்ன வழி என்று பார்ப்பவருக்கும் அந்தப் பணத்தை நம் பக்கம் திருப்ப என்ன வழியைக் கடைப்பிடிக்க வேண்டும் என்று பார்ப்பவருக்கும் இடையேயான யுத்தமாகவே அது இருக்கும்.

எந்தப் பதவி என்றாலும் நாம்தான் கிடைத்த வாய்ப்புகளைப் பயன்படுத்திக் கொள்ள முயலவேண்டும். இதுதான் நான் கற்று வைத்துள்ள பாலபாடம். ஒரு நிறுவனத்தில் பணிபுரிந்து கொண்டிருக்கிற பழைய நபர்களுக்கு, அங்கே வருகிற புது நபர்கள் எதிரியாகத்தான் தெரிவார்கள். வருகிறவர் எந்தப் பதவிக்கு வந்தாலும் பழைய நபர்களுக்கு அது குறித்துக் கவலையில்லை.

வந்தவன் நல்லவனா, கெட்டவனா, நாணயமானவனா போன்ற ஆராய்ச்சிகளைவிட, இவனால் நமக்கு ஏதும் தொந்தரவு வந்து விடக்கூடுமோ, நம் பதவி பறிபோய்விடுமோ போன்ற அச்சங்கள் எழுவது இயல்புதானே? இதையும் சமாளிக்கத் தெரிய வேண்டும். பழைய நபர்களுடன் ஒன்றிணைந்து செயல்பட்டே ஆக வேண்டும். இதற்கெல்லாம் மேலாக அவர்களது நம்பிக்கையைப் பெற்றாக வேண்டும்.

நிர்வாக அமைப்பு எப்படி வேண்டுமானாலும் இருக்கலாம். முதலாளியின் தனிப்பட்ட குணாதிசயங்கள் கூட விமர்சனத்திற்குரியதாக இருக்கலாம். ஆனால் முதன்மைப் பதவிகளில் இருப்பவர்களின் தனித்திறமை, எப்படிப்பட்ட நிர்வாகமாக இருந்தாலும் மொத்த நிர்வாகத்தையும் மகுடிக்குக் கட்டுப்பட்ட பாம்பு போல மாற்ற வேண்டும்.

முதலாளியின் கொள்கை மாறிக்கொண்டேதான் இருக்கும். கோடிட்ட இடம் போலத் தாவிப் போய்க்கொண்டே இருப்பார்கள். ஆனால் அதனை நிரப்பி நாம் அத்தனை இடங்களிலும் நீக்கமற நிறைந்திருக்க வேண்டும்.

எனக்கு இது புதிய இடம். புதுச் சூழ்நிலை. இந்த நிறுவனத்தில் உள்ளே நுழைந்த பத்து நிமிடத்திற்குள் தொடக்கமே கேள்விக்குறியில் தொடங்கியது. நான் நிதானத்தை இழக்காமல், நான் செய்து கொண்டிருந்த வேலையை நிறுத்திவிட்டு, புன்னகையுடன் என் முன்னால் அமர்ந்திருந்தவருடன் உரையாடத் தொடங்கினேன். மென்மையான குரலில் அனுசரணையுடன் பேசினேன்.

'எந்தப் பிரச்சினை என்றாலும் நான் தீர்த்து வைக்கிறேன். என்னை நீங்கள் நம்பலாம்' என்றதும் அவர் அவரது கோபம் அதிகமானது. 'ஒரு வருடத்திற்குள் உங்களை மாதிரி பத்துப் பேர்கள் இந்த சீட்டுக்கு வந்துட்டு போயிட்டாங்க. ஒவ்வொருவரும் இப்படித்தான் என்னிடம் சொல்லியுள்ளார்கள்' என்றார்.

'அப்படியா? நல்லது. ஆனால் நான் இங்கே என்ன பிரச்சினை என்றாலும் நிச்சயம் ஒரு வருடமாவது இருப்பேன். என்னை நீங்கள் நம்பலாம். உங்கள் பிரச்சினை என்னவென்றே தெரியாமல் எப்படி உங்களுக்கு உதவ முடியும்? என்னை நீங்க நம்புவதும் நம்பாததும் உங்க விருப்பம். ஆனால் என்னிடம் இத்தனை கோபமாகப் பேசும் நீங்க ஏன் முழுமையான விவரங்களைச் சொல்ல மறுக்குறீங்க?' என்றதும் படிப்படியாக அவரது தொனி மாறத் தொடங்கியது. சகஜ நிலைக்கு வந்தவர், ஒரு கட்டத்தில் கெஞ்சும் நிலைக்கு வந்திருந்தார்.

பிரச்சினையின் மொத்த ரூபமும் புரிந்தது. இந்த நிறுவனம் ஏற்கெனவே நடத்திக் கொண்டிருந்த சாயப்பட்டறை மாசுக் கட்டுப்பாட்டு வாரியத்தின் சட்டத்திட்டத்தின்படி நிறுத்தப்பட்டுவிட்டது. கடந்த ஒரு வருடமாக இயங்கவில்லை. ஆனால் சாயப்பட்டறைக்குத் தேவைப்பட்ட

பொருள்கள் அனைத்தையும், வந்திருந்தவர் பணிபுரியும் நிறுவனத்தில் கடனுக்குத்தான் வாங்கியுள்ளனர். இவர் பணிபுரியும் நிறுவனத்திற்கு மட்டுமல்ல. பழைய பாக்கி உள்ள எந்தத் துணை நிறுவனத்திற்கும் பத்துப் பைசா கூடக் கொடுக்கவில்லை. பத்தாயிரம் முதல் ஒரு கோடி வரைக்கும் பணம் கொடுக்கப்பட வேண்டிய பல துணை நிறுவனங்கள் பட்டியலில் இருந்தன. வந்திருந்தவர் அவர் பிரச்சினையுடன் இந்த நிறுவனம் சார்ந்த அனைத்துத் தகவல்களையும் இடையிடையே சொல்ல, ஒவ்வொன்றாக எனக்குப் புரியத் தொடங்கியது.

பாதிக்கப்பட்ட துணை நிறுவனங்களில் இவர் பணியாற்றும் நிறுவனமும் ஒன்று. இவர் அந்த நிறுவனத்தில் வசூலிக்கும் பொறுப்பில் இருப்பவர். இவர் பணிபுரியும் நிறுவனம் இவரிடம் வேறெந்தக் காரணத்தையும் கேட்கத் தயாராக இல்லை. நாள்தோறும் இவருக்கு மன அழுத்தம் அதிகமாக ஆக, இன்று நான் சிக்கிக் கொண்டேன்.

இவர் நொந்து போயிருந்தார். இங்கே இருந்த மற்றொரு முக்கியமான பிரச்சினைதான் இவரை இந்த அளவுக்குக் கோபப்படுத்தி இருந்தது.

இவர் வசூலிக்கச் செல்லும் எந்த நிறுவனத்திற்குச் சென்றாலும் பதில் சொல்ல ஆள் இருப்பார்கள். ஆனால் இங்கே நிரந்தரமாக எவரும் இருப்பதில்லை. வரவேற்பறையில் (RECEIPTION) இருக்கும் பெண்களும், மாதச் சம்பளம் சரியாகக் கிடைக்காத காரணத்தால் வேலையை விட்டுப் போய்விடுவது வாடிக்கையாகவே இருந்தது. இவர் இங்கே வந்தால் எவரையும் சந்திக்க முடிவதில்லை.

இங்கே நிரந்தரமாக இருக்கும் நிர்வாக அதிகாரியும் முதலாளி வீட்டில் செய்ய வேண்டிய எடுபிடி வேலைக்குச் சென்று விடுவதால் எவரையும் சந்திக்க முடியாத எரிச்சல். இவை அனைத்தையும் சேர்த்து வைத்து என்னிடம் காட்டியுள்ளார்.

இவர் பணியாற்றும் நிறுவனம் சாயப்பட்டறைக்குத் தேவைப்படும் சாயப்பொருள்களை 30 நாள் தவணையில் கொடுத்துள்ளனர். ஆனால் அது தற்போது ஒரு வருடமாகிவிட்டது. இன்றுதான் முக்கியப் பொறுப்பில் ஒருவர் வந்துள்ளார் என்பதை மோப்பம் பிடித்து,

விடாப்பிடியாகக் கீழே இருந்த தடைகளை உடைத்து, என் முன்னால் வந்து உட்கார்ந்து விட்டார்.

பத்து வருடங்களுக்கு முன்பு வரை திருப்பூர் என்பது கடனூராகவே இருந்தது. எங்குத் திரும்பினாலும் கடன். எல்லாத் துறையிலும் கடன். கடன்தான் இந்தத் தொழிலை வளர்த்தது. வாழவும் வைத்தது. சிறிய அளவில் முதலீடு போட்ட அத்தனை பேர்களும் குறுகிய காலத்திற்குள் நம்ப முடியாத அளவிற்கு வளர்ந்தனர். அதாவது நூல் முதல் பெட்டி வரைக்கும் கடனுக்குத்தான் வாங்கிக் கொண்டிருந்தார்கள். அதுவும் முப்பது நாள் தவணை முதல் 120 நாள் தவணை வரைக்கும் என்று புகுந்து விளையாடிக் கொண்டிருந்தார்கள். இதன் காரணமாக ஒரு குறிப்பிட்ட சாராரிடம் மட்டும் பணம் சேர்ந்துகொண்டே இருக்க, பலரும் பாதிக்கப்பட்டு, கொடுத்த கடனை வசூலிக்க முடியாமல் அவரவர் செய்து கொண்டிருந்த தொழிலை விட்டு ஓடத் தொடங்கினர்.

ஒரு நபருக்கு கொடுக்க வேண்டிய பத்து லட்சத்தைப் பத்து மாதங்கள் இழுத்தடித்தால் என்னவாகும்? நொந்து வெந்து நோய் வாய்ப்பட்டுப் பலர் அவமானம் தாங்காமல் தற்கொலை செய்து இறந்து போயிருக்கிறார்கள். இன்னும் சிலர் தலைமறைவாகி விட்டார்கள்.

நாம் பணம் கொடுக்க வேண்டுமே என்ற எண்ணம் நிறுவன முதலாளிக்கு இருக்காது. மனசாட்சியை அடகு வைத்து விடுவார். இப்படி வளர்ந்தவர்கள்தான் இங்கே எழுபது சதவிகித நபர்கள். இதனை ‘டெபிட்’ (DEBIT) கலாசாரம் என்கின்றனர். எதற்குத்தான் டெபிட் போட வேண்டும் என்ற வரைமுறையே இல்லாத நபர்கள்தான் இங்குள்ள முதலாளிகள்.

நான் சேர்ந்திருந்த இந்த நிறுவன முதலாளியின் மற்றொரு பெயர் ‘மலைமுழுங்கி மகாதேவன்’. நீயெல்லாம் ஒரு மனுசனா என்று வந்தவர்சத்தம் போட்டுக் கொண்டிருந்தாலும், வேறு யாரையோ சொல்லிக் கொண்டிருக்கிறார் என்று அவர் கடந்து போய்க்கொண்டே இருப்பார். சில நாள்களில் படிப்படியாக ஒவ்வொன்றாகப் புரியத் தொடங்கியது.

சகதியிலோ அல்லது தரையிலோ முளைக்கும் செடிகளைவிட, பாறைக்குள் இருந்து வெளிவரும் செடியின் வேர்களுக்கு வீரியம் அதிகம். நான் ஏற்கெனவே பல

பாறைகளைப் பார்த்தவன். எனக்கு இது ஆச்சரியமாகத் தெரியவில்லை. பலவற்றை மனதில் குறித்துக்கொண்டு அவரிடம், 'இரண்டு நாள்கள் கழித்து வாருங்கள். முழுமையாகப் பேசுவோம்' என்றேன்.

சொன்ன மாதிரியே அதே தினத்தில் அவர் வந்தபோது 'உங்கள் முழுத் தொகைக்கும் நான் பொறுப்பு. உடனடியாக முடியாது. இந்த ஒரு மாதத்தை மறந்து விடுங்கள். அடுத்த மாதத்தில் இருந்து ஒவ்வொரு பதினைந்தாம் தேதி அன்று வந்துவிடுங்கள். மாதந்தோறும் ஒரு தொகையை வாங்கிக்கொண்டு சென்று விடலாம்' என்றதும் மனத்திருப்தியோடு நகர்ந்து சென்றார்.

நான் முதலாளியிடம் எதையும் கேட்கவில்லை. அனுமதி கூடப் பெறவில்லை. வந்தவரை நகர்த்தியே ஆக வேண்டும். இதனால் என்ன பிரச்சினை உருவாகும் என்று தெரிந்திருந்த போதிலும், என் தன்னம்பிக்கை வழிகாட்டும் என்ற அசைக்க முடியாத நம்பிக்கை என்னுள் இருந்தது.

சில வாரங்களுக்குள் நிறுவனத்தின் மொத்த சாதகப் பாதக அம்சங்களும் எனக்குப் புரியத் தொடங்கின. அவற்றுள் முக்கியமானது, நம்பிக்கையின்மை. நிறுவனத்தின் மீது எவருக்கும் நம்பிக்கை இல்லை. அதைவிட நிறுவன முதலாளியைப் பார்த்தாலே ஒவ்வொருவரும் அவசரமாகக் கடந்து போகத்தான் விரும்பினார்கள். கிராமத்தில் பழமொழியாகச் சொல்வார்களே... இவன் முகத்தில் முழித்தால் போன காரியம் விளங்கின மாதிரிதான் என்பார்களே... அப்பேற்பட்ட நபராகத்தான் இந்த நிறுவனத்தின் முதலாளி இருந்தார்.

இருபது வருடங்களுக்கு முன் வருடந்தோறும் ஐம்பது கோடி வரவு செலவு செய்து கொண்டிருந்த நிறுவனத்தின வளர்ச்சி, படிப்படியாக வளர்ந்து பல நூறு கோடிகளைத் தொட்டு நின்றது. பணம் சேர சேர முதலாளி தன் மனதில் உள்ள ஆசைகளின் மீது கவனம் வைத்தாரே ஒழிய, நிறுவனத்தின் அன்றாடச் செயல்பாட்டில் கவனம் வைக்காமல், மனம் போன போக்கில் போகத் தொடங்கினார். இதனால் ஒவ்வோர் இடத்திலும் அடிவாங்கிக் கடைசியில் இன்று வங்கிக்குக் கட்ட வேண்டிய தொகை மட்டும் 20 கோடி என்ற நிலையில் வந்து நிற்கிறது. இந்தக் கோடியைவிட மற்றொரு கொடுமை, முதலாளிக்கு கேடி என்ற பெயரும் நிலைபெற்றுவிட்டது. முதலாளியின் மனம் மாறவும்

தயாராக இல்லை. நிறுவனம் வளர்ந்த பாடாகவும் இல்லை. வங்கியின் நெருக்கடி ஒரு பக்கம். வசூல் செய்ய வருகிறவர்களின் அதிரடிப் பேச்சுகள் மறு பக்கம்.

முதலாளி வசிக்கும் வீடோ தாஜ்மகால் அழகைத் தோற்கடிப்பதாக இருந்தது. சலவைக் கல்லால் வீட்டை இழைத்திருந்தார். தொழிலில் என்ன பிரச்சினைகள் இருந்தாலும், அடிப்படை வாழ்க்கையில் எந்தக் குறையும் இல்லாமல் வாழ்ந்து கொண்டிருந்தார்.

முதல் அடியைக் கவனமாக எடுத்து வைத்தேன். அது வெற்றிப் பாதையின் கதவைத் திறந்துவிட்டது. ஆனால் மலைமுழுங்கியோ நான் உருவாக்கிய பாதையில் பாறாங்கல்லைத் தூக்கிப் போட்டார்.

என் ஆட்டம் ஆரம்பமானது.

13

வேலையைக் காதலி

முதல் மாதம் முழுக்க ஒவ்வொரு நாளும் சவாலாகவே கழிந்தது. கடுமையான வேலைப்பளு. தூக்கம் மறந்து இருபத்து நான்கு மணி நேரமும் அலுவலகம் மற்றும் தொழிற்சாலையிலேயே இருக்க வேண்டியதானது. வீட்டுக்கு வந்தாலும் அடுத்த நாள் செய்ய வேண்டிய வேலை குறித்த நினைப்பிலேயே இருக்க, உடம்பு படுத்த ஆரம்பித்தது. ஆனாலும் இந்த வேலையை மிகவும் நேசித்தேன்.

நமக்கு விருப்பமானவற்றைச் செய்யும்போது நம் தகுதிகள் புரிபடத் தொடங்கும். நேரம் காலம் மறந்து தொடர்ந்து வேலை செய்துகொண்டே இருந்தாலும் நமக்குச் சோர்வு வருவதில்லை. அதுவும் மற்றவர்களால் சாதிக்க முடியாதவற்றை நாம் சாதித்து விடுவோம் என்ற நம்பிக்கையில் செயல்படும்போது, நம்முடைய வேகம் அசாத்தியமானதாக இருக்கும். அதுவரையிலும் இனம் கண்டுகொள்ளாமல் நமக்குள் இருக்கும் அத்தனை திறமைகளும் ஒன்றன்பின் ஒன்றாக வெளி வரும். அப்படித்தான் எனக்கும் இந்த நிறுவனத்தில் நடந்து கொண்டிருந்தது.

வேலை என்பதைச் சம்பளம் என்பதோடு ஒப்பிட்டுப் பார்த்தால், சாணை தீட்டப்படாத கத்தியை வைத்து நறுக்குவது போலத்தான் இருக்கும். நான் ஏற்றுக்கொண்ட பணியை அன்றாடம் செய்ய வேண்டிய கடமைகளில் ஒன்றாகவே பார்த்து வந்தேன். இதன் மூலம் கிடைக்கக்கூடிய அனுபவம்,

நம்மை அடுத்த கட்டத்திற்கு நகர்த்தும் என்பதை உறுதியாக நம்பினேன்.

மதம் சார்ந்த விருப்பங்கள், கடவுள் மயக்கம், அப்பாற்பட்ட ஏதோவொரு சக்தி போன்றவற்றை எல்லாம் கடந்து வந்துவிட்ட காரணத்தால் இது விதி சார்ந்தது என்று யோசிக்கவில்லை.

எவரை நோக்கியும் என் ஆள்காட்டி விரல் நீட்டப்படவே வில்லை. 'தீதும் நன்றும் பிறர் தர வரா' என்பதைப் போல, 'எண்ணம் போல வாழ்வு' என்பதையும் கொள்கையாக வைத்திருந்தேன். நிறுவனத்திற்குள் இருந்த ஒவ்வொருவரும் தெரிந்தே செய்த தவறுகளையும், அறியாமல் செய்த பிழைகளையும் மன்னிக்கத் தயாராக இருந்தேன். இதனால் ஏற்பட்ட மன உளைச்சலை அமைதியாக உள்வாங்கிக் கொண்டேன். தெளிவாக இனம் பிரித்துக்கொண்டேன். அவரவர் தகுதி குறித்தே எண்ணங்களைப் பகுதி பகுதியாகப் பிரித்து வைத்திருந்தேன்.

எவரிடம் உண்மையான உழைப்பு இருக்கிறது, எவர் உழைப்பது போல நடிக்கிறார்கள் என்பதைக் கண்டுகொள்ள முடிந்ததால் எவர் மீதும் எரிச்சல்படாமல், தகுதியில்லாதவர்களை ஒதுக்கத் தொடங்கினேன். சிலர் புரிந்துகொண்டு சுதாரித்துக் கொண்டார்கள். பலர் இதுதான் வாய்ப்பு என்று மேலும் நடிக்கத் தொடங்கினார்கள். இதுதான் எனக்கு வாய்ப்பாக இருந்தது. நடிப்பவர்களை எடுபிடியாகப் பயன்படுத்தத் தொடங்க, அதைத் தாமதமாகப் புரிந்துகொண்டு கதறத் தொடங்கினார்கள்.

காலையிலேயே திட்டமிட்டு வந்திருந்தேன். தேவையான ஆட்களைத் தேர்ந்தெடுப்பதில் கவனம் செலுத்தினேன். அலுவலகம் என்ற பெயரில் மேஜைகள் நாற்காலிகள் இருந்தனவே தவிர, அவற்றில் அமர்ந்து செயல்பட வேண்டிய ஆட்கள் இல்லை. முதலில் அலுவலகம் சார்ந்த நபர்களை உள்ளே கொண்டு வர வேண்டும் என்ற எண்ணத்தில் தீவிரமாகச் செயல்பட்டுக் கொண்டிருந்தேன்.

விளம்பரத்தின் மூலம் ஆட்கள் தேர்ந்தெடுக்கப்பட்டால் அது பல பாதக அம்சங்களைத் தரக்கூடும் என்பதால், என் பழைய தொடர்பில் இருந்த தகுதியான நபர்களை நினைவில் வைத்து, அவர்களிடம் பேசினேன். வருகிறவர்களுக்குத் தொழில் அறிவு எந்த அளவுக்குத் தெரிகிறது என்பதைவிட, எதைக்கண்டும் பின்வாங்காத குணம் இருக்க

வேண்டும் என்பதை அடையாளமாக வைத்திருந்தேன். உழைப்பாளியாக இருந்தால் மட்டும் போதும் என்று கூட நினைத்திருந்தேன்.

உழைக்கும் எண்ணம் கொண்டவனுக்கு அடுத்தவன் குறைகள் குறித்து யோசிக்க நேரம் இருக்காது. அடுத்தடுத்த வேலைகள் என்னவென்றே மனம் ஓடிக்கொண்டே இருக்கும். வேலையில்லாதவர்களின் மனமும், வேலை செய்ய மனமில்லாதவர்களின் மனமும்தான் பிசாசு போலச் செயல்படும். பழிவாங்குதல், கடமைகளில் இருந்து தப்பித்தல், காரணம் சொல்லுதல், காரணங்களைத் தேடிக்கொண்டே இருத்தல் தொடங்கி, தான் வாழ எவரை வேண்டுமானாலும் பலிகடா ஆக்கி விடலாம் என்று எண்ணத்தில் கொண்டு வந்து நிறுத்தும்.

ஒரு நிர்வாகம் வீழ்ச்சியடையப் பல காரணங்கள் இருக்கலாம். அவற்றில் முதன்மையான காரணமாக இருப்பது, மனித மனங்களைக் கையாளத் தெரியாதது. இதனால் வீழ்ச்சி விரைவாகும்.

நாகரிகம் வளராத காலகட்டத்தில் மனிதர்களின் தேவைகள் குறைவாக இருந்தன. இன்று ஒவ்வொரு மனிதனையும் தேவைகள்தான் இயக்குகின்றன. அவரவர் தேவைக்கேற்றபடிதான் இன்றைய உலகம் இயங்குகிறது. ஆனால் இங்கே என் தேவை என்பது, 'என்னை நிரூபித்தே ஆக வேண்டும்' என்பதுதான். அந்த நோக்கத்திற்காக என்னை நானே வளைத்துக் கொண்டேன். அடுத்தவர் கௌரவம் பார்த்து நுழையத் தயங்கும் ஒவ்வோர் இடத்திலும் புகுந்து வெளியே வந்து கொண்டிருந்தேன்.

என் உழைப்பு மட்டும் இங்கே முக்கியமல்ல. என் சிந்தனையைப் போன்று ஒத்த நோக்கம் கொண்டவர்களையும் உள்ளே கொண்டு வந்தால் மட்டுமே என் பாரம் குறையும். எனவே பாரம் சுமக்கத் தயாராக இருப்பவர்களைத் தேடத் தொடங்கினேன்.

ஓர் ஆயத்த ஆடைத் தொழிற்சாலைக்கு முக்கியமான சில நபர்கள் தேவை. முதலில் மார்க்கெட்டிங் என்ற துறையில் கவனம் செலுத்த வேண்டும். நிர்வாகத்திற்குத் தேவைப்படுகிற ஒப்பந்தங்களைக் கொண்டு வரக் கூடியவராக இருக்க வேண்டும்.

ஏற்றுமதி ஒப்பந்தங்களை, திருப்பூர் சார்ந்த வெளிநாட்டு நிறுவனங்களின் அலுவலகத்தில் இருந்தும் கொண்டு

வரலாம். அல்லது நேரிடையாக வெளிநாட்டில் இருந்தும் கொண்டு வரலாம். நம் திறமையைப் பொறுத்து ஒப்பந்தங்களை உள்ளே கொண்டு வர முடியும். இதற்கு மார்க்கெட்டிங் மேனேஜர் என்றொரு பதவியை உருவாக்க வேண்டும். இது தவிர உள்ளே வந்த ஒப்பந்தங்களைக் கொண்டு செலுத்த மெர்சன்டைசர் சிலர் வேண்டும். பல வேலைகளுக்காக வெளியே அலைய ஆட்கள் வேண்டும். முக்கியமாக பர்சேஸ் மேனேஜர், ஃபேப்ரிக் மேனேஜர் போன்றவர்கள் வந்தே ஆக வேண்டும். அலுவலகம் சார்ந்த முக்கியப் பதவிகளைப் போல, தொழிற்சாலை சார்ந்த பல பெரிய, சிறிய பதவிகளுக்கு ஆட்களை உள்ளே கொண்டு வர வேண்டும்.

என் கடந்த கால அனுபவத்தில், தொடர்பில் இருந்த நண்பர்களை உள்ளே கொண்டு வருவது பெரிய வேலையல்ல. ஆனால், இதுபோன்ற நிறுவனத்தில் உள்ள பாதக அம்சங்களைக் கணக்கில் கொண்டு, தயங்கிக்கொண்டே வர மறுப்பதுதான் எனக்குப் பெரிய சவாலாக இருந்தது. சமாதானப்படுத்த வேண்டியதாக இருந்தது. 'என் மீது நம்பிக்கை வைங்க' என்று உறுதியளிக்க வேண்டியதாக இருந்தது. பல சமயங்களில் அளவு கடந்து கீழே இறங்க வேண்டியதானது.

மனித மனம் விசித்திரமானது. எப்போதும் கீழான எண்ணங்களை நோக்கியே செல்லும் வல்லமை கொண்டது. தவறு என்று தெரிந்தும் அதையே விரும்புவதும், சூழ்நிலைகளைக் காரணம் காட்டுவதும் என அவரவர்க்கெனப் பல கொள்கைகளை வைத்துக் கொண்டுதான் இங்கே ஒவ்வொருவரும் இருக்கின்றனர். நாம் ஏன் அளவு கடந்து உழைக்க வேண்டும், இதனால் நமக்கென்ன லாபம் என்பதையும் கருத்தில்கொண்டே செயல்படுகின்றனர்.

குறுகிய கால அறுவடையைத்தான் ஒவ்வொருவரும் விரும்புகின்றனர். இதனால் எனக்குத் தனிப்பட்ட முறையில் பல சவால்கள் உருவாகிக்கொண்டே இருந்தன.

அப்பாவும் மகனும் அலுவலகம் வந்தாலும் சுற்றுலாத் தளத்திற்கு வந்து விட்டுப் போவதைப் போல வந்து போய்க் கொண்டிருந்தனர். காலையில் பத்து நிமிடம் பேசுவார்கள். அப்புறம் சென்று விடுவார்கள்.

அலுவலக வேலைகள் முடிந்து வீட்டுக்கு வந்தாலும், நிறுவனத்திற்குத் தேவைப்படும் ஒப்பந்தத்திற்காக,

என் தொடர்பில் உள்ள பழைய நபர்களைத் தொடர்புகொண்டபோது, எல்லோரும் ஒரே வார்த்தையில் மறுத்து ஓடினார்கள். ‘அவர் நிறுவனத்திற்கா? வேண்டாம்ப்பா? நாங்க ஏற்கெனவே பட்ட அவமானங்களும் அவஸ்தைகளும் போதும்’ என்றார்கள்.

பேசிய ஒவ்வொருவரும் ஒவ்வொரு கதையைச் சொன்னார்கள். ஒவ்வொருவரும் ஒவ்வொரு விதத்தில் பாதிக்கப்பட்டிருந்தார்கள்.

ஒவ்வொன்றையும் விமர்சனமாக எடுத்துக் கொண்டேன். மனம் தளராத விக்ரமாதித்தனாய்ப் பூதத்தைச் சுமந்தபடி அடுத்த பயணத்தைத் தொடங்கினேன். ஆனால் பயணம் விடை தெரியாத விடுகதை போலவே இருந்தது.

இங்கே ஒவ்வொரு வெற்றிக்கும் ஒரு விலை கொடுத்தே ஆக வேண்டும். எந்தவொரு வெற்றிக்குப் பின்னாலும் ஒரு மிகப்பெரிய தியாகம் இருந்தே ஆக வேண்டும். அது அளவில் சிறியதாகவோ பெரியதாகவோ இருக்கலாம்.

இளமையில் அனுபவிக்க வேண்டிய சந்தோஷங்களைத் தியாகம் செய்து உழைத்தவனுக்கு மட்டுமே வாழ்நாள் முழுக்க நல்ல வாழ்க்கை அமையும். சில இடங்களில் விதிவிலக்குகள் இருக்கலாம். ஆனால் தலைவன் முதல் தறுதலைகள் வரைக்கும் அவரவர் அளவில் ஏதோ ஒரு தியாகத் தீயைத் தாண்டித்தான் வெற்றிக் கோட்டை அடைந்திருப்பார்கள்.

எனக்குப் பெரிய லட்சியம் எதுவுமில்லை. ஆனால் சவால்கள் மீது மிகப் பெரிய ஈர்ப்பு உண்டு. ஒவ்வொரு சவாலும் நம்மை இயக்குகிறது. சவால்கள் நம்மைப் புதுப்பிக்கின்றன. நமக்குள் இருக்கும் திறமையை அடையாளம் காண உதவுகின்றன. எதிரிக்கும் நமக்கும் உண்டான பாகுபாட்டைப் பக்குவமாக எடுத்துரைக்கின்றன. இது புரிந்தவர்களுக்குப் பொக்கிஷம். புரியாதவர்களுக்கோ ‘ஏன் வம்பை விலை கொடுத்து வாங்குகிறாய்?’ என்ற புலம்பல்தான் அறிவுரையாகக் கிடைக்கிறது.

எனக்கு இப்படிப்பட்ட அறிவுரைகள்தான் தொடர்ந்து கிடைத்தபடியே இருந்தன. காரணம், நூலில் சிக்கல் இருந்தால் எளிதில் பிரித்து விடலாம். ஆனால் சிக்கல் மலையாக இருந்தால் என்ன செய்ய முடியும்? அப்படித்தான் ஒவ்வொன்றும் இங்கே இருந்தது.

இந்த நிறுவனத்தில் மற்றொரு கொடுமை உண்டு. அலுவலகத்திலிருந்து தொழிற்சாலை திருப்பூரின் மற்றொரு பகுதியில் இருந்தது. ஒருமுறை சென்று வந்தாலே பாதிப் பொழுது அதிலேயே போய்விடும்.

ஓர் ஆயத்த ஆடை ஏற்றுமதித் தொழிற்சாலை இயங்கத் தேவைப்படும் ஒவ்வொரு பகுதியும் வெவ்வேறு இடத்தில் இருக்கும் பட்சத்தில் பல பாதகங்களை அந்த நிறுவனம் சந்தித்தே ஆக வேண்டும். நிர்வாகச் செலவு கட்டுக்கடங்காமல் போகும். கட்டுப்பாடின்றிக் கட்டவிழ்ந்த காளை போலத் துள்ளிக் குதிக்கும். அடக்குவது சிரமமாக இருக்கும். முதன்மைப் பதவியில் இருப்பவர்களுக்கு மேய்க்கும் வேலைக்கே நேரம் சரியாக இருக்கும். எவர் என்ன தவறுகள் செய்கிறார்கள் என்பதைக் கவனிப்பதில் பாதிப் பொழுது போய்விடும். செய்ய வேண்டிய வேலைக்குத்தான் வெளியே செல்கிறார்களா, அல்லது அவரவர் சொந்த வேலைக்காகச் சுற்றுகிறார்களா என்பதைக் கவனிக்கும்போது உருவாகும் மன உளைச்சலுக்கு அளவே இருக்காது.

மனம் சோர்ந்துவிடும். கவனிக்க வேண்டிய முக்கிய வேலைகளைத் தவிர்த்து உளவு வேலை பார்க்கவே நேரம் சரியாக இருக்கும். என் ஒவ்வொரு நாளும் இப்படித்தான் அவஸ்தைகளுடன் கழிந்தது.

நான் இந்த நிறுவனத்தின் உள்ளே நுழைந்த மூன்றாவது நாள், அலுவலகத்தில் இருந்த நிர்வாக அதிகாரி பதறியடித்துக்கொண்டு நான் அமர்ந்திருந்த இருக்கைக்கு மூச்சு வாங்க வந்து நின்றார். இரண்டு நாள்களாக அவரைக் கவனித்துக் கொண்டிருந்தேன். மனதிற்குள் ‘நீ உலக மகா நடிகனடா!’ என்று இனம் பிரித்து வைத்திருந்தேன். எதுவும் பேசாமல் கண்களால் அவரை என்ன என்பது போலப் பார்த்தேன்.

‘சார், நீங்க காலையிலேயே இங்கே நுழையும்போதே சொல்ல நினைத்து மறந்து விட்டேன். இப்பொழுதுதான் எம்.டி கூப்பிட்டிருந்தார்; உங்களை ஃபேக்ட்ரிக்கு வரச் சொல்லி இருந்தார்’ என்றார்.

நான் ஒன்றும் பேசவில்லை. செய்து கொண்டிருந்த வேலையை அப்படியே எடுத்து வைத்துவிட்டு எழுந்து அவருடன் கீழே இறங்கி வந்தபோது, வெளியே எனக்கான வாகனம் நின்று கொண்டிருந்தது.

எனக்காக வரவழைக்கப்பட்ட வாகனத்துக்குப் பின்புறம் மற்றொரு வெளிநாட்டுக் கார் நின்று கொண்டிருந்தது. நான் குழப்பத்துடன் நிர்வாக அதிகாரியைப் பார்த்தபோது 'எம்.டி யே வந்து விட்டார். என்னை மாட்டிக் கொடுத்து விடாதீர்கள். பின்னால் நிற்கும் வண்டியில் இருவரும் இருக்கிறார்கள். அதில் போய் ஏறிக் கொள்ளுங்கள்' என்றார். இருவர் என்றால் அப்பாவுடன் மகனும் இருக்கிறார் என்று அர்த்தம். இவர்கள் இருவரையும் உள்ளே இருந்த ஜால்ராக்கள் 'சின்னவர்', 'பெரியவர்' என்று அழைத்தனர். நானோ 'சின்னப்புத்தி' 'பெரிய புத்தி' என்று மனதிற்குள் குறித்து வைத்திருந்தேன்.

நிர்வாக அதிகாரி சொன்னதைப் புரிந்துகொண்டு, பின்பக்கமாக நின்று கொண்டிருந்த வாகனத்தை நோக்கிச் சென்றேன்.

ஓட்டுநர் இருக்கையில் மகன் அமர்ந்திருந்தார். பின்பக்க இருக்கையில் கால் மேல் கால் போட்டுக்கொண்டு எம். டி இருந்தார். வாயெல்லாம் பல்லாக என்னை வரவேற்று 'உள்ளே வந்து உட்காருங்க' என்றார்.

மரியாதைக்காகச் சற்று தள்ளியே அமர்ந்து கொண்டேன். வண்டி சென்று கொண்டிருந்தபோது தனது சுயபுராணத்தை அளந்து விட்டுக்கொண்டே வந்தார். அமைதியாகக் கேட்டுக்கொண்டே அவர் கண்களையே கவனித்துக்கொண்டு வந்தேன்.

உலகத்திலேயே மிகவும் ஆபத்தான மனிதர்கள் பல வகையினராக இருக்கிறார்கள். அதிலும் மிக ஆபத்தானவர்கள் சுயமோகி.

தன்னைத் தானே பெருமையாக நினைத்துக் கொள்ளுதல். தன்னைப் பற்றியே மற்றவர்களிடம் பெருமையடித்தல். தன் எதிரே நிற்கும் நபர் தன்னைப் பற்றிப் புகழ்வதை ரசித்துக் கேட்டுக் கொள்ளுதல். எதிரே இருப்பவன் தரம் என்ன, தராதரம் என்ன என்பதைப் பற்றி யோசிக்காமல், தன்னை மன்னன் போலக் கற்பனை செய்து கொண்டு, தான் சொல்வதையெல்லாம் எதிரே இருப்பவர்கள் நம்ப வேண்டும் என்ற கட்டாயப்படுத்துதல்.

குடும்ப வாழ்க்கையில் இந்தப் பழக்கம் இருந்தாலே நம் மரியாதைக்கு உத்திரவாதம் இருக்காது. தொழில் வாழ்க்கையில் இருந்தால் என்னவாகும்? பெரும்பாலும்

தன் திறமையைப் பற்றித் தாழ்வான எண்ணம் கொண்டவர்களிடத்திலும், தன் திறமையை வளர்த்துக் கொள்ள முடியாதவர்களிடத்திலும், போட்டி போட முடியாதவர்களிடத்திலும் மட்டுமே இப்படித் தம்பட்டம் அடித்துக் கொள்ளும் பழக்கம் இருக்கும்.

'மற்றவர்கள் நம்மை விரும்புவதைவிட நம்மை நாமே விரும்ப வேண்டும்' என்பதுதான் நம் தனிப்பட்ட வளர்ச்சியின் பாலபாடம். ஆனால் ஒவ்வொன்றுக்கும் ஓர் அளவுண்டு என்பதை நாம் மனதில் வைத்திருக்க வேண்டும்.

'பேச்சைக் குறை. செயலில் காட்டு' என்பதற்கான அர்த்தமே, நாம் செய்யும் செயலே நம்மைப் பற்றி மற்றவர்கள் பேசுவதாக இருக்க வேண்டும். அது நல்லதாக இருக்கலாம். இல்லை விமர்சனமாக இருக்கலாம். எப்படி இருந்தாலும் நாம் அதை எடுத்துக்கொண்டே ஆக வேண்டும். நான் இப்படித்தான் என்னை மாற்றிக் கொண்டிருந்தேன்.

ஆனால் பேசிக் கொண்டிருந்தவரோ தன்னைத் தவிர உலகத்தில் உள்ள அத்தனை பேர்களும் முட்டாள், தான்தான் வில்லாதி வில்லன், சூரப்புலி என்று கதையளந்து கொண்டிருந்தார்.

நாங்கள் தொழிற்சாலை இருந்த இடத்திற்குச் சென்று சேர்வதற்குத் தேவைப்பட்ட அரை மணி நேரத்திற்குள், என்னால் தாங்க முடியாத அளவிற்குப் பொளந்து கட்டிக் கொண்டிருந்தார். தொழிற்சாலையின் உள்ளே வண்டி நுழைந்தது. நுழைவாயிலில் செக்யூரிட்டி என்ற பெயரில் ஒரு வயதான பெரியவர் நின்று கொண்டிருந்தார். நிச்சயம் அவர் உள்ளே தோட்டத்தில் பணிபுரிபவராக இருக்க வேண்டும் என்று நினைத்துக் கொண்டேன்.

தொழிற்சாலையின் ஒவ்வொரு பகுதியையும் அப்பாவும், மகனும் எனக்குக் காட்டிக்கொண்டே வந்தார்கள். படிப்படியாக விளக்கிக் கொண்டே, இடையிடையே இருபது வருடத்திற்கு முன் அவர் செய்த சாதனைகள் மற்றும் இந்தத் தொழிற்சாலை இயங்கிய விதம் போன்றவற்றை விவரித்துக்கொண்டே வந்தார். மகன் ஒத்து ஊதிக் கொண்டிருந்தார்.

தொழிற்சாலை என்ற பெயரில் ஏதோ ஒன்று அங்கே இருந்ததே ஒழிய, அங்கு எந்த அடிப்படை வசதிகளும் இல்லை. கடந்த நாலைந்து வருடங்களாகச் செயல்படாமல் முடங்கிப் போய்க் கிடந்தது.

அதுவொரு மிகப் பெரிய தோட்டம். தோட்டத்தின் உள்ளே ஒவ்வொரு பகுதியையும் தனித்தனியாகப் பிரித்து, ஓர் ஆயத்த ஆடை உருவாக்கத்திற்குத் தேவைப்படும் ஒவ்வொரு வசதியையும் உருவாக்கி இருந்தார்கள். உள்ளே நுழைந்தவுடன் உற்பத்தி சார்ந்த கட்டடங்கள் இருந்தன. அடுத்த பகுதியில் பிரிண்ட்டிங் இருந்தது. தோட்டத்தின் மற்றொரு பகுதியில் சாயப்பட்டறை சார்ந்த அத்தனை வசதிகளும் இருந்தன. தோட்டத்தின் இறுதியில் பலதரப்பட்ட அறவு இயந்திரங்கள் பொருத்தப்பட்ட நிட்டிங் பகுதி இருந்தது.

ஒவ்வொரு பகுதிக்கும் இடையே வயல்வெளி இருந்தது. உள்ளே இருந்த வயல் பகுதியில் சோளத்தட்டையும், தென்னை மரங்களும் இருந்தன. கிராமத்திற்குள் நுழைந்தது போல இருந்தது. சுத்தமான காற்று உடம்பைத் தழுவியது.

ஆனால் எந்த இடத்திலும் பொறுப்பான ஆட்கள் இல்லை. எல்லா இடங்களிலும் நாமே நுழைந்து அத்தனை வேலையையும் இழுத்துப் போட்டுக்கொண்டு செய்ய வேண்டியதாக இருக்கும் என்பதை யூகித்துக் கொண்டேன்.

தொழிற்சாலையில் தைத்துக்கொண்டிருக்க வேண்டிய 300க்கும் மேற்பட்ட இயந்திரங்கள் கேட்பாரற்றுத் தூசியடைந்து போய்க் கிடந்தன. உள்ளே ஒவ்வோர் இடத்திலும் மலை போலக் குப்பை குவிந்து கிடந்தது. சாயப்பட்டறை இவர்கள் செய்த தவற்றின் காரணமாக மூடப்பட்டு, அனுமதிக்காகக் காத்திருந்தது. நிட்டிங் பகுதி காயலான் கடைக்கு எடுத்துச் செல்லும் அளவிற்கு இருந்தது. ஒவ்வொன்றாகப் பார்த்துக்கொண்டே வந்து கடைசியாக பிரிண்ட்டிங் இருந்த பகுதிக்குள் நுழைந்தோம்.

ஓடுகள் வேயப்பட்ட நீண்ட தாழ்வாரப் பகுதி போன்ற இடத்திற்குள் சென்றபோது அந்தப்பகுதி முழுக்க இருட்டாக இருந்தது. மின்சார வசதிகளைத் துண்டித்து வைத்திருந்தார்கள். காரணம் கேட்டபோது, மின்சார வாரியத்திற்குப் பணம் கட்டவில்லை என்று சொன்னார். அதுவும் நிர்வாக அதிகாரி மேல் பழியைப் போட்டார்.

அப்பாவும் மகனும் நுழைவாயிலில் நின்று கொண்டார்கள். நான் கும்மிருட்டில் தடவி தடவி உத்தேசமாக நகர்ந்து மேலோட்டமாகப் பார்த்துவிட்டு, வாசல்படியை நோக்கி நகர்ந்து வந்தபோது, புஸ்புஸ் என்ற சத்தம் கேட்க, நடப்பதை நிறுத்திவிட்டு இருட்டுக்குள் என் கண்களைச்

செலுத்தினேன். சில நொடிகளுக்குப் பிறகு அந்தச் சிறிய வெளிச்சம் தென்பட்டது. மேலும் உற்று நோக்க அது பாம்பின் கண்கள் என்று தெரிந்தது. ஒன்றல்ல, நான்கைந்து பாம்புகள் படம் எடுத்துக்கொண்டு என் முன்னால் நின்று கொண்டிருந்தன. என் ராஜ்ஜியத்திற்குள் ஏன் வந்தாய் என்று கேட்பது போல வழியில் வரிசையாக நின்றன.

சூரப்புலியோ வெளியே நின்றுகொண்டு தன் சுயபுராணத்தை விடாமல் பேசிக் கொண்டிருந்தார்.

என் உடம்பில் வியர்வை ஆறாக ஓடிக் கொண்டிருந்தது.

14

வண்ணங்களே வாழ்க்கை

'பாம்பைக் கண்டால் படையும் நடுங்கும்' என்பார்கள். எனக்குப் பயத்தோடு பல கேள்விகள் வியர்வையுடன் வந்தன. ஒரு நிறுவனத்தில் குறிப்பிட்ட பகுதியில் பாம்புகள் குடும்பத்துடன் வந்து குடியிருக்கிறது என்றால், 'இந்தப் பகுதி கவனிப்பார் இன்றி ஆள் ஆரவமின்றி இருக்கிறது என்று அர்த்தம்' என்பதை மனதில் குறித்துக் கொண்டேன்.

பிரிண்ட்டிங் (PRINTING DEPARTMENT) துறை என்பது ஆயத்த ஆடைத் துறையில் முக்கியமான துறையாகும். வெள்ளை மற்றும் வண்ண ஆயத்த ஆடை என்றால் அதற்குத் தனிப்பட்ட மதிப்பு எதுவும் இருக்காது. அதுவே அந்த ஆடையின் மேல் ஒரு சிறிய பிரிண்ட் அல்லது எம்ட்ராய்டரி இருக்கும் பட்சத்தில் அதன் மதிப்பே தனி. விலையும் அதிகமாக இருக்கும். இவற்றைத்தான் மேலை நாடுகள் விரும்புகின்றன.

திருப்பூரில் உள்ள நிறுவனங்களுக்கென்று சில சிறப்புத் தகுதிகள் உண்டு. கடினமான விஷயங்களை இயல்பாக எடுத்துக்கொண்டு சாதிக்கும் வல்லமை. அயராத உழைப்பு. இந்த இரண்டாலும்தான், மத்திய, மாநில அரசாங்கங்கள் ஒத்துழைப்புக் கொடுக்காத பட்சத்திலும், பல சிரமங்களைக் கடந்தும் திருப்பூர் வளர்ந்துகொண்டே இருக்கிறது.

உலகளாவிய போட்டி உள்ள இந்தத் தொழிலில், திருப்பூருக்குப் போட்டியாக பங்களாதேஷ், பாகிஸ்தான், இலங்கை, சீனா, இந்தோனேஷியா,

பர்மா போன்ற பல நாடுகள் இருந்தாலும், திருப்பூரின் வளர்ச்சியை நிறுத்த முடியவில்லை. அதற்கு முக்கியக் காரணம் இந்த பிரிண்ட்டிங் என்றால் மிகையாகாது.

காரணம், மற்ற நாடுகள் கடினமான வேலைப்பாடுகள் நிறைந்த ஆயத்த ஆடைகளை விரும்புவதில்லை. வேலை செய்ய எளிமையாக உள்ள வடிவமைப்புகளைத்தான் முதன்மையாகத் தேர்ந்தெடுக்கிறார்கள்.

மேலே சொன்ன நாடுகளில் ஓர் ஆயத்த ஆடை தயாரிப்புச் செலவில் தங்கள் லாபத்தைக் குறைத்துக் கொள்கிறார்கள். உற்பத்திச் செலவைப் பல விதங்களில் தாங்கள் விரும்பும் அளவுக்குக் கட்டுப்பாட்டுக்குள் வைத்துக் கொள்கிறார்கள். ஆனால் அந்த நாடுகளில் தொழிலாளர்களை எந்த நிறுவனமும் மனிதர்களாக மதிப்பதில்லை. எவ்வித அடிப்படை வசதிகளையும் உருவாக்கித் தருவதில்லை.

திருப்பூரில் உள்ள ஒரு டெய்லர் பெறும் (எட்டு மணி நேரத்திற்கு அதிகபட்சமாக ரூபாய் 450) சம்பளத்தில் நான்கில் ஒரு பங்கு மட்டுமே மேலே குறிப்பிட்டுள்ள நாடுகளில் உள்ள டெய்லர் சம்பளமாகப் பெறுகின்றனர். பத்து நபர்கள் பணிபுரிய வேண்டிய இடங்களில் மூன்று நபர்களை வைத்தே மொத்த வேலையையும் வாங்குகிறார்கள். பட்டியில் அடைக்கும் மாடுகளைப் போல நெருக்கமான இடங்களில் வைத்து வேலை வாங்குகிறார்கள்.

இதுபோன்று பல விதங்களில் உற்பத்திச் செலவைக் கட்டுப்படுத்தி, மேற்கத்திய சமூகம் விரும்பும் விலையை அவர்களால் கொடுக்க முடிகிறது. ஆனால் எப்போதும் போல மேலை நாடுகளில் உள்ள கனவான்கள் மனித உரிமைகளைப் பற்றி வாய் கிழியப் பேசுகிறார்கள்.

இது தவிர, அந்த அந்த அரசாங்கங்கள் அங்குள்ள ஏற்றுமதியாளர்களுக்கு ‘ஊக்கத் தொகை’ (DUTY DRAW BACK) என்ற பெயரில் வாரி வழங்குகிறார்கள். இதற்கு மேலும், ஏழை நாடுகள் என்ற பெயரில் அவர்களிடம் இருந்து வாங்கும் பொருள்களுக்கு இறக்குமதி வரியை (IMPORT DUTY) வளர்ந்த நாடுகள் தள்ளுபடி செய்கின்றன. இதன் காரணமாக இறக்குமதியாளர்களுக்குத் தனியாக 12 சதவிகித லாபம் கிடைக்கிறது.

கனடா, அமெரிக்கா, ஐரோப்பா போன்ற நாடுகளில் உள்ள இறக்குமதியாளர்கள், திருப்பூரிலிருந்து இறக்குமதி

செய்யும் பொருள்களுக்கு, அவரவர் வாழும் நாட்டின் அரசாங்கத்திற்கு இறக்குமதி வரி என்ற பெயரில் 12 சதவிகித வரியைக் கட்டிய பின்பே துறைமுகத்தில் இருந்து சரக்கை வெளியே எடுக்க முடியும்.

இந்த வசதிகள் எதுவும் இந்தியாவில் இருந்து ஏற்றுமதி செய்பவர்களுக்குக் கிடைக்காது. காங்கிரஸ் ஆட்சியில் ஆனந்த் ஷர்மா என்பவர் வர்த்தகத் துறை அமைச்சராக இருந்தார். ஐரோப்பிய நாடுகளுடன் ஒப்பந்தம் உருவாக்கி திருப்பூர் ஏற்றுமதியாளர்களுக்கு வரிவிலக்கு வாங்கித் தருகிறேன் என்று ஆசையைக் காட்டி அவர் கோட் பையை நிரப்பிக் கொண்டதுதான் மிச்சம். இங்கே இருந்த அவரது அடிப்பொடிகளும் அவருக்கு ஆராதனை செய்து காசைக் கொண்டு போய்க் கொட்டினார்கள்.

இவற்றையெல்லாம் மீறியும் திருப்பூர் இன்று வரையில் சந்தையில் நிற்பதற்கு முக்கியக் காரணம், இந்த வண்ண வண்ண பிரிண்ட்டிங் துறையே. இப்படிப் பலவித வண்ணங்களோடு பின்னிப் பிணைந்து இருப்பவர்களின் வாழ்க்கையை இன்றைய மின்சாரத் தட்டுப்பாடு தடுமாற வைத்துக் கொண்டிருக்கிறது.

இத்தனை பிரச்சினைகளுக்கு இடையேயும் இங்கே மற்ற நாடுகள் தர முடியாத தரத்தையும் விலையையும் கொடுக்கக் கூடியவர்களாக இருக்கிறார்கள் திருப்பூர்க்காரர்கள்.

இறக்குமதியாளர்கள் விரும்பும் குறுகிய காலகட்டத்திற்குள் கொடுத்து விடுவதால், ‘எனக்கு உன் விலை கட்டுப்படியாகாது’ என்று செல்பவர்கள்கூட, குறிப்பிட்ட காலகட்டத்திற்குப் பிறகு மீண்டும் வந்து விடுகிறார்கள்.

இந்தச் சமயத்தில் இந்தப் பிரிண்ட்டிங் துறையைப் பற்றிப் பார்த்து விடுவோம்.

ஆயத்த ஆடையின் மேல் தீர்மானிக்கப்பட்ட பிரிண்ட் எந்த அளவுக்குத் தேவைப்படுகிறதோ அதன் வடிவத்தைக் காகித வடிவில் DESIGNER பார்வையிடுகிறார். குறிப்பிட்ட வடிவ அடிப்படையில் எந்த அளவுக்கு உருவாக்கப்பட வேண்டும் என்பதை மனதில்கொண்டு அதற்கான ஆயத்த ஏற்பாடுகளைத் தொடங்குகிறார். டிசைனர் கணினியில் வரைந்து கொடுத்து விடுவார். மற்றொருவர் அதனைக் கொண்டு பிலிம் உருவாக்கி விடுவார்.

அதன் அடிப்படையில் பிரிண்ட்டிங் பட்டறைக்குத் தேவைப்படும் அளவுக்குச் சதுர மற்றும் செவ்வக வடிவில்

நைலான் துணியில் பிரிண்ட்டிங் வடிவத்தை மற்றொருவர் உருவாக்கித் தந்து விடுவார். அந்தக் குறிப்பிட்ட மாடல் மெல்லிய நைலான் துணியில் உருவாக்கப்பட்டிருக்கும். நான்கு புறமும் கம்பி வடிவிலான உருளைகளால் உருவாக்கப்பட்டு, சதுர மற்றும் செவ்வக வடிவிலான மாடல் உருவாக்கப்பட்டுவிடும். இந்த வடிவமைப்பு பிரிண்ட்டிங் பட்டறைக்கு வருகிறது.

ஒவ்வொரு பிரிண்ட்டிங் பட்டறையிலும் தொழிலாளிகள் புஜபல பாரக்கிரமசாலிகளாக இருப்பதால், சலிக்காமல் வேலை செய்பவர்களாக இருப்பார்கள். பெரும்பாலும் தமிழகத்தின் தென் மாவட்டத்தைச் சேர்ந்த தொழிலாளிகள்தான் சாயப்பட்டறைத் துறையிலும் பிரிண்ட்டிங் துறையிலும் இருப்பார்கள்.

மெல்லிய நைலான் வடிவத் துணியின் மேல், தேவைப்படுகின்ற வண்ண சாயத்தை அளவு பார்த்து ஊற்றுவார்கள். மேஜையின் மேல் விரிக்கப்பட்டுள்ள துணி அல்லது நறுக்கப்பட்ட துணியின் மேல் வைத்து, மேலும் கீழும் SCRAPPER துணைகொண்டு சாயம் எல்லா இடங்களிலும் பரவும்படி இழுப்பார்கள்.

கொட்டப்பட்டுள்ள சாயத்தை நைலான் துணியில் அழுத்தி இழுக்கும்போது நைலான் துணியின் மேலே உள்ள சாயம் நைலான் துணியில் உள்ள மெல்லிய துளைகள் வழியே (குறிப்பிட்ட வடிவம் சார்ந்து உருவாக்கப்பட்டிருக்கும்) உள்ளே இறங்க, துணியில் நாம் எதிர்பார்த்த புதிய வடிவம் பிறக்கும்.

ஒரு வடிவமைப்புக்கு எத்தனை நிறங்கள் தேவைப்படுகின்றனவோ அத்தனைக்கும் ஒவ்வொரு SCREEN தயாராக இருக்கும். இப்படித்தான் ஆயத்த ஆடைத் துணியில் தேவைப்படுகிற பிரிண்ட்டிங் வடிவத்தைக் கொண்டு வருகிறார்கள்.

திருப்பூரில் உள்ள ஆயத்த ஆடைத் துறையில் உள்ள ஒவ்வொரு துணைத் துறையிலும் பங்களிக்கும் தொழிலாள வர்க்கத்திற்குச் சில சிறப்புத் தகுதிகள் உண்டு. டெய்லர் என்பவர்களுக்கு உடல் உழைப்பு அதிகமாக இருக்காது. ஒரே இடத்தில் அமர்ந்துகொண்டு பணிபுரிபவர்களாக இருப்பார்கள். கட்டிங் மாஸ்டர்கள் இயந்திரங்களின் துணைகொண்டு பணிபுரிபவர்களாக இருப்பார்கள். செக்கிங் என்ற தரம் பார்த்துப் பிரிக்கக்கூடிய பகுதியில்

பெண்கள் நாள் முழுக்க நின்றுகொண்டே பணிபுரிவார்கள். இதுபோன்று இங்குள்ள ஒவ்வொரு துறையிலும் SKILLED AND SEMI-SKILLED என்ற வகையில் கலந்து கட்டிப் பணியாளர்கள் இருப்பார்கள்.

ஆனால் சாயப்பட்டறை மற்றும் பிரிண்ட்டிங் துறை முழுக்க முழுக்க உடல் உழைப்பை நம்பியே செயல்படும் இடங்கள். இன்றைய சூழ்நிலையில் நவீன தொழில்நுட்ப வசதிகள் மேம்பட்டிருக்கும் போதிலும், மனித ஆற்றலின் பங்கு இங்கு அதிகமாகத் தேவைப்படத்தான் செய்கிறது. உடல் வலு உள்ளவர்களால் மட்டுமே இதுபோன்ற துறைகளில் காலம் தள்ள முடியும்.

பிரிண்ட்டிங் துறையில் பல பிரிவுகள் உள்ளன. TABLE PRINTING, MECHINE PRINTING, ROTARY PRINTING, STICKER PRINTING, FUSING PRINTING என்று பல பிரிவுகள் உள்ளன.

தொடக்கத்தில் இந்தத் துறை, எந்த நவீனமும் எட்டிப் பார்க்காத நிலையில் இருந்தது. இதனைப் பிரிண்ட்டிங் பட்டறை என்று அழைத்தார்கள். ஓடு வேயப்பட்ட, நீண்ட செவ்வக வடிவில், தாழ்வாரம் போன்ற அமைப்பில், கிடைத்த இடத்தில் செயல்பட்டார்கள். முழுக்க மனித உழைப்பை மட்டுமே நம்பிச் செயல்பட்டார்கள். செவ்வக மேஜை, அந்த மேஜையைத் தாங்க பத்தடிக்கு ஒரு கடப்பாக் கல் போன்ற அமைப்பில் உருவாக்கி இருப்பார்கள். அதன்மேல் கெட்டியான காடா துணியைப் போட்டு இரண்டு பக்கமும் இறுகக் கட்டி இருப்பார்கள். அது ஏறக்குறைய 120 அடி நீளமுள்ளதாக இருக்கும்.

ஆனால் எல்லாம் இன்று மொத்தமாக மாறிவிட்டது. மனித உழைப்புகள் தேவைப்பட்ட இடத்திற்கு இயந்திரங்கள் வந்து விட்டன. இரண்டு நிறத்திற்கு யோசித்தவர்கள் இன்று 14 நிறம் வரைக்கும் கலக்கிக் கொண்டிருக்கிறார்கள். அதாவது உங்கள் புகைப்படத்தை அல்லது குடும்ப உறுப்பினர்களைக் கொண்ட புகைப்படத்தை ஒரே நாளில் வண்ண வடிவமாக மாற்றித் துணியில் பிரிண்ட் அல்லது எம்ப்ராய்ட்ரி வடிவத்தில் தந்து விடக்கூடிய நவீன தொழில்நுட்ப வசதிகளைக் கொண்டதுதான் இன்றைய ஆயத்த ஆடை உலகம்.

இது தவிர, ரோட்டரி பிரிண்ட்டிங் என்றொரு பூதம் இந்தத் துறையையே மாற்றிவிட்டது. ஒரு பெரிய தொழிற்சாலை

போலவே 24 மணி நேரமும் இயங்கிக் கொண்டிருக்கிறது இந்தத் துறை. இது எந்த அளவுக்கு வளர்ந்துள்ளது தெரியுமா?

எத்தனை ஆயிரம் கிலோ உங்களுக்கு எத்தனை மணி நேரத்தில் வேண்டும் என்கிற அளவுக்கு இன்றைய நவீன தொழில்நுட்பம் இந்தத் துறையை வளர்ச்சியடைய வைத்துள்ளது. என்ன வேண்டுமானாலும் பெறலாம், எப்போது வேண்டுமானாலும் பெற்றுக் கொள்ளலாம் என்கிற அளவுக்கு வளர்ந்துவிட்டது. மொத்தத்தில் முதலீடு செய்யப் பணம் இருந்தால் போதும்.

உலகளாவிய வணிக ஒப்பந்தத்தம் காரணமாக எந்த உயர் ரகத் தொழில்நுட்பத்தையும் கண்ணிமைக்கும் நேரத்திற்குள் திருப்பூருக்குள் கொண்டு வந்து விடலாம். அந்நிய முதலீடு நம் நாட்டிற்குத் தேவையில்லை என்ற கருத்து முழுமையாகச் செல்லுபடியாகாத ஒரே ஊர் என்றால் அது திருப்பூர் மட்டுமே. காரணம் இங்குள்ள ஒவ்வொரு துறையிலும் உள்ள பல வித நவீன ரக இயந்திரங்கள் அனைத்தும் பல்வேறு நாடுகளில் இருந்து இறக்குமதி செய்யப்பட்டவையே. ஐந்து லட்சம் முதல் ஐந்து கோடி வரைக்கும் பலதரப்பட்ட இயந்திரங்கள்தான் இங்கே ஆட்சி செய்கின்றன.

இங்கே ஒரு வருத்தமான விஷயம். வருடந்தோறும் லட்சக்கணக்கான பொறியாளர்களை இந்தியா உருவாக்கிக் கொண்டிருக்கிறது. இங்கே எந்தக் கண்டுபிடிப்பும் உருவாக்கப்படவில்லை என்பதோடு, அதற்கான முயற்சிகளின் தொடக்கம் கூட நிகழவில்லை. இதுகுறித்து இங்கே எந்த ஆட்சியாளர்களும் கவலைப்படவும் இல்லை. கிட்டத்தட்ட 75 ஆண்டுகளுக்கு முன்னால் வரைக்கும் நம் நாடு அடிமையாக இருந்தது. வேறு வழியின்றி நாமும் அன்று அடக்கமாக வாழ்ந்து கொண்டிருந்தோம். தொழில்நுட்பம் சார்ந்த் இன்றும் பெரிய மாறுதல்கள் இல்லை! சந்தைப் பொருளாதாரத்தில் ஓர் அங்கமாக இருக்கிறோம். ஆனால் நம்மை ஏதோவொரு சர்வதேச நிறுவனம் ஆட்டிப்படைத்துக் கொண்டிருப்பதை அறியாமலேயே பணம் துரத்தும் பறவையாக மாறி, நாம் சுதந்திரமாக வாழ்ந்து கொண்டிருக்கிறோம் என்று நம்பிக் கொண்டிருக்கிறோம்.

இருட்டுக்குள் பாம்புகளுடன் நின்று கொண்டிருந்தாலும் பலவற்றையும் யோசித்துக் கொண்டிருந்த என்னை

வெளியே நின்று கொண்டிருந்த முதலாளி, 'இருட்டுக்குள்ள என்ன பார்த்துக் கொண்டிருக்கிறீங்க?' என்ற அழைத்த குரல் கேட்டதும் சுயநினைவுக்குத் திரும்பினேன்.

இப்போது என் எதிரே படமெடுத்து நிற்கும் பாம்புப் பங்காளிகளுடன் ஒரு சமாதான உடம்படிக்கையை அவசரமாக உருவாக்கியே ஆக வேண்டும் என்ற அவசரத்தில் இருந்தேன். நான் பாம்பு என்று கத்தினால் வெளியே இருக்கும் இரண்டு ஜாம்பவான்கள் உள்ளே வந்து காப்பாற்றுவார்கள் என்ற எண்ணம் எனக்குத் துளி கூட இல்லை. பெல்ட்டு அவிழ்வது கூடத் தெரியாமல் தலை தெறிக்க ஓடி விடுவார்கள். இந்தச் சூழ்நிலையை எப்படிச் சமாளிப்பது என்று சுற்றுமுற்றும் பார்த்தேன். ஒரே கும்மிருட்டாக இருந்தது. பக்கத்தில் என்ன இருக்கிறது என்பதைக் கண்டு கொள்ளவே சற்று நேரம் பிடித்தது.

இதுபோன்ற இக்கட்டான சூழ்நிலையில் நம் தைரியமே ஆதாரம். அவசரப்பட்டு ஒன்றும் ஆகப்போவதில்லை என்பதை உணர்ந்துகொண்டு, கண்களை இருட்டுக்குள் துழாவினேன்.

பக்கத்தில் தெரிந்த மேஜையின் மேல் கால் வைத்து ஏறினேன். அது படபடவென்று சரிந்தது. சரிந்த வேகத்தில் உருவான சத்தம் கேட்டுப் பாம்புகள் வேகமாக ஊர்ந்து மறைந்தன.

எந்த விலங்கும் மனிதர்களை வம்புக்கு இழுப்பதில்லை. அதன் வாழ்க்கையில் மனிதர்கள் குறுக்கிடும்போது, முதலில் முறைக்கிறது. பிறகு எதிர்க்கிறது. கடைசியில் போராடத் துவங்குகிறது. இதையெல்லாம் நினைத்தபடி, ஒரு வழியாக அந்த இருட்டுக்குள் போராடித் தட்டுத்தடுமாறி வெளியே வந்தேன்.

நான் இப்போது இங்கே பார்த்த பிரிண்ட்டிங் சாதனங்கள், புதிய தொழில்நுட்ப வசதிகள் உருவாகாத காலகட்டத்தைச் சேர்ந்தவை. அதாவது எந்தத் தொழில்நுட்ப மாறுதல்களையும் இவர்கள் உள்வாங்கவே இல்லை.

மொத்தத்தில் நிறுவனத்திற்கு ஒரு பெயர். அதற்கு தான்தான் முதலாளி என்ற கம்பீரம். உள்ளே உயிரற்ற உடம்பாய் மொத்த நிர்வாகமும் ஸ்தம்பித்துப் போய்க் கிடக்கிறது. அது குறித்த அக்கறையின்றி இன்னமும் சுயபெருமையைப் பறைசாற்றிக்கொண்டு வெட்கமின்றித் திரியும் மனிதர்.

அவர் வெளியே நின்று இன்னமும் தனது சுயபுராணத்தை நிறுத்தாமல் சொல்லிக் கொண்டிருந்தார்.

இவரை எப்படி அழைப்பீர்கள்? எந்தத் தொழிலும் முதலீடு செய்தவர்கள் முதலாளிதான். ஆனால் அதற்கான தகுதிகள் எதுவுமின்றி இருந்தால், வந்த சுவடு தெரியாமலேயே, போட்ட முதல் அனைத்தும் குறிப்பிட்ட காலகட்டத்திற்குள் காணாமல் போய்விடும்! அப்படித்தான் இங்கேயும் நடந்துள்ளது.

முதலாளி தன் சுயபுராணக் கதையை இன்னமும் நிறுத்தியபாடில்லை. விதியே என்று நொந்தபடி மீண்டும் அவர்களுடன் பயணித்து அலுவலகத்திற்குத் திரும்பினேன்.

என் மனதிற்குள் வைராக்கியம் இன்னும் ஒரு படி அதிகமாக உருவாகி இருந்தது. அவசரச் சிகிச்சையில் இருப்பவனுக்கு ஆறுதல் தேவையில்லை. உடனடியாகச் செய்தே ஆக வேண்டிய முதலுதவிதான் தேவை.

இந்த நிறுவனத்தை மேலே கொண்டு வருவதற்கு முக்கியமான இரண்டு விஷயங்களை உடனடியாகச் செய்தே ஆக வேண்டும். உடனடி வருமானம் வரக்கூடிய விஷயங்களில் கவனம் செலுத்த வேண்டும். அதுவும் உடனே செய்தாக வேண்டும்.

தோட்டத்திற்குள் உற்பத்தித் துறை தவிர்த்துத் தனியாக மூன்று துறைகள் இருந்தன. நிட்டிங் மற்றும் பிரிண்ட்டிங் என்ற இரண்டு துறைகளில் கவனம் செலுத்தினால் வாரந்தோறும் குறிப்பிட்ட வருமானத்தை உள்ளே கொண்டு வர முடியும் என்ற நம்பிக்கை உருவானது. இவை இரண்டும் வாரந்தோறும் ஆயிரக்கணக்கில் வரக்கூடிய வருமானமாகத்தான் இருக்கும்.

ஆனால் உள்ளே இருந்த மற்றொரு துறையான சாயப்பட்டறையை மட்டும் இயக்க முடிந்தால், லட்சக்கணக்கில் உள்ளே கொண்டு வர முடியும். ஆனால் அரசாங்க நடைமுறைகள் தொடங்கி ஒவ்வொன்றும் பயமுறுத்துவதாக இருந்தது.

சாயப்பட்டறையைப் பழைய நிலைமைக்குக் கொண்டு வருவது சாதாரண விஷயமாகத் தெரியவில்லை. அரசாங்கம் சம்பந்தப்பட்ட பல சட்டச் சிக்கல்கள் இருந்தன. இதற்கு முன்னால் இருந்தவர்கள் புகுந்து விளையாடி இருந்தார்கள். மின்சார வாரியம் ஒரு பக்கம் சீல் வைத்து விட்டுச்

சென்றுவிட மற்றொரு புறம் மாசுக் கட்டுப்பாட்டு வாரியமும் ஆப்படித்திருந்தார்கள்.

எந்தப் பக்கம் திரும்பினாலும் சேதாரம் ஏராளமாக இருந்தது. இது தவிர, இதை மீண்டும் இயக்க கோடிக்கணக்கான ரூபாயை இதற்குள் இறக்கி இருந்தார்கள். புதிய உபகரணங்கள் என்று ஆலோசனை சொன்ன ஒவ்வொருவரையும் நம்பி, மனம் போன போக்கில் செலவழித்திருந்தார்கள்.

'பட்ட காலிலே படும். கெட்ட குடியே கெடும்' என்ற பழமொழியைக் கேள்விப்பட்டு இருக்கிறீர்களா? இதற்கான முழு அர்த்தமும் எனக்கு இங்கேதான் தெரிய வந்தது. ஒவ்வொரு விஷயத்திற்குள்ளும் உள்ளே நுழைந்து வெளியே வந்தபோது, ஒரு நல்ல சிறுகதையின் சுவராசியம் எனக்குத் தெரிந்தது.

நேர்மையுடன் வந்து அணுகியவர்கள் அத்தனை பேர்களுக்கும் இவர் நாமத்தைச் பரிசாகத் தந்த காரணத்தினால், நேர்மையற்ற அத்தனை பேர்களும் வந்து அல்வா கொடுத்துவிட்டுச் சென்றிருந்தார்கள்.

செலவு அதிகமானதே தவிர எந்தச் செயல்பாடுகளும் முடிவடையவில்லை. எல்லாமே அரைகுறையாக இருந்தன. ஒவ்வொன்றையும் மனதிற்குள் குறித்து வைத்துக் கொண்டேன். என் கருத்து எதையும் சொல்லவில்லை. எனக்கு நன்றாகப் புரிந்துவிட்டது. எவர் எதைச் சொன்னாலும் அதைச் சந்தேகத்தின் அடிப்படையிலே பார்த்துப் பழகியவரிடம் நாம் என்ன சொன்னாலும் எடுபடாது. நம் செயல்பாடுகள் மட்டுமே இவர் குணத்தை மாற்றும்.

அப்பாவும், மகனும் என்னை மீண்டும் அலுவலகத்தில் கொண்டுவந்து விட்டதும், என் திட்ட அறிக்கையைத் தயார் செய்யத் தொடங்கினேன். உடனடியாகச் செய்ய வேண்டிய வேலைகள், நிரந்தரமாகச் செய்ய வேண்டிய வேலைகள் என்று இரண்டு பகுதிகளாகப் பிரித்துக் கொண்டேன். மூன்று வாரங்கள் இடைவிடாது பாடுபட்டதன் பலனாகப் பாதையின் தொடக்கம் தெரிய ஆரம்பித்தது.

முக்கியப் பதவிகளில் தகுதியான நபர்களை நியமிக்க முடிந்தது. அதிர்ஷ்டவசமாக ஒரு பெரிய ஒப்பந்தம் கைக்கு வந்தது.

பிரிண்ட்டிங் மற்றும் நிட்டிங் துறைக்கு நியமிக்கப்பட்டவர்களிடம், முதலில் சுத்தம் செய்துவிட்டு,

பின்னர் எவை உடனடித் தேவைகள் என்பதைக் கணக்கெடுக்கச் சொன்னேன்.

சிறிய முதலீடுகள் தேவை என்பதை உணர்த்தியபோதும், முதலாளி அது குறித்துக் கவலைப்பட்டதாகவே தெரியவில்லை. தொடர்பில் இருந்த நபர்கள் மூலம் கடனுக்கு ஏற்பாடு செய்து, வேலைகள் நிற்காத அளவுக்கு விரட்டி வேலை வாங்கிக் கொண்டிருந்தேன்.

மாத இறுதியில் புதிதாகச் சேர்ந்தவர்களுக்குச் சம்பளம் நிர்ணயித்த போதுதான், முதலாளியின் முழு சொரூபமும் எனக்குப் புரிந்தது. நாம் ஏன் இந்தச் சாக்கடையில் இருக்க வேண்டும் என்ற எண்ணமும் உருவானது.

15

பணக்காரன் பேசுவதெல்லாம் தத்துவமே

மாதச் சம்பளத்திற்கான பட்டியலை முதலாளியின் மேஜையில் வைத்தபோது அவர் என்னை மேலும் கீழும் பார்த்தார். சிரித்துக்கொண்டே 'என்ன இது?' என்று பார்வையால் கேட்டார். நானும் சிரித்துக்கொண்டே ஒன்றும் பேசாமல் என்னருகே இருந்த காகிதத்தை அவர் பார்வையில் படும்படி அவர் பக்கம் தள்ளிவைத்துவிட்டு அவரைப் பார்த்தேன். அவர் மீண்டும் என்னைப் பார்த்துச் சிரித்துக்கொண்டே அந்தக் காகிதத்தின் மேல் பார்வையை ஓட விட்டார்.

அவரது சிரிப்பு உண்மையான சிரிப்பல்ல. அது ஒரு கள்ளச் சிரிப்பு. பலரையும் கலங்க வைக்கும் சிரிப்பு. புரிந்தவர்களுக்கு எரிச்சலை வரவழைக்கக்கூடிய சிரிப்பு. மற்றவர்களை எகத்தாளமாகப் பார்க்கக்கூடிய சிரிப்பு. எல்லோருமே தனக்குக் கீழ்தான் என்று உணர்த்தும் கீழ்த்தரமான சிரிப்பு.

இவற்றை எல்லாம் நான் நன்றாக உணர்ந்து வைத்திருந்த காரணத்தால், என் உணர்ச்சியைக் காட்டிக் கொள்ளாமல், கூர்மையாக நேருக்கு நேர் அவர் கண்களைப் பார்த்தேன். மனிதர்களின் கண்களை நேருக்கு நேர் பார்த்துப் பேசிப் பழகும் போது, பலவற்றை நம்மால் புரிந்துகொள்ள முடியும். அவர்களின் கள்ளத்தனத்தை அவர்களது கண்கள் காட்டிக் கொடுத்துவிடும்.

இந்த நிறுவனத்தில் நான் நுழைந்தது முதல் என்னை எந்த இடத்திலும் முதலாளியிடம் வெளிக்காட்டிக் கொண்டதில்லை. எதற்காகவும் அவசரப்பட்டு உணர்ச்சிவசப்பட்டதில்லை. வார்த்தைகளைக் கொட்டியதில்லை. அவர் முன்னால் அமரும் ஒவ்வொரு நிமிடமும் என்னைப் புதுப்பித்துக்கொண்டே இருப்பதுண்டு.

கீழ்த்தரமான எண்ணம் கொண்டவர்களுடன் நாம் பழகும்போது பல மடங்கு கவனமாக இருக்கவேண்டும். எந்த நொடியிலும் நாம் நம்மை இழந்து விடக்கூடாது, எந்தச் சமயத்திலும் அவர்களின் கட்டுப்பாட்டுக்குள் நாம் சென்று விடக்கூடாது என்பதில் கவனமாக இருக்கவேண்டும். எதிர்மறை எண்ணங்கள் நம்மைத் தாக்கினால், அது மன வலிமையைக் குறைப்பதோடு அதன் தாக்கம் உடலில் பரவும். இது நாம் சேர்த்து வைத்துள்ள மனோபலத்தைப் பாதியாகக் குறைத்துவிடும்.

நாம் வாழும் சமூகம் நாடகதாரிகளால் சூழப்பட்டது. கள்ளத்தனம்தான் தங்கள் கொள்கை என்ற எண்ணம் கொண்ட பெரும்பான்மையினர் மத்தியில்தான் நாம் வாழ்ந்தாக வேண்டும்.

இது சரி, இது தவறு என்பதற்கு அப்பாற்பட்டு, இங்கே ஒவ்வொருவரும் சூழ்நிலைக் கைதியாகத்தான் வாழ்கிறார்கள். இவற்றை எந்தப் புத்தக அறிவும் நமக்குத் தந்து விடாது. மனிதர்களுடன் பழகும் போதுதான் நம்மால் உணர்ந்து கொள்ள முடியும்.

கிராம வாழ்க்கையில் நம் வெளிப்படைத் தன்மை எல்லாச் சமயத்திலும் வெளிப்பட்டுவிடும். பரஸ்பரம் அதற்குரிய அங்கீகாரமும் மரியாதையும் கிடைக்கும்போது அது இயல்பாக இருக்கும். அதுவே அங்கு வாழும் மனிதர்களின் குணமாக மாறிவிடும். ஆனால் நகர்ப்புற வாழ்க்கையில் பல சமயம் நாடக நடிகர் போலவே ஒவ்வொருவரும் வாழ்ந்தாக வேண்டிய கட்டாயம் உருவாகிறது.

நாம் வகிக்கும் பதவியைப் பொறுத்து மகிழ்ச்சியை வெளிக்காட்ட முடியாத நிலையும், தகுதியைப் பொறுத்து அதனைப் பகிர்ந்து கொள்ள முடியாத தன்மையும் உருவாகின்றன.

'நீ அற்புதமான காரியத்தைச் செய்துள்ளாய்' என்று பாராட்டினால் உடனே, 'என் சம்பளம் ரொம்பக் குறைவா

இருக்கு சார். முதலாளிக்கிட்டே கொஞ்சம் பார்த்து சொல்லுங்க சார்' என்று வேண்டுகோள் நம்மைத் தாக்கும். இன்னும் கொஞ்சம் நெருங்கிப் பழகினால், 'சார் எனக்கு அட்வான்ஸ் தொகை வேண்டும்' என்பவர்கள் மத்தியில் வாழும்போது, நம் இயல்பான குணத்தை மறைத்துக் கொள்ள வேண்டியதாக இருக்கும்.

பல முதலாளிகள் தாங்கள் பெற்ற அனுபவங்களின் அடிப்படையில் தனித்தனித் தீவுகளாக வாழத் தொடங்குகிறார்கள். அவர்களின் இயல்பான குணங்கள் மாறி விடுகின்றன.

ஆனால் என் முதலாளியின் குணமோ எல்லா விதங்களிலும் வித்தியாசமானதாக இருந்தது. என் முதலாளி மனிதராக இருந்தார். தனித்தீவாக இருந்தார். தன்னைத் தவிர இந்த உலகத்தில் வேறு எவரும் நன்றாக இருந்து விடக்கூடாது என்ற எண்ணத்தில் இருந்தார். இந்த விஷயத்தில் எவ்விதப் பாரபட்சமும் எவரிடமும் காட்டவில்லை. தன் குடும்பத்தைத் தவிர மற்ற அத்தனை பேர்களும் அவருக்குச் சேவகம் செய்யக் காத்திருக்க வேண்டும் என்ற எண்ணத்தில் இருந்தார். தனது தோல்விகளை ஏற்றுக் கொள்ளத் தயாராக இல்லை. தோல்விகள் தொடர்ச்சியாகத் தாக்கிய போதும் தனது எண்ணங்களை மாற்றிக் கொள்ள அவர் விரும்பவில்லை. தனது வயதை மீறிய பாலியல் விருப்பங்களுக்கு மனம் போன அளவில் செலவு செய்தார். இது குறித்த பல தகவல்கள் என் காதுக்கு அவ்வப்போது வந்துகொண்டே இருந்தன. இத்துடன் மகனின் விளையாட்டும் சேர்ந்தே வந்தது. பல கிசுகிசுக்கள். மகனும் அப்பாவும் பல இடங்களில் தடுமாறிய தருணங்கள் என்று அடிப்படை நாகரிகத்தை யோசிக்க வைக்கக்கூடிய சம்பவங்கள் என் காதுக்கு வந்துகொண்டே இருந்தாலும் அதனை வெளிக்காட்டிக் கொள்ளாமல் கடந்து போய்க் கொண்டிருந்தேன்.

கடந்த காலத்தில் பெற்ற வெற்றிகளை மட்டுமே தனக்குரிய தகுதியாக வைத்திருந்தார் என் முதலாளி. மாறிய சமூகச் சூழல் எவ்விதத்திலும் அவரைப் பாதிக்கவில்லை. தனது நிறுவனம் வளர்ச்சி அடைய வேண்டும் என்று நினைத்தாரே தவிர, அதற்காக உழைக்க வேண்டும் என்ற எண்ணமில்லை. காரணம் கூலிக்கு மாரடிக்க ஆட்கள் கிடைப்பார்கள், நாம் எப்போதும் போலச் சுகவாசியாக இருந்துவிட முடியும்

என்ற நம்பிக்கைதான் அவரை வழி நடத்தியது. அவரது தினசரிச் செயல்பாடுகளும் அப்படித்தான் இருந்தன.

ஒவ்வொரு நாளும் காலையில் பத்து மணிக்கு அலுவலகத்திற்கு வருவார். பத்து நிமிடம் என்னை வரவழைத்துப் பேசி விடுவார். அதுவொரு வினோதமான நிகழ்வாக இருக்கும்.

மகன் அவரது பிறந்த நாளுக்குப் பரிசாக வழங்கிய டேப்லெட் பிசியை விரித்து வைத்துக்கொண்டு அமர்ந்திருப்பார். அவர் வைத்திருந்த மாடல் அந்தச் சமயத்தில்தான் வெளியாகி இருந்தது. ஒவ்வொரு நாளும் அலுக்காமல் அதனைப் பற்றி அளந்து விடுவார். பொறுமையாகக் கேட்டுக் கொள்வேன். இடையே 'உங்களுக்கு இதை இயக்கத் தெரியுமா?' என்று கேட்பார்.

நான் அவர் எதிர்பார்ப்பைப் பூர்த்தி செய்யும் வண்ணம், 'எனக்குத் தெரியாது சார். உங்களிடம்தான் இப்படி ஒரு வசதியான டேப்லெட் பிசியைப் பார்க்கிறேன்' என்றதும் சத்தமிட்டுச் சிரிப்பார்.

திருப்தியடைந்தவராய் அடுத்த விஷயத்திற்குத் தாண்டிச் செல்ல அவகாசம் கொடுத்து, மெல்ல விஷயத்திற்கு இழுத்துக்கொண்டு வருவேன். முதலாளிகளிடம் பேசுவது தனிக்கலை. உரையாடல்களின் தொடக்கத்தில் பணம் சார்ந்த விஷயங்களை எக்காரணம் கொண்டும் பேசி விடக்கூடாது. நமது சொந்த விருப்பங்களை எக்காரணம் கொண்டும் சொல்லிவிடக் கூடாது. முக்கியமாக நிர்வாகத்தின் பலவீனங்களைச் சொல்லவே கூடாது. உண்மையான நிலவரங்களை எடுத்துரைக்கக் கூடாது. நிறுவனத்தின் கடன்காரர்களின் தொந்தரவுகளைக் காட்டிக் கொள்ளக்கூடாது.

எல்லா நிலையிலும் பொறுமையாக வலை விரித்தவன் மீன் சிக்குமா என்பது போலக் காத்துக் கொண்டிருக்க வேண்டும். சமயம் சந்தர்ப்பங்கள் சரியாக இல்லாதபட்சத்தில் அடுத்த நாளுக்காகக் காத்திருக்க வேண்டும். மொத்தத்தில் நம்மோடு பேச அவர்களுக்கு விருப்பத்தை உருவாக்க வேண்டும். அதனை ஒவ்வொரு நாளும் உருவாக்கி வைத்திருக்க வேண்டும். இதுதான் முதன்மைப் பதவிகளில் இருப்பவர்களின் முக்கியச் சூத்திரமாக இருக்க வேண்டும்.

பலதரப்பட்ட முதலாளிகளிடம் நெருங்கிப் பழகிய வாய்ப்பிருந்த காரணத்தினால் இவரைக் கையாள்வது

எளிதாக இருந்தது. முட்டாள்களை முட்டாள் என்று சொல்லாமல், நீதான் உலகத்திலேயே புத்திசாலி என்று சொல்லிப் பாருங்கள். அது ஒன்றே அவர்களுக்குப் போதுமானதாக இருக்கும். அவர் விருப்பத்தை உணர்ந்து கொண்டு, அவரது கொடூரமான குணத்தைச் சகித்துக்கொண்டு என் வாய்ப்புக்காகக் காத்திருந்த போதுதான், மாதச் சம்பளப் பட்டியலைப் பார்த்துவிட்டு இப்படிக் கேட்டார்.

'இதென்ன புதுப்பழக்கம்?' என்றார்.

நான் குழப்பமாக 'எதைச் சொல்கிறீர்கள்?' என்றேன்.

'மாதம் தொடங்குவதற்கு முன்பே மாதச் சம்பளம் பட்டியலைக் கொண்டு வந்து நீட்டுறீங்க? இன்னும் ஓர் ஒப்பந்தம் கூட வெளியே போகவில்லையே?' என்றார்.

எந்த ஒப்பந்தமும் ஏற்றுமதியாகவில்லை என்று அக்கறையோடு கேட்பவர், இதற்காக என்ன முதலீடு போட்டுள்ளார் என்று கேட்டால் கோபம் வந்துவிடும் என்பதால், அமைதியாக, 'அடுத்த மாத இறுதியில் தொடர்ச்சியாகப் போய்விடும்' என்றேன்.

ஆச்சரியத்துடன் 'எப்படி?' என்று கேட்டபோது சகஜ நிலைமைக்கு வந்துள்ளார் என்பதைப் புரிந்து கொண்டு, அடுத்த மாதம் முதல் ஒவ்வொரு வாரமும் எடுத்துள்ள ஒப்பந்தத்தின் மதிப்பு, அதன் மூலம் கிடைக்கக் கூடிய லாபம், அலுவலகம் மற்றும் தொழிற்சாலையில் சமீப காலத்தில் உருவாக்கப்பட்ட மாறுதல்கள், பிரிண்ட்டிங், நிட்டிங் மூலம் வரப்போகிற லாபம் என்று வரிசையாக அவருக்குப் பட்டியலிட்டுச் சொன்னபோது அவர் முகம் மகிழ்ச்சிக்கு மாறினாலும் அடுத்த கேள்வியை என்னை நோக்கி வீசினார்.

'நீங்க கணக்குச் சம்பந்தப்பட்ட விஷயங்களில் அதிகக் கவனம் செலுத்த வேண்டாம். நம்ம அக்கவுண்ட்ஸ் துறையிடம் எல்லாவற்றையும் கொடுத்து விடுங்க. அவர்களிடம் நான் கேட்டுக் கொள்கிறேன்' என்றார்.

எனக்குப் புரிந்துவிட்டது. அதாவது லாபம் சார்ந்த விஷயங்கள் என் கண்ணில் படாமல் இருந்தால், என் விருப்பம் சார்ந்த விஷயங்களில் நான் அதிகப் பிடிவாதம் காட்டாமல் இருப்பேன் என்று அவரது எண்ணம். மடத்தனத்தின் உச்சம் என்று மனதில் நினைத்துக் கொண்டு,

'அக்கவுண்ட்ஸ் துறை மாதிரி மற்றொரு துறையை நாம் உருவாக்க வேண்டும் சார்' என்றேன்.

ஆச்சரியத்துடன் பார்த்தவரிடம், 'ப்ளானிங் துறை என்று உருவாக்கி விட்டால் அவர்களே எல்லா வேலையையும் உருவாக்கி விடுவார்கள். திட்டமிடுதல் தொடங்கிக் கடைசி வரைக்கும் அவர்கள் கட்டுப்பாட்டில் இருக்கும். நான் அவர்கள் சொல்வதைக் கேட்டு நடந்தாலே போதுமானதாக இருக்கும். தினந்தோறும் அக்கவுண்ட்ஸ் மற்றும் ப்ளானிங் துறையைச் சார்ந்த இருவரும் உங்களை வந்து பார்த்தாலே போதுமானது' என்றேன்.

அவருக்குப் புரிந்துவிட்டது. நாம் விடாக்கண்டன் என்றால் இவன் கொடாக்கண்டன் போல மடக்குகிறான் என்று புரிந்துகொண்டு, 'இல்லையில்லை. அதெல்லாம் சரியாக வராது. இப்ப உள்ள மாதிரியே நீங்களே நிர்வாகத்தை நடத்துங்க. உங்கள் கட்டுப்பாட்டில் வைத்துக் கொள்ளுங்க. சம்பளம் நிர்ணயிப்பது மட்டும் நான் பார்த்துக் கொள்கிறேன்' என்றார்.

'நீங்க சொல்றது சரிதான் சார். எனக்குத் தேவையானவர்களை நீங்களே தேர்ந்தெடுத்து தந்து விடுங்க. அதுதான் சரியாக இருக்கும்' என்றதும் கோபத்தின் உச்சிக்கே சென்று கத்தத் தொடங்கினார். 'நான் ஒன்று சொன்னால் நீங்க ஒன்று சொல்றீங்க. இது சரிப்பட்டு வராது' என்று தொடர்ந்து பேசிக் கொண்டிருந்தவரைப் புறக்கணித்து விட்டு, என் வண்டி சாவியை எடுத்துக்கொண்டு மாடிப்படியில் கீழே இறங்கத் தொடங்கினேன். அவர் வெளியே வந்து எட்டிப் பார்த்தவர், அவர் மகன் இருக்கும் அறைக்குச் சென்று விட்டார். கீழே வந்தபோது மகன் என்னை அழைப்பதாகச் சொன்னதையும் மீறி வெளியே வந்து வாகனத்தை இயங்கியபோது மகனே கீழே வந்து விட்டார்.

'கொஞ்சம் பேசனும். மேலே வர்றீங்களா?' என்று தன்மையாகப் பேச, மீண்டும் அவருடன் வந்து அவர் அறையில் அமர்ந்தபோது, எனக்கு எரிச்சலாக இருந்தது.

அப்பாவுக்கும் மகனுக்கும் அடிப்படையில் ஒரு புரிந்துணர்வு ஒப்பந்தம் உண்டு. அவர் அடித்துச் சாய்ப்பார். இவர் தண்ணீர் ஊற்றித் தெளிய வைப்பார். ஆனால் ஒன்றும் தெரியாது போல இருவரும் சேர்ந்து நாடகமாடுவார்கள். பல நிகழ்ச்சிகளில் இதை நான் கவனித்துக் கொண்டிருந்தாலும் நான் கண்டு கொள்வதில்லை. பன்றிகளுக்குச் சாக்கடைதான்

சுகம் என்றால் வீட்டுக்குள் கொண்டு வந்து நிறுத்தினாலும், இருக்கும் இடத்தைச் சாக்கடையாகத்தானே மாற்றும். ஆனால் மகன் எப்படி இதைத் தொடங்கப் போகிறார் என்று ஒன்றும் தெரியாது போல அப்பாவியாக முகத்தை வைத்துக்கொண்டு 'சொல்லுங்க சார்' என்றேன்.

'என்ன கிளம்பிட்டீங்க?' என்றார்.

அப்பா இட்ட கட்டளையை நிறைவேற்ற என்னை முன்னால் உட்கார வைத்துக்கொண்டு ஒன்றுமே தெரியாதது போலக் கேட்கும் கேனைத்தனத்தை ரசித்துக் கொண்டே, 'தலைவலியா இருக்கு. அதுதான் வீட்டுக்குக் கிளம்பிட்டேன்' என்றேன்.

'வேறொன்றும் பிரச்சினை இல்லையே?' என்றார்.

நானும் ஒன்றும் தெரியாது போல, 'ஒன்றுமில்லையே' என்றேன்.

அவர் சிரித்துக்கொண்டே, 'அப்பா என்ன சொன்னார்' என்றார்.

நானும் விடாமல், 'ஒன்றும் சொல்லவில்லையே' என்றேன்.

அவர் பார்வை எனக்குப் புரிந்தது. நீ கிறுக்கனா, இல்லை நான் கிறுக்கனா என்பது போல இருந்தது. அவருக்குப் புரிந்துவிட்டது. சற்று கீழே இறங்கி வந்து பேசத் தொடங்கினார்.

'அப்பா சம்பளப் பட்டியல் பார்த்து டென்சன் ஆனாராமே?' என்றார்.

'அப்படியா?' என்றேன்.

இனியும் வேலைக்காகாது என்று அவர் அப்பட்டமாகவே பேசத் தொடங்கினார். அப்பா மேல் அவருக்கிருந்த ஆதங்கத்தைப் படிப்படியாகச் சொல்லிக்கொண்டே வந்தார். நாகரிகமாகப் பேசினாலும் அவர் அழுது விடுவாரோ என்று எண்ணிக்கொண்டு பேச்சை மாற்றினேன். தன் தகப்பன் ஒரு 420 என்ற எந்த மகனால் அப்பட்டமாகச் சொல்ல முடியும்?

அவர் சுற்றி வளைத்துப் பேசினாலும் என்னால் எளிதில் புரிந்துகொள்ள முடிந்தது. கடைசியில் அவராகவே வழிக்கு வந்தார். 'தயவு செய்து அவசரப்பட்டு எந்த முடிவும் எடுத்து விடாதீர்கள். எங்கப்பா யாரையும் பார்த்து

மிரண்டு போனதில்லை. அவரது கடந்த இருபது வருட அனுபவத்தில் உங்களை மாதிரி எத்தனையோ பேர்களை இங்கே வேலைக்கு வைத்துள்ளார். ஆனால் உங்களின் அசாத்திய திறமையைப் பார்த்து அவரே என்னிடம் பலசமயம் ஆச்சரியமாகப் பேசியுள்ளார். ஆனால் பணம் சார்ந்த விஷயங்களில் அவர் குணம் இன்னமும் மாறவில்லை. அது எங்களுக்கே தெரியும். உங்களுக்கு என்ன வேண்டுமானாலும் என்னிடம் சொல்லுங்க. நான் வீட்டில் சண்டை போட்டு அதை வாங்கித் தருகிறேன்' என்று தொடர்ச்சியாகப் பேசிக்கொண்டே சென்றார்.

மகன் பேசிக் கொண்டிருந்தபோது சற்று நேரத்திற்கு முன் நடந்த சம்பவங்களை யோசித்துப் பார்த்தேன்.

சம்பளப் பட்டியலில் இறுதியில் சுட்டிக் காட்டப்பட்டுள்ள பெருந்தொகை முதலாளிக்கு எரிச்சலை உருவாக்கி இருக்க வேண்டும். அவர் வைத்திருந்த சிவப்பு நிற பேனாவால் அதன் வட்டமிட்டு, 'நீங்க சொல்கிற திட்டத்திற்கும் நாம் இத்தனை பேர்களுக்குக் கொடுக்க வேண்டிய சம்பளமும் அதிகமாகத் தெரிகிறதே?' என்றார்.

எனக்கு எரிச்சலும் கோபமும் உள்ளே பொங்கிக் கொண்டிருந்தாலும் வெளியே காட்டிக் கொள்ளாமல் மீண்டும் ஒருமுறை விலாவாரியாக அவரவர் தகுதி குறித்த விஷயங்களைப் பேசிவிட்டு, அவர்களின் தனித் திறமைகளைப் பட்டியலிட்டுக் காட்டினேன். அடுத்த மூன்று மாதத்திற்குத் திட்டமிட்டுள்ள மூன்று கோடிக்கு உண்டான உழைப்பின் அவசியத்தைச் சுட்டிக் காட்டினேன்.

எல்லாமே அவருக்குப் புரிந்தது. நிர்வாக வளர்ச்சி அவருக்குக் கண்கூடாகத் தெரிந்தது. சுடுகாடு போல இருந்த தொழிற்சாலை ஒரு மாதத்திற்குள் 300 பேர்கள் புழங்கும் இடமாக மாறிக் கொண்டிருப்பதும் ஒவ்வொரு வாரமும் வேலை அதிகரித்துக் கொண்டிருப்பதும் அவருக்கு ஆச்சரியத்தைத் தந்தபோதும், அதனைப் பாராட்ட மனமில்லாது, எந்த இடத்தில் குறை காணலாம், அதனை வைத்துக்கொண்டு எந்த இடத்தில் பணத்தை இன்னமும் குறைக்கலாம் என்று தொடர்ந்து பல கேள்விகளை எழுப்பிக் கொண்டிருந்தார்.

தூங்குவது போல நடிப்பவனை எழுப்ப முடியுமா? இனி நாமும் விளையாடிப் பார்த்து விடலாம் என்று இயல்பாக முகத்தை வைத்துக் கொண்டு, 'சார் நீங்க சொல்வது

சரிதான். இதில் குறிப்பிட்டுள்ள தொகை அதிகமாகத்தான் இருக்கிறது' என்றபடி அவர் முகத்தைப் பார்த்தேன்.

அப்போதுதான் அவர் முகத்தில் ஆயிரம் வாட்ஸ் பல்பு எரிந்தது. 'சரியாகப் புரிஞ்சுக்கிட்டீங்க. எப்படிக் குறைக்கப் போறீங்க?' என்றார்.

'பாதி நபர்களை அனுப்பி விடலாம். எடுத்த ஒப்பந்தங்களில் பாதியைத் திருப்பிக் கொடுத்து விடுவோம். பிரிண்ட்டிங், நிட்டிங், எம்ப்ராய்ட்ரி போன்றவற்றை இன்னும் ஆறேழு மாதங்கள் கழித்துத் தொடங்கி விடலாம். உற்பத்தித் துறையில் உள்ள சிலவற்றை மட்டும் இயக்க முடியுமா என்று பார்ப்போம். அப்போது நீங்க சொன்ன தொகையில் இன்னமும் குறைத்து விடலாம்' என்று சொல்லிவிட்டு அப்பாவியாக முகத்தை வைத்துக்கொண்டு அவரைப் பார்த்தேன்.

சுதாரித்துக் கொண்டார். தன்னைக் கிறுக்கனாக மாற்றுகிறான் என்பதை உணர்ந்து கொண்டு, 'ஆட்களின் சம்பளத்தைக் குறைத்து விடுங்க என்றால் ஆட்களை வெளியே அனுப்பி விடலாம் என்று சொல்றீங்க? நீங்க என்ன நினைச்சுக்கிட்டு இருக்கீங்க. நாங்க சம்பளப்பட்டியலையே 15ந் தேதிக்கு மேல்தான் போட தொடங்குவோம். மூன்றாவது வாரத்தில்தான் கொடுப்போம். நீங்க எல்லாமே தலைகீழா செய்றீங்க? இப்படிப் பழக்கப்படுத்தினா வர்றவன் அத்தனை பேர்களும் சுகவாசியாக மாறிவிடுவானுங்க' என்று அவர் ஆழ்மன வக்கிர எண்ணங்கள் ஒவ்வொன்றையும் புலம்பலாகக் கோபத்துடன் எடுத்து வைத்தபோது, அமைதியாக அவரையே பார்த்துக் கொண்டிருந்தேன்.

இன்று தொழில் நிறுவனங்களை நடத்திக் கொண்டிருக்கும் முதலாளிகளின் மனோபாவம் முற்றிலும் மாறிவிட்டது. பெரிய முதலீடு போட்டுள்ளவர்கள் நாம் தப்பிக்க என்ன வழி என்பதைத்தான் முக்கியமாகப் பார்க்கிறார்கள். அறம் சார்ந்த கொள்கைகள், தொழில் தர்மம் போன்ற அனைத்தும் மாறிவிட்டன. தப்பிப் பிழைக்க வேண்டும், தனக்கே எல்லாமும் வேண்டும் என்ற இந்த இரண்டு கொள்கைகளின் அடிப்படையில்தான் இன்றைய தொழில் அதிபர்களின் மனோபாவம் உள்ளது. நட்டம் வரும்போது எவர் பங்கு போட்டுக் கொள்ள வருகிறார்கள் என்ற அவர்களின் கேள்வியில் ஓரளவுக்கு நியாயம் உள்ளது. ஆனால், தங்களிடம் பணிபுரிகிறவர்களுக்குத் தேவையான

அடிப்படை உரிமைகளைக் கூட நான் வழங்க மாட்டேன் என்பவர்களை நீங்கள் எப்படி அழைப்பீர்கள்?

இது ஓர் ஆதிக்க மானோபாவம். தன்னை, தங்கள் குடும்பத்தைத் தவிர மற்ற அத்தனை பேர்களும் அடிமையாகவே காலம் முழுக்கத் தங்களுக்குச் சேவகம் செய்ய வேண்டும் என்ற எண்ணம். இதற்குப் பின்னால் சாதி, மதம், வளர்ந்த சூழ்நிலை, கற்ற கல்வி, வளர்த்துக் கொண்ட சிந்தனை என்று நீங்கள் எத்தனை காரணங்களைக் காட்டினாலும், அளவு கடந்த ஆசையே இதற்கு முக்கியக் காரணமாக உள்ளது. தங்கள் தகுதிக்கு மீறி ஆசைப்படுகிற ஒவ்வொருவரும், தாங்கள் இருக்கும் நிலையைப் பொறுத்துத் தங்களுக்கு வசதியான கொள்கைகளை வைத்துள்ளார்கள். அதுவே சரியென்றும் சொல்கிறார்கள்.

முதலாளி சொன்ன விஷயங்களைப் பற்றியே நினைத்துக் கொண்டிருந்த என்னை, மகன் பேசிய உரையாடல் கலைத்தது. மகன் கடைசியாகச் சொன்ன வார்த்தைகள்தான் என்னை யோசிக்க வைத்தன. ‘இரண்டு வருடமாவது நீங்க இங்க இருந்தா, நான் இந்த நிறுவனத்தை எப்படி நடத்த வேண்டும் என்பதை உங்கள் மூலம் கற்றுக் கொள்வேன்’ என்றார். வெட்கப்படாமல் அவர் கேட்ட கோரிக்கை எனக்குப் பிடித்திருந்த காரணத்தால், சமாதானமாகிச் சிரித்துக்கொண்டே என் இருக்கைக்கு வந்தேன்.

அடுத்த ஒரு வாரம் சற்று கரடுமுரடாகவே நகர்ந்தது.

‘நிறுவனம் உங்களுடையது. ஆனால் நிர்வாகம் என்னுடையது. உனக்குத் தேவையான லாபம் உன்னிடம் வந்து சேரும். நீ ஒதுங்கி நின்று வேடிக்கை மட்டும் பார்’ என்று வெளிப்படையாகச் சொல்லாவிட்டாலும், நான் என் போக்கிலேயே போக, அப்பாவுக்கு உள்ளூர ஆத்திரம் இருந்தாலும், மகன் எனக்குச் சாதகமாக உருவாக்கிய பஞ்சாயத்தில், ஒவ்வொரு முறையும் வேண்டா வெறுப்பாக நான் நீட்டிய தாள்களில் கையெழுத்து போட்டுவிட்டு நகர்ந்தார்.

நாள்கள் மாதங்களைத் துரத்தத் தொடங்கின. முழுமையாக மூன்று மாதங்களில் ஆள் அம்பு சேனை என்று படைப்பட்டாளங்கள் உருவாக, நிர்வாகத்தின் முகமே மாறத் தொடங்கியது. புதிய கிளைப் பிரிவுகள் உருவாக, வங்கி தானாகவே வந்து உதவக் காத்திருக்கும் அளவுக்கு நிதி சார்ந்த பரிவர்த்தனைகள் விரைவாக நடந்தேறத் தொடங்கின.

தினந்தோறும் காலை முழுக்க அலுவலகம் சார்ந்த வேலைகளை முடித்து, மதியத்திற்கு மேல் தொழிற்சாலைக்குள் நுழைந்து விடுவேன். பலசமயம் நள்ளிரவு வரைக்கும் அங்கேயே இருக்க, உற்பத்தி சார்ந்த விஷயங்களில் வெளியிடங்களில் நம்பிக்கை வரும் அளவுக்குத் தொழிற்சாலையின் முகம் மாறத் தொடங்கியது.

எப்போதும் போல அன்றொரு நாள் காலைப் பொழுதில் அலுவலகத்தின் உள்ளே நுழைந்தபோது, தொழிற்சாலையின் மேலாளர் பதற்றமாக என் மேஜைக்கு அருகே நின்று கொண்டிருந்தார். எனக்கு ஆச்சரியமாக இருந்தது.

அவரிடம் முழு விவரத்தைக் கேட்டபோது ஆச்சரியம் அதிர்ச்சியாக மாறியது. ஒரு பெண்ணால் மொத்தத் தொழிற்சாலையின் ஒழுக்கமே தலைகீழாகப் போய்க் கொண்டிருக்கிறது என்ற செய்தியைக் கேட்டதும், என் வாகனத்தில் அவரையும் உட்கார வைத்துக்கொண்டு தொழிற்சாலையை நோக்கி விரைந்தேன்.

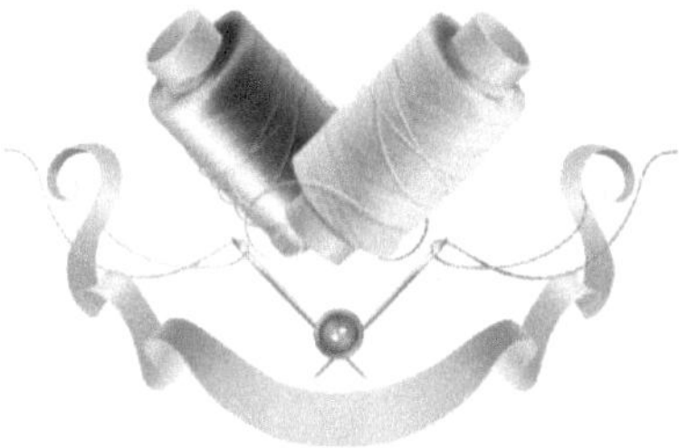

16

இயந்திர மனிதர்கள்

என் வாகனம் தொழிற்சாலையை நோக்கிச் சென்று கொண்டிருந்தது. எனக்குள் இனம் புரியாத கவலை இருந்தது. ஒரு நிறுவனத்தின் இதயம், மூளை என்பது தொழிற்சாலை மட்டுமே. ஒருவர் எத்தகைய திறமைசாலியாக வேண்டுமானாலும் இருக்கலாம். அசாத்தியமான திட்டங்களைத் தீட்டலாம். அதைச் செயல்படுத்தி வெற்றி காண்பதில்தான் அவரது நிர்வாகத்திறமை உள்ளது. செய்து முடித்த காரியங்கள்தான் நம்மைப் பற்றிப் பேசும்.

உற்பத்தி தடையில்லாமல் நடக்க வேண்டும். உற்பத்தியான பொருள்கள் வெளியே தொடர்ந்து சென்று கொண்டிருக்க வேண்டும். சென்ற பொருள்களில் எந்தப் பிரச்சினையும் இருக்கக் கூடாது. இது சுழற்சி போலத் தொடர்ந்துகொண்டே இருக்க வேண்டும். இப்படி நடக்கும் பட்சத்தில்தான் அலுவலகப் பணி அமைதியாக இருக்கும். கொஞ்சம் தடம் தவறினாலும் தடுமாற்றம் உருவாகும்.

எனக்குள் நம்பிக்கைப் பூ பூத்திருந்தது. நாம் கடந்த மாதங்களில் உழைத்த உழைப்பு வீணாகவில்லை என்ற நம்பிக்கை உருவாகி இருந்தது. இனி காய், கனி கிடைக்கும் என்ற எதிர்பார்ப்பில் இருந்தேன். பல படிகள் ஏறிவிட்டோம், இனி பயணம் சுகமாக இருக்கும் என்றே நினைத்திருந்தேன். ஆனால் இதோ... இன்று தொழிற்சாலை நின்று போகும் அளவுக்கு ஒரு பிரச்சினை.

ஆயத்த ஆடைத் துறை மட்டுமல்ல, நீங்கள் காணும் எந்தத் துறை என்றாலும் அலுவலக நடைமுறைகள் என்பதும் தொழிற்சாலை என்பதும் முற்றிலும் வேறாக இருக்கும். வெவ்வேறு முகங்கள் கொண்ட இரண்டையும் கண்காணிக்கும் பொறுப்பில் நான் இருந்தேன். அதிகப்படியான மன உளைச்சல் இருந்தது. ஒவ்வொரு நாளும் ஒன்றைக் கற்றுத் தந்தது. கற்றதன் வழியே பல பாடங்கள் புரியத் தொடங்கின.

பணம் படைத்தவர்களின் திருவிளையாடல் ஒரு பக்கம். அன்றாடங் காய்ச்சிகளின் தினசரி வாழ்க்கை ஒரு பக்கம். இரண்டும் வெவ்வேறு கோணங்கள். ஒன்றில் மனிதாபிமானம் என்பதே இருக்காது. மற்றதில் மனிதாபிமானம் மட்டும்தான் இருக்கும். ஒன்றில் அந்தஸ்திற்காக எவ்விதக் கேவலத்தைப் பொருட்படுத்த மாட்டார்கள். மற்றொன்றில் மானமே பெரிதென வாழ்வார்கள்.

இந்த இரண்டு பிரிவைப் போல, அலுவலகப் பணியாளர்களின் உலகமும், தொழிற்சாலையில் பணிபுரியும் தொழிலாளர்களின் உலகமும் வெவ்வேறாக இருக்கும்.

அலுவலகத்தில் பணிபுரிபவர்களுக்குப் பேசப் பழக நிறைய வாய்ப்பு உண்டு. சிந்திக்க நேரம் இருப்பதுண்டு. ஆனால் தொழிற்சாலையில் பணிபுரிகிறவர்கள் இயந்திரங்களுடன்தான் தினந்தோறும் உறவாட வேண்டும். மனிதத் தொடர்பு குறுகிய நேரம் மட்டுமே. குறிப்பிட்ட வட்டத்திற்குள்தான் அவர்கள் இருந்தாக வேண்டும். தங்களது எண்ணம், ஏக்கம், சோகம் அனைத்தையும் உள்ளுக்குள்ளே பூட்டி வைக்கப் பழகி இருக்க வேண்டும்.

எந்தவொரு தனியார் நிர்வாகத்திலும் அலுவலக ஊழியர்கள் ஒன்று சேர்ந்து போராட்டம் செய்தார்கள் என்ற செய்தியை நீங்கள் குறைந்த அளவில்தான் வாசித்திருக்க முடியும். ஆனால் தொழிலாளர்களின் வேலை நிறுத்தம் என்பது அன்றாடச் செய்தியாகவே வந்து கொண்டிருக்கும். காரணம் தொழிலாளர்களின் மன உளைச்சல் என்பது எழுத்தில் எழுதி புரிய வைக்க முடியாத ஒன்று. திடீரென வெடித்துக் கிளம்பும்போது அது அடங்க நேரமாகும். இப்படிப் பலவற்றையும் யோசித்துக்கொண்டே போக்குவரத்து நெரிசலை வெறுப்புடன் பார்த்தபடி வாகனத்தை நகர்த்திக் கொண்டிருந்தேன்.

என்னுடன் பயணித்த ஃபேக்டரி மேனேஜர் தொடர்ந்து பேசிக் கொண்டிருந்தார். எதிரே இருப்பவர் தாம் பேசுவதை விரும்புகிறாரா இல்லையா என்பதை உணராமல் பேசிக்கொண்டே இருக்கும் நபர்கள் பெரிய இடைஞ்சலாக மாறி விடுவார்கள். ஆனால் அவர் பதற்றத்துடன் இருந்தார். தன் பதவிக்கு ஆபத்து வந்துவிடுமோ என்ற அச்சத்தில் இருந்தார்.

எந்தவொரு தனியார்த் துறையிலும் முக்கியப் பதவியில் தொடர்ந்து இருப்பது கடினமே. அதிலும் அந்தப் பதவியைத் தொடர்ந்து தக்க வைத்துக் கொள்வது மிகவும் கடினம். உழைப்பு மட்டுமே போதாது. மனிதர்களைக் கையாளத் தெரிந்திருக்க வேண்டும். இடம், பொருள், ஏவல் பார்த்து ஒவ்வொரு நிமிடமும் தம்மைச் சோர்வில்லாது புதுப்பித்துக் கொள்ளப் பழகி இருக்க வேண்டும். உணர்ச்சிகளை உள்ளடக்கி வைத்திருக்கத் தெரிந்திருக்க வேண்டும். எதற்காகச் சீறுவார், எப்போது சிரிப்பார் என்று எதிரே இருப்பவர் உணர முடியாத நிலையில் இறுக்கமாக வாழப் பழகி இருக்க வேண்டும். இதற்கெல்லாம் மேலாக எத்தனை துரோகங்களைச் சந்தித்திருந்த போதிலும், மனிதர்களின் மேல் நம்பிக்கை வைத்திருக்கத் தெரிந்திருக்க வேண்டும். இவரிடம் மனிதாபிமானம் உண்டு என்ற நம்பிக்கையை மற்றவர்கள் மனதில் உருவாக்கத் தெரிந்திருக்க வேண்டும்.

முக்கியப் பதவிகளில் இருப்பவர்களின் உண்மையான திறமையை, நெருக்கடியான சூழ்நிலைதான் உணர்த்தும். அதுபோன்ற சமயங்களில் அவர்கள் அந்தப் பிரச்சினையை எப்படிக் கையாள்கிறார்கள் என்பதில் இருந்துதான் நம்மால் அவரது திறமையைப் புரிந்துகொள்ள முடியும். ஃபேக்ட்ரி மேனேஜர் பயந்து போயிருந்தார். என் குணத்தை நன்றாகப் புரிந்தவர் அவர். குறிப்பிட்ட பதவிக்குத் தகுதி இல்லை என்றால் அவருக்கு என் ஆதரவு இருக்காது என்பதை உணர்ந்தவர். நாகரிகமாக அந்தப் பதவியில் இருந்து அவரை நகர்த்தி விடுவேன் என்பது அவருக்குத் தெரியும் என்பதால், அவர் அவசர அவசரமாக எல்லாவற்றையும் சொல்லிக்கொண்டே வந்தார்.

குறிப்பாக அவர் உழைத்துக் கொண்டிருக்கும் உழைப்பு, படும்பாடுகள், அவரது விசுவாசத்தின் எல்லை என்பற்றை அடுக்கிக்கொண்டே வந்தார். திடீரென என் திறமைகளைப் புகழத் தொடங்கினார். என் சாதனைகளைப் பட்டியலிடத் தொடங்கினார்.

என்னைப்பற்றி என்னிடமே பேசத் தொடங்கும்போது சுதாரித்துக் கொண்டேன். பேச்சை வேறு பக்கம் திருப்பிவிட்டுத் தூரத்தில் கவனித்தேன். தொழிற்சாலை கண்களுக்குத் தெரியும் அளவில் நெருங்கிக் கொண்டிருந்தோம். தொழிற்சாலையின் வாசலில் ஒரு கும்பல் கூடி இருந்ததைக் கவனிக்க முடிந்தது. மனதிற்குள் இனம் புரியாக் கோபம் எட்டிப் பார்த்தது.

என் கோபம் ஃபேக்ட்ரி மேனேஜர் மேல் திரும்பியது. 'நீங்க ஒரு மணி நேரம் வெளியே வந்து திரும்பிப் போவதற்குள் தொழிற்சாலை உங்க கட்டுப்பாட்டுக்குள் இல்லை என்றால், நீங்க எப்படி நிர்வாகம் செய்றீங்கன்னு எனக்கு நன்றாகப் புரிகிறது' என்றேன்.

அவருக்கு என் கோபம் புரிந்துவிட்டது. அவரும் தொழிற்சாலையின் வாசலைக் கவனித்துப் பதற்றமானார்.

ஒரு நாட்டுக்குள் நுழைபவருக்கு அந்த நாட்டின் தகுதி என்ன என்பது விமான நிலையத்திலேயே தெரிந்துவிடும். அங்குள்ள நடைமுறைகளை வைத்தே மொத்த நாட்டின் தகுதியை எடை போட்டுவிட முடியும். அங்கே கிடைக்கும் வரவேற்பை வைத்தே அரசாங்கத்தின் நிர்வாகத் தன்மையைப் புரிந்துகொள்ள முடியும். வந்து இறங்கியவனிடம் முடிந்தவரைக்கும் கறந்து விடலாம் என்ற எண்ணம் கொண்ட அதிகாரிகளால், மொத்த அரசின் அவலட்சணத்தையும் அறிந்துகொள்ள முடியும்.

அதேபோல ஒரு தொழிற்சாலையின் கட்டுப்பாட்டை நுழைவாயில் காட்டிக் கொடுத்துவிடும். முகப்பில் இருப்பவர்களின் நேர்மையான எண்ணங்களும் பிடிவாதமான ஒழுக்கமும், உள்ளே பணிபுரியும் ஆயிரக்கணக்கான தொழிலாளர்களின் குணாதிசயத்தை நமக்குப் புரிய வைக்கும்.

ஒவ்வொரு மனிதரும் ஒவ்வொரு விதமான தீவு. அவர்களை ஒழுங்குபடுத்தி ஓரிடத்தில் ஒரே நிலையில் கொண்டு வருவது சாதாரணக் காரியமல்ல. தனியாக இருக்கும் வரைக்கும் வரை அவன் ஒரு தனி மனிதன். அதுவே மொத்தக் கூட்டத்தில் சேர்ந்து, வேண்டாத வேலைகள் செய்யத் தொடங்கும்போது, அவன் மனதளவில் மிருகமாக மாறிவிடுகிறான். சட்டம் ஒழுங்குக்குச் சவால் விடத் தொடங்குகிறான். இந்தக் கூட்டத்தை செக்யூரிட்டிகளுக்குக் கையாளத் தெரிந்திருக்க வேண்டும். எங்கே தட்டினால்

எப்படி மொத்தக் கூட்டமும் கலையும் என்பதை உணர்ந்து செயல்பட்டே ஆக வேண்டும்.

ஒவ்வோர் ஆயத்த ஆடைத் தொழிற்சாலையில் பணிபுரியும் செக்யூரிட்டிகள் என்றழைக்கப்படும் காவல் கூட்டம் என்பது தனியுலகம். தொடக்கத்தில் ஒவ்வொரு நிறுவனத்திலும் யாரோ ஒரு வயதான பெரியவரை, அதுவும் சொந்தக்காரர் என்ற தகுதி படைத்தவரைப் பெயருக்கென்று வாசலில் அமர வைத்திருப்பார்கள். நாள் முழுக்க வாசலில் உட்கார்ந்திருப்பது மட்டுமே அவரது வேலையாக இருக்கும்.

ஆனால் இன்று இதற்காகத் தனிப்பட்ட செக்யூரிட்டி ஏஜென்சிகள் வளர்ந்து கொடி கட்டிப் பறக்கிறார்கள். சீருடை அணிந்து, அதிரடி விரைவுப் படையினர் போலப் பெரிய நிறுவனங்களில் அசாத்தியமான திறமைசாலிகள் பணிபுரிகிறார்கள்.

ஒரு நிறுவனத்தின் காவல் சார்ந்த அனைத்துப் பிரிவுகளையும் பார்க்கிறார்கள். நானும் இதைப் போல ஒரு வட்டத்தை உருவாக்க வேண்டும் என்று நினைத்த போது, முதலாளி மறுத்து விட்டார். காரணம், மாதம் இதற்காக 50,000 ரூபாய் செலவாகும்! காசுக்கேத்த பணியாரம் என்பது போல, வேறு சிலரை ஏற்பாடு செய்திருந்தேன். நிர்வாகத்தின் ஒவ்வோர் இடத்திலும் காவல் கூட்டத்தைப் பணியில் அமர்த்தி இருந்தேன். அவர்களும் இதுவரை முதலுக்கு மோசமில்லை என்கிற நிலையில் இருந்தார்கள். ஆனால் இன்றோ அவர்கள் நுழைவாயிலில் நின்று கொண்டிருந்த கூட்டத்தைச் சமாளிக்க முடியாமல் தடுமாறிக் கொண்டிருந்ததைப் பார்க்க வேண்டியதாக உள்ளது.

பல படிகள் ஏறிவிட்டோம் என்று நினைத்துக் கொண்டிருந்த எனக்கு ஏமாற்றமாக இருந்தது. ஒரே இடத்தில் இருந்துகொண்டு மொத்த நிர்வாகத்தையும் நடத்தி விடலாம், அடுத்த கட்டத்திற்கு நகர்ந்து விடுவோம் என்ற எண்ணத்தில் பெரிய அடி விழுந்தது.

என் வாகனத்தின் சத்தத்தை உணர்ந்து கொண்டவர்கள் மத்தியில் சிறிய சலசலப்பு உருவாக, கூடி இருந்தவர்கள் பக்கவாட்டில் ஒதுங்கத் தொடங்கினர். என் வாகனம் உள்ளே நுழைந்தபோது, ஏற்றியிருந்த கண்ணாடி வழியே அங்கே நின்று கொண்டிருந்த நபர்களை உற்றுக் கவனித்தபடியே, ஃபேக்டரி மேனேஜரை அங்கேயே இறக்கி விட்டு, உள்ளே என் அறைக்குச் சென்றேன். தலைமைப்

பொறுப்பில் இருந்த செக்யூரிட்டியை என் அறைக்கு வரச் சொன்னேன். அவரிடம் விசாரித்து முடித்துவிட்டு, என் நம்பிக்கைக்கு உகந்த சிலரை வரவழைத்து விசாரித்தேன். இது தவிர, ஒரு குறிப்பிட்ட செய்யூரிட்டியை மட்டும் என் அறைக்கு வரச் சொல்லி, மொத்த விவரங்களையும் விசாரித்தேன். அவர் சொன்னவை, ஃபேக்டரி மேனேஜர் சொன்ன தகவல்களுக்கு மாறானதாக இருந்தன.

கடைசியாகச் சம்பந்தப்பட்ட பெண்ணை என் அறைக்கு வரவழைத்தேன். அந்தத் தேவதையின் தரிசனம் எனக்குக் கிடைத்தது.

17

அவள் பெயர் ரம்யா

அந்தப் பெண் நடந்து வந்து கொண்டிருந்தாள். அந்த அறை பெரிய ஹால் போன்ற அமைப்பில் இருந்தது. பக்கவாட்டில் துணிகளைக் 'கட்டிங்' செய்யப் பயன்படும் மேஜைகளும், அதனையொட்டி 'செக்கிங்' பெண்கள் தங்கள் பணியைச் செய்ய உதவும் தொடர்ச்சியான மேஜைகளும் இருந்தன. ஃபேக்டரி மேனேஜருக்கென்று அந்த ஹாலின் மூலையில் தனியாக ஓர் அறை உருவாக்கப்பட்டு இருந்தது.

அந்த அறையின் உள்ளே நான் இருந்தேன். அறையைச் சுற்றிலும் இருந்த கண்ணாடி வழியே மொத்த ஹாலில் நடக்கும் வேலைகளைக் கண்காணிக்க முடியும். ஃபேக்டரி மேனேஜர் பதற்றத்துடன் அறையின் வெளியே நின்று கொண்டிருந்தார். நடந்து வந்து கொண்டிருந்த பெண்ணைக் கண்ணாடி வழியே பார்த்தேன். எனக்கு அந்தப் பெண் யாரென்று அடையாளம் தெரிந்தது,

கல்லூரி முடித்த அடுத்த வருடத்தில் திருப்பூர் வந்து சேர்ந்திருந்தார். திருப்பூர் நிறுவனங்கள் குறித்து எவ்வித அனுபவமும் இல்லை. முன்னனுபவம் குறித்து யோசிக்காமல் ஆர்வத்துடன் வேலைக்குச் சேர்ந்திருந்தார்.

ஆங்கில இலக்கியத்தில் உச்சத்தைத் தொட வேண்டும் என்ற அவரது கனவு சிதைக்கப்பட்டு, அவசர கதியில் தகுதியில்லாத நபருக்கு மனைவியாகப் பதினெட்டு வயதிலேயே மாற்றப்பட்டிருந்தார். கல்லூரியில்

படித்துக் கொண்டிருந்த போதே திருமணமும் முடிந்திருந்தது. இளங்கலை பட்டப்படிப்பை முடித்துவிட்டுக் கணவருடன் திருப்பூர் வந்து சேர்ந்திருந்த போதும், தனது கல்வி குறித்த ஆசையை மனதிற்குள் வைத்திருந்தார். பணியில் சேர்ந்திருந்தபோதும், அஞ்சல் வழியே தன் மேற்படிப்பைத் தொடர்ந்து கொண்டிருந்தார்.

வெளியுலகம் தெரியாமல் வளர்க்கப்பட்ட காரணத்தால், தன்னைச் சுற்றிலும் இருந்த திமிங்கிலம், சுறாக்களை அடையாளம் காணத் தெரியாமல் தவித்துக் கொண்டிருந்தபோதுதான், அலுவலகத்தில் என் அறிமுகம் அவருக்குக் கிடைத்தது.

நான் இந்த நிறுவனத்தில் நுழைந்தபோது பழைய நபராக அலுவலகத்தில் இருந்தார். நான் நுழைந்த முதல் இரண்டு நாள்களில் இவர் விடுமுறையில் இருந்தார். வருகைப் பதிவேட்டில் அவர் பெயரைப் பார்த்து யாரிந்தப் பெண் என்று மற்றவர்களிடம் கேட்டபோது, அவர் வகித்துக் கொண்டிருந்த பதவியின் பெயரைச் சொன்னார்கள். கோ—ஆர்டினேட்டர் பதவி.

இது ஒரு வித்தியமான ஆனால் சவாலான பதவி. அரசாங்கத்தில் அல்லது அரசியல் கட்சிகளில் ‘மக்கள் தொடர்பாளர்’ என்றொரு பதவி இருக்குமே? அதைப் போல ஆயத்த ஆடைத் துறையிலும் இதுபோன்ற சில பதவிகள் உண்டு. நிறுவத்தில் உள்ள ஒவ்வொரு பெரிய துறையையும் ஒருங்கிணைக்கத் தொடர்பாளர்கள் இருப்பார்கள். அவர்களே கோ—ஆர்டினேட்டர்.

தொழிற்சாலை என்றால் அதற்குத் தலைமைப் பொறுப்பு ஃபேக்டரி மேனேஜர். அவரிடமிருந்துதான் உற்பத்தி தொடர்பான அனைத்துத் தகவல்களையும் வாங்க முடியும். அவரிடம் ஒரே சமயத்தில் பலதுறைகளில் உள்ளவர்கள் அடுத்தடுத்துத் தொடர்பு கொள்ளும்போது உருவாகும் குழப்பத்தைத் தவிர்க்க, ஒவ்வோர் இடத்திலும் இந்தப் பெண்ணைப் போன்ற கோ—ஆர்டினேட்டர்கள் இருப்பார்கள்.

அதாவது தொழிற்சாலையில் ஒருநாளில் நடக்கும் மொத்தத் தகவல்களையும் ஒரே நபர் மூலம் திரட்டி, அதனடிப்படையில் அலுவலகத்தில் உள்ள மற்றவர்கள் செயல்படுவது. மொத்த நிர்வாகத்தின் முதுகெலும்பாக

இருக்க வேண்டிய தகுதியான பதவி இது. இந்தப் பதவியை 'ஃபேக்டரி மெர்சன்டைசர்' என்றும் அழைப்பர்.

தொழிற்சாலையில் ஒருநாள் முழுக்க உற்பத்தியாகிற ஆயத்த ஆடைகளின் எண்ணிக்கை, அதில் முழுமையடைந்த மற்றும் முழுமையடையாத ஆடைகளின் எண்ணிக்கை போன்றவற்றைக் கண்காணிக்க வேண்டும். இது தவிர, தொழிற்சாலையில் பணிபுரியும் தொழிலாளர்களின் ஷிஃப்ட் குறித்த விவரங்கள், விடுமுறை எடுத்தவர்களின் பட்டியல் போன்ற பலவற்றைப் புள்ளி விவரத்தோடு தினந்தோறும் தனித்தனி அறிக்கையாகத் தயாரிக்க வேண்டும்.

மிகப் பெரிய நிறுவனங்களில் மனித வளத்துறை என்று இதற்கெனத் தனியாக ஒரு படைப் பட்டாளம் இருக்கும். தொழிலாளர்கள் நலன்சார்ந்த அனைத்து விஷயங்கள் மற்றும் அவர்களுக்கான பயிற்சி போன்றவற்றை இந்தத் துறையில் உள்ளவர்களே கவனிப்பார்கள்.

கோ—ஆர்டினேட்டர் பதவியில் உள்ளவர்களுக்கு எத்தனை தொழிலாளர்கள் அன்றைய தினத்தில் வருகை தந்துள்ளார்கள் என்ற கணக்கு அவசியமாகத் தேவைப்படும். இப்பொறுப்பில் உள்ளவர்கள் அலுவலகத்தில் இருந்துகொண்டே, தொழிற்சாலையில் உள்ள குறிப்பிட்ட பதவிகளில் பணிபுரிபவர்களிடம் கேட்டுத் தெரிந்து கொண்டு, அவர்கள் கூறிய தகவல்கள் சரியானதுதானா என்பதை உறுதிபடுத்திக் கொண்டு, அதனை முதலாளி மற்றும் முக்கியப் பொறுப்பில் இருப்பவர்களின் பார்வைக்குக் கணினி வழியே காலையில் குறிப்பிட்ட நேரத்திற்குள் அனுப்பி வைக்க வேண்டும்.

இதன் மூலம் ஓர் ஒப்பந்தம் திட்டமிட்டபடி அதன் இலக்கை நோக்கி நகர்கிறதா, குறிப்பிட்ட நாளில் கப்பலுக்கு அனுப்பிவிட முடியுமா போன்றவற்றைத் தெரிந்து கொள்ள முடியும். இவர் தினந்தோறும் சமர்ப்பிக்கும் அறிக்கை முக்கியமானது. பணம் சம்பந்தப்பட்ட காரணத்தால் இப்பொறுப்பை மிகக் கவனமாகக் கையாள வேண்டும். எனவே இந்தப் பதவியில் இருப்பவர்கள் மிக முக்கியமானவர்களாக இருக்க வேண்டும்.

அலுவலகம் செயல்படும் நேரம் என்பது தொழிற்சாலை இயங்கும் நேரத்தைவிட சற்று வித்தியாசமாக இருக்கும். அலுவலகத்தில் ஒரு கட்டமைப்பு இருக்கும். ஆனால் தொழிற்சாலையில் அதனை எதிர்பார்க்க முடியாது.

அவசரமென்றால் நள்ளிரவு வரைக்கும் செயல்பட வேண்டியதாக இருக்கும். சனிக்கிழமை என்றால் அடுத்த நாள் காலை வரைக்கும் தொடர்ச்சியாகச் செயல்பட வேண்டியதாக இருக்கும். இதுபோன்ற சமயங்களில், முதலீடு செய்துள்ள கோடிக்கணக்கான பணம் மட்டுமே முதலாளியின் கண்களுக்குத் தெரியும். முதலாளிக்கு மட்டுமல்ல, முக்கியப் பொறுப்பில் உள்ளவர்களுக்கும் அந்த ஒப்பந்தம் கப்பலுக்குச் சென்று சேரும் வரைக்கும் தூக்கம் வராது.

காலையில் அலுவலகம் ஒன்பது மணிக்கு மேலேதான் தொடங்கும். அதே போல இரவு ஏழு மணிக்கே முடிந்துவிடும். ஆனால் தொழிற்சாலை காலை எட்டரை மணிக்கே தொடங்கிவிடும். இரவு எட்டரை மணி வரைக்கும் இருக்கும். அலுவலகத்திற்கும் தொழிற்சாலைக்கும் உண்டான நேர வித்தியாசங்களைக் கணக்கில் கொண்டு, மொத்தத் தகவல்களையும் சேகரித்து விடக்கூடிய கெட்டிக்காரத்தனம் இந்தப் பொறுப்பில் உள்ளவர்களுக்கு இருக்க வேண்டும். அலுவலகத்தில் மற்றவர்கள் வந்து சேர்வதற்குள் தங்கள் பணியைத் தொடங்கியாக வேண்டும்.

மற்றவர்களுடன் அலைபேசியில் தொடர்பு கொண்டாலும். குறுக்குக் கேள்விகள் மூலம், சொல்லப்பட்ட தகவல்கள் சரியானவையா என்பதை யூகிக்கத் தெரிய வேண்டும். சேகரித்த தகவல்களை இனம் பிரித்துக் கொள்ள வேண்டும்.

எந்த இடம் பிரச்சினைக்குரியது, அந்தப் பிரச்சினை எங்கே கொண்டு போய் நிறுத்தும் என்பதை அடிக்கோடிட்டுக் காட்டத் தெரிந்திருக்க வேண்டும். தங்கள் நச்சரிப்பைப் பார்த்து ஒவ்வொருவரும் அடையும் எரிச்சலைப் பொறுத்துக் கொள்ள வேண்டும். பலருடைய கோபத்தை எதிர்கொண்ட போதிலும், 'என் கடன் பணி செய்து கிடப்பதே' என்று, இடைவிடாது, அடுத்து என்ன என்ற நோக்கத்திலே ஓடிக் கொண்டிருக்க வேண்டும்.

முக்கியப் பதவிகளில் இருப்பவர்களின் மனோநிலையைப் புரிந்து வைத்திருக்க வேண்டும். எவருக்கெல்லாம் இந்த அறிக்கை தினந்தோறும் அனுப்பப்படுகிறதோ அவர்கள் கேட்கும் குறுக்குக் கேள்விகளைச் சமாளிக்கத் தெரிய வேண்டும். முழுமையாகப் படிக்காமல் குறுக்குக் கேள்விகள் கேட்டுத் தங்களைப் புத்திசாலியாகக் காட்டிக் கொள்ளும் பிரகஸ்பதிகளுக்குப் பதில் சொல்லத் தெரிந்திருக்க வேண்டும்.

முக்கியப் பதவியில் இருப்பவர்கள் பலரும், பல சமயம் அறிக்கையை முழுமையாகப் படிக்காமல் இருக்கக்கூடும். ஆனால் அவசரமாக எடுக்கப்பட வேண்டிய அன்றைய பொழுதின் நிர்வாகம் சார்ந்த பல விஷயங்கள் அந்த அறிக்கையில் சுட்டிக்காட்டப்பட்டு இருக்கும். இதுபோன்ற சமயத்தில், நேரம் பார்த்துச் சம்பந்தப்பட்டவருக்கு நினைவூட்டத் தெரிந்திருக்க வேண்டும்.

இதற்கும் மேலாக, தொழிற்சாலையின் செலவினங்களை ஒப்பிட்டு, உற்பத்தியாகும் ஆயத்த ஆடைகளின் எண்ணிக்கையை வைத்து, நிர்வாகம் திட்டமிட்ட செலவினத்திற்குள் அடங்குகிறதா இல்லை எகிறிக் குதிக்கிறதா என்பதைப் புள்ளிவிவரத்தோடு சுட்டிக் காட்டத் தெரிந்திருக்க வேண்டும். அதற்கான காரணத்தை விசாரித்து வைத்திருக்க வேண்டும். அந்தக் காரணம் உண்மையானதுதானா என்பதைச் சோதித்துப் பார்த்திருக்க வேண்டும்.

தொழிற்சாலை நிர்வாகத்தில் சில சங்கடங்களும் பல தவிர்க்க முடியாத பிரச்சினைகளும் உண்டு. பகுதி நேரத் தொழிலாளர்களாக உள்ளே வந்து பணிபுரிபவர்களுக்கு உரிய சம்பளத்தை வேலை நடந்தால்தான் கொடுக்க முடியும். வேலை இல்லை என்றால் அனுப்பி விடலாம்.

ஆனால் ஒரு தொழிற்சாலையின் நிரந்தரச் செலவினங்கள் என்பது மின்சாரம், பெட்ரோல், டீசல், தண்ணீர் என்று தொடங்கி, ஊழியர்களின் மாதச் சம்பளம், வாடகைச் சமாசாரங்கள் என்று தவிர்க்க முடியாததாக இருக்கும். தொழிற்சாலை இயங்கினாலும் இயங்காமல் நின்று போயிருந்தாலும் இந்தச் செலவினங்கள் மாதந்தோறும் அப்படியேதான் இருக்கும். ஒரு மாதம் தொழிற்சாலை செயல்படாமல் போனால் அடுத்த மாதக் கணக்கில் இந்தச் செலவினங்கள் ஏறி நிற்கும். அடுத்த மாதத்தில் இந்தச் செலவினங்களைச் சமாளிக்கும் அளவிற்கு அந்த மாத உற்பத்தியை அதிகப்படுத்தியாக வேண்டும்.

ஓர் ஆயத்த ஆடைத் தொழிற்சாலையில் மாதம் ஒரு லட்சம் ஆடைகள் உற்பத்தி ஆகிறது என்றால், அதற்கான அடிப்படை செலவினங்கள் இரண்டு கட்டங்களாகப் பிரிக்கப்படுகின்றன. உற்பத்திக்கான செலவு மற்றும் உற்பத்தி செய்வதற்கான மற்ற செலவு.

உற்பத்திக்கான செலவுக்குள் பணிபுரியும் தொழிலாளர்களின் ஷிஃப்ட் சம்பளம் வந்துவிடும். உற்பத்திக்கான மற்ற செலவில் மேலே குறிப்பிட்ட பல செலவினங்கள் வந்து சேர்ந்துவிடும். இவை தவிர, ஓர் ஆடை உருவாக்கத்திற்குத் தேவைப்படும் துணிக்கான செலவு முதல் கப்பல் வரைக்கும் கொண்டு சேர்க்கக் கூடிய செலவு வரைக்கும் சேரும்போது, பல லட்சங்கள் தினந்தோறும் கரைந்துகொண்டே இருக்கும்.

கரணம் தப்பினால் மரணம் என்பார்களே? அதைப் போலத்தான் தொழிற்சாலை வைத்து நடத்தும் காரியம். இவை அனைத்தையும் ஓர் அறிக்கை சுட்டிக்காட்ட வேண்டும் என்றால், அந்த அறிக்கையைத் தயாரிப்பவர் எப்படிப்பட்டவராக இருக்க வேண்டும்?

நன்றாகப் பேசத் தெரிந்திருக்க வேண்டும். சமயோஜிதப் புத்தி உள்ளவராக இருக்க வேண்டும். மொத்தத்தில் கடுமையான உழைப்புடன் கூடிய அர்ப்பணிப்பு உள்ளவராகவும் இருத்தல் வேண்டும்.

இந்த நிறுவனத்தில் நான் நுழைந்த இரண்டாவது நாளில் அந்தப் பெண்ணைச் சந்தித்தேன். அவரை மற்றொருவர் திட்டிக் கொண்டிருந்தார். அவர் தலையைக் குனிந்தபடி அழுது கொண்டிருந்தார். காரணம், ஒருநாள் விடுமுறை கேட்டுச் சென்றவர், மூன்று நாள் கழித்து வந்த வந்ததுதான். பாதி வேலைகள் முடியாத காரணத்தை வைத்துக்கொண்டு, ‘நீ வீட்டுக்குப் போ?’ என்று திட்டிக் கொண்டிருந்தார் அவர். சத்தம் அதிகமாகக் கேட்க, நான் அவர் இருந்த இருக்கைக்குச் சென்று ‘என்ன பிரச்சினை?’ என்று கேட்டேன்.

அவரிடம் விவரங்களை முழுமையாகக் கேட்டதும், ‘இப்படித்தான் இங்கே ஒவ்வொருவிதமாக இருப்பார்கள். எதையும் பெரிதாக எடுத்துக் கொள்ள வேண்டாம். இனியாவது சரியாக நடந்து கொள்’ என்று சொல்லிவிட்டு என் இருக்கைக்குத் திரும்பினேன்.

அன்று நான் எதார்த்தமாகச் சொல்லிய ஆறுதல் வார்த்தைகள் இவர் மனதில் மிகப் பெரிய நம்பிக்கை அளித்திருந்ததை அடுத்த சில வாரங்களில் என்னால் புரிந்துகொள்ள முடிந்தது. சில தினங்களில் அவரை நான் என் கட்டுப்பாட்டுக்குள் எடுத்துக் கொண்டேன். அவர் தகுதிக்குரிய வேலையாகப் பிரித்துக் கொடுத்து, ஒரு வேலையை எப்படித் திட்டமிட்டுச் செய்ய வேண்டும்

என்பதைப் படிப்படியாகக் கற்றுக் கொடுத்தேன். சில வாரங்களில் அவரிடமிருந்த ஒவ்வொரு திறமையும் ஒன்றன்பின் ஒன்றாக வெளிவரத் தொடங்கியது.

எந்தத் துறை என்றாலும் பயிற்சி முக்கியம். இங்கே எல்லோரிடமும் அளவிட முடியாத ஏதோவொரு திறமை இருக்கத்தான் செய்கிறது. சிலரால் அதனை இயல்பான பழக்க வழக்கத்தில் வெளிக்கொண்டுவர முடிகிறது. ஆனால் பலருக்கும் தன்னிடம் என்ன திறமை உள்ளது என்பதை அறியாமலேயே, 'கண்டதே காட்சி வாழ்வதே வாழ்க்கை' என்று வாழ்ந்து முடித்து, இறந்து போய் விடுகிறார்கள்.

வாழ்க்கையின் மிகப் பெரிய சவால், தனக்கான திறமையை அடையாளம் கண்டு கொள்வதே. இதற்கு ஒவ்வொருவரும் ஒவ்வொரு காரணத்தைச் சொல்லுகிறார்கள். சூழ்நிலையைக் காரணம் காட்டுகின்றனர். எனக்கு வாய்ப்புகள் சரியாக அமையவில்லை, என் குடும்பம் சரியில்லை, என்னை ஆதரிப்பவர்கள் யாருமில்லை, என்னை எவரும் புரிந்துகொள்ளவில்லை என்று எத்தனையோ காரணங்களைத் தங்களின் தோல்விக்காகச் சுட்டிக் காட்டுகிறார்களே ஒழிய, தன் திறமை மற்றும் தன் உழைப்பு குறித்து எவரும் யோசிப்பதே இல்லை.

சிலருக்குக் கிடைக்கக்கூடிய அறிமுகம்தான் அவர்களின் வாழ்க்கையின் புதிய பாதையை உருவாக்கக் காரணமாக அமைந்து விடுகிறது. அதன் பிறகே மறுமலர்ச்சி அத்தியாயங்கள் உருவாகின்றன. இந்தப் பெண்ணை முதல்முறையாகச் சந்தித்தபோது, இவர் குறித்து எவ்வித தனிப்பட்ட அபிப்ராயங்கள் எதுவும் எனக்கில்லை. இவரிடம் நிறை குறைகளை அலசி அவரை எந்த இடத்தில் பயன்படுத்திக் கொள்ள வேண்டும் என்பதில் கவனமாக இருந்தேன். இவரை மட்டுமல்ல, இவரைப் போன்ற உள்ளே பணிபுரிந்த ஒவ்வொருவர் மேலும் தனிக்கவனம் செலுத்தினேன்.

இவரது தனிப்பட்ட ஆர்வமும் உழைப்பும் இவரை அடுத்த கட்டத்திற்கு நகர்த்தின. என்னருகே கொண்டு வந்து நிறுத்தின. ஒரு நிர்வாகத்தின் வெற்றி என்பது தனி மனித உழைப்பை மட்டும் சார்ந்தது அல்ல. அது பலருக்குக் கொடுக்கப்படுகிற பயிற்சியினால் உருவாக்கப்படுகிற கூட்டுக்கலவை. அதன் மூலம் கிடைப்பதே மொத்த வெற்றி.

சமூகத்தில் நீங்கள் காணும் அரசியல்வாதியாக இருந்தாலும் சரி, பெரிய அதிகாரியாக இருந்தாலும் சரி, அவரது திறமை என்பது அவருடையது மட்டுமே அல்ல. அவரைச் சார்ந்து செயல்படுபவர்களின் கூட்டுக்கலவை.

பெருமையும் சிறுமையும் கடைசியில் சம்பந்தப்பட்டவர்களுக்கே வந்து சேர்கின்றன.

பெரிய நிறுவனங்களில் முதன்மைப் பதவிகளில் இருப்பவர்களின் மூளையாகப் பலரும் செயல்பட்டுக் கொண்டிருப்பதால் மட்டுமே, அவர் சரியான நிர்வாகி என்ற பெயர் எடுக்க முடிகிறது. எனக்கும் அப்படிப்பட்ட பெருமை பல இடங்களில் கிடைத்தது. அப்படிக் கிடைக்கக் காரணம் இதுபோன்ற பெண்களும் ஆண்களும் பலவிதங்களில் உதவியுள்ளனர். என் வெறுப்பு விருப்புகளைப் புரிந்து நடந்துள்ளனர். பல பலவீனங்களை அனுசரித்து நடந்துள்ளனர். நான் விரும்பிய ஒழுக்க விதிகளை அலுவலகத்திற்குள் கடைப்பிடித்துள்ளனர். நானும் அவர்கள் கேட்ட வசதிகளை, விருப்பங்களை மறுக்காமல் செய்து கொடுத்துள்ளேன்.

கொடுக்கும் போதுதான் எதையும் பெற முடியும் என்பதைக் கொள்கையாகவே வைத்திருந்தேன். நான் ஒவ்வொரு முறை கொடுத்தபோதும், அது பலவிதங்களில் வேறு வடிவங்களில் என்னைத் தேடி வந்தது. எனக்காகத் தேடிக் கொடுத்தவர்கள் எப்போதும் போல என்னைவிட பல படிகள் கீழேதான் இருந்தார்கள். ஆனால் எனக்குக் கிடைத்த வாய்ப்புகளையும், வளர்ச்சியின் மூலம் கிடைத்த மரியாதையையும் அவர்களுக்கும் சேர்த்தே சமர்ப்பித்தேன். அதுவே அவர்களுக்குப் போதுமானதாக இருந்தது.

இங்கே ஒவ்வொருவரும் அங்கீகாரத்தைத்தான் முதன்மையாக எதிர்பார்க்கிறார்கள். ஆறுதல் வார்த்தைகளைத்தான் அதிகமாக விரும்புகிறார்கள். ஆனால் இங்கே ஒவ்வொரு மனிதனும் குப்பைகளைத்தான் தங்கள் மனதில் நிரப்பி வைத்துள்ளனர். வக்கிரத்தைத் தாங்கள் அணியும் ஆடைகள் போல வைத்துள்ளனர்.

சக மனிதர்களிடம் இயல்பான வார்த்தைகளைக் கூட உச்சரிக்க மனமில்லாமல் வக்கிரத்தை வெளிக்காட்ட, அது திரும்ப வந்து தாக்குகிறது. இதன் காரணமாக ஒவ்வொரு நிலையிலும் மனித உறவு பாழ்படுகிறது. இந்த விஷயத்தில்

மிகக் கவனமாக இருந்தேன். இந்தப் பெண்ணிடமும் அப்படித்தான் நடந்து கொண்டேன்.

நான் இந்த நிறுவனத்தில் நுழைந்த இரண்டாவது வாரத்தில் அவர் ஒரு கோரிக்கையுடன் என்னை வந்து சந்தித்தார். 'என் வீடு நம் ஃபேக்டரிக்கு அருகே உள்ளது. ஆனால் அலுவலகம் இங்கே இருக்கிறது. இங்கே இருந்து மூன்று பேருந்து மாறி தினந்தோறும் வீட்டுக்குச் செல்ல வேண்டியதாக உள்ளது. இதனால் வீட்டில் ஏராளமான பிரச்சினைகள் உருவாகின்றன. ஏற்கெனவே உங்கள் பதவியில் இருந்தவரிடம் நான் இதைப் பற்றிச் சொல்லியபோது அவர் உதவத் தயாராக இல்லை. நீங்களாவது எனக்கு உதவ வேண்டும். தொழிற்சாலைக்கு வேலையை மாற்றித் தரவேண்டும்.' அவர் சொன்னபோது முழுமையாக அவரைக் கவனித்தேன். ரசிக்கக்கூடிய வகையில் இருந்தார்.

ஒவ்வொரு எழுத்தாளர்களும் ஆண்களைவிட பெண்களை மட்டும்தான் பக்கம் பக்கமாக வர்ணித்து எழுதுகிறார்கள். நாம் காணும் திரைப்படங்கள் தொடங்கிச் சாதாரண விளம்பரம் வரைக்கும் வாய்ப்புக் கிடைக்கும் போதெல்லாம் பெண்களைக் காமத்தின் குறியீடாகத்தான் காட்சிப்படுத்துகிறார்கள். ஒவ்வொரு நிமிடமும் ஆணுக்குக் கிளர்ச்சியை உருவாக்குவதற்காகவே பெண்களைப் படைத்தது போல, நம் முன்னால் பெண்களை உருவகப்படுத்துகிறார்கள்.

எல்லா உயிரினங்களுக்கும் இனப்பெருக்கம் என்பது இயல்பான விஷயம். மிருகங்கள் தக்க காலம் கனிந்ததும், பருவத்தில் துணையுடன் கூடி அதன் கடமையை முடித்துவிட்டுச் சென்று விடுகின்றன. மனித இனத்தில் மட்டும்தான் இனப்பெருக்க உறுப்புகளை வைத்துக் காசு பெருக்கும் கலையை உருவாக்கியுள்ளனர். காரியம் சாதிக்க உதவும் ஒன்றாக மாற்றியுள்ளனர். பெண்கள் அறிந்தோ அறியாமலோ தங்களை வெளிப்படுத்தும் காரியங்களில் கவனம் செலுத்துகிறார்கள். அவர்களது அதிகப்படியான ஆர்வம் இறுதியில் அவர்களுக்கு அவஸ்தையைத்தான் கொண்டு வந்து சேர்க்கிறது.

இன்று இதுபோன்ற அவஸ்தையில்தான் இந்தப் பெண்ணும் சிக்கியுள்ளார். அன்று அலுவலகத்தில் என்னிடம் இவர் கேட்ட கோரிக்கையை நிறைவேற்றியது தவறோ என்று யோசித்துக் கொண்டிருந்தேன்.

என் தனிப்பட்ட பயிற்சியின் காரணமாகத் தொழிற்சாலையில் இவரால் சிறப்பாகச் செயல்பட முடியும் என்று நம்பினேன். குடும்ப ரீதியான பிரச்சினைகள் இல்லாதபட்சத்தில் இவரது தனித்திறமை இன்னமும் மேம்படும் என்ற கணக்கில் அவருக்கு உதவினேன். அது பல விதங்களில் சிக்கலை உருவாக்கும் என்று நினைத்துக் கூடப் பார்க்கவில்லை.

வெகுளி என்பதற்கு எப்படி அர்த்தம் சொல்வீர்களோ எனக்குத் தெரியாது. ஆனால் இந்தப் பெண் வெகுளித்தனத்தை மொத்தமாகக் குத்தகை எடுத்தது போலவே வாழ்ந்து கொண்டிருந்தார். வாளிப்பான உடம்பும், வசீகரிக்கக்கூடிய அமைப்புகளும் ஒன்று சேர, வேறென்ன வேண்டும்? இருபது வயதிற்குள் திருமணம் முடிந்து ஒரு மகன் இருக்கிறான் என்றால் எவரும் நம்பமாட்டார்கள். ஒருமுறை பார்த்தால் மீண்டும் ஒருமுறை பார்க்கத் தூண்டும் அளவெடுத்த உடல்.

தான் விரும்பும் நவநாகரிக உடைகளைத் தினந்தோறும் அணிந்து வருவதால் வாளிப்பான பருவத்தைத் தொழிற்சாலையில் பணிபுரியும் ஒவ்வொருவரும் அவரவருக்குத் தகுந்தபடி ரசிக்கும்படி இருந்துள்ளார். இதற்கு மேலாகப் பலருடனும் பேசியாகவேண்டிய சூழ்நிலை. பேசிய ஒவ்வொருவரும் இவர் பேசி முடித்துச் சென்றதும் தனது வக்கிர எண்ணத்தை வடிகாலாக மாற்றிவிட அது ஒவ்வோர் இடமாகப் பரவி உள்ளது. அது இவரது கணவன் காதுக்குச் செல்ல, அது குடும்ப ரீதியான பிரச்சினையை உருவாக்கி உள்ளது.

இவரது நடத்தை கேள்விக்குறியாக மாறிவிட்டது. இது இந்தப் பெண்ணின் குற்றமல்ல. ஆசைப்பட்டவர்களின் எண்ணம் நிறைவேறாத பட்சத்தில் உருவான ஆதங்கத்தின் விளைவு. 'என் மனைவியை எப்படி நீ தப்பாகப் பேசலாம்?' என்கிற அளவுக்குப் பிரச்சினை வளர்ந்து, அந்தப் பெண்ணின் கணவன் தொழிற்சாலையின் வாசலுக்கு வந்து சண்டை போட வைத்துள்ளது.

கடந்த சில வாரங்களாகத் தொழிற்சாலைக்கு வெளியே நடந்து கொண்டிருந்ததை ஃபேக்டரி மேனேஜர் உணரத் தவறியதால், சில தொழிலாளர்கள் கூட்டணி சேர்ந்து கணவனைத் தாக்க, அது தீப்பொறி போலப் பரவியுள்ளது. கணவன் தரப்பில் பல ஆட்கள் சேர, பிரச்சினை பெரிதாகி,

இன்று தொழிற்சாலையே நிற்கும் அளவிற்குப் போயுள்ளது.

இங்கே காலங்காலமாகப் பெண்களை வீட்டுக்குள் வைத்த சமூகம் இது. பெண்களுக்கு வீட்டு வாசல்தான் எல்லைக்கோடாக இருந்தது. ஆனால் இன்று காலமும் சூழலும் மாறி விட்டன. நவீன தொழில்நுட்ப வசதிகள், அனைத்தையும் உள்ளங்கைக்குள் கொண்டு வந்து சேர்த்துக்கொண்டே இருக்கின்றன. ஒவ்வொரு வசதியையும் தானும் அனுபவிக்க வேண்டும் என்ற எண்ணத்தை இவை உருவாக்குகின்றன.

வசதிகள் எத்தனை மாறினாலும் பெண்கள் குறித்த எண்ணங்கள் மட்டும் இங்கே எவரிடமும் மாறவில்லை. ஆண்கள் எத்தனை பேர்களிடத்தில் பேசினாலும் எந்த இடத்தில் வைத்துப் பேசினாலும் குற்றமில்லை. அவர் தரப்பு நியாயங்களைத்தான் இந்தச் சமூகம் வசதியாக எடுத்துக் கொள்கிறது.

ஆனால் ஒரு பெண் கடைகளில், அலுவலகங்களில், தொழிற்சாலைகளில் பணியாற்றி, அங்கே யாரேனும் ஒருவருடன் இரண்டு நிமிடங்கள் கூடுதலாகப் பேசிக் கொண்டிருந்தால், அதன் மீது தவறான அர்த்தம் கற்பிக்கப்படுகிறது.

இதுபோன்ற கற்பிதங்கள் இவரைச் சிங்கக் கூட்டத்திற்குள் சிக்கிய புள்ளிமான் போலத் தடுமாற வைத்துள்ளன.

முழுமையாக அந்தப் பெண் தரப்பு நியாயங்களைக் கேட்டு முடித்த பின்பு ஒரே ஒரு கேள்விதான் கேட்டேன். ‘ஏனம்மா இப்படி ஒரு பெரிய பிரச்சினையை உருவாக்கி விட்டாய்? உனக்கு உதவி செய்த எனக்கு நீ கொடுத்த பரிசா இது?’

அதற்கு அவர் தந்த பதில் என்னைத் திடுக்கிட வைத்தது.

18

பொருளாதாரம் உருவாக்கும் அவதாரங்கள்

'தன் மனைவி வேலைக்குப் போக வேண்டும், ஆனால் யாருடனும் பேசக்கூடாதுன்னு சொல்ற எத்தனை ஆண்கள் இங்கே யோக்கியவான்களாக வாழ்கிறார்கள் சார்? எல்லா ஆண்களுமே தாங்கள் பார்க்கிற அத்தனை பெண்களுடனும் பேச, பழகத்தானே செய்கிறார்கள்? அதுவே நாங்கள் பேசினால் மட்டும் ஏன் சார் இவங்களுக்கு இத்தனை எரிச்சலா வருது? அப்புறம் ஏன் சார் தங்கள் மனைவிகளை வேலைக்கு அனுப்புறாங்க? ஒரு பெண் காலையில் வீட்டைவிட்டு வெளியே கிளம்பி வந்தது முதல் இரவு வீட்டுக்கு திரும்புகிற வரைக்கும் தெருவில் பார்க்கிற நாய்கள் குறைப்பதையும் முறைப்பதையும் கவலைப்பட்டுக் கொண்டிருந்தால் எங்களைப் போன்ற பெண்கள் அறைக்குள் பூட்டிக்கொண்டு உள்ளே வாழ வேண்டியதுதான். நான் பத்தினியா இல்லையான்னு முடிவு செய்ய இவங்க யாரு சார்? இவங்கள பாத்து நான் பயந்துக்கிட்டே இருந்தால் என் வாழ்க்கையை எப்படி சார் நான் வாழ முடியும்?' என்று கேட்டுவிட்டு என்னைக் கூர்மையாகப் பார்த்தார்.

என்ன பதில் சொல்வது என்று தெரியாமல் நானும் சற்று நேரம் அமைதி காக்க, இடைவெளி விட்டுத் தொடர்ந்தார்.

'நீங்கதான் பெண்கள் கம்பீரமாக இருக்கனும். யாரையும் சார்ந்து வாழாத அளவுக்குச் சுய

ஒழுக்கமாய் முன்னேறிச் செல்லனும்னு சொன்னீங்க? இப்ப நீங்களே வந்து என்னைக் குற்றவாளிக் கூண்டில் நிறுத்தி கேள்வி கேக்குறீங்க?' என்றபோது என் பதவியின் பொறுப்புணர்வு என்னைச் சுட்டது.

'ஏம்மா, நீ எப்படி வேண்டுமானாலும் தனிப்பட்ட முறையில் தைரியசாலியாக இருக்கலாம். அதற்காக உன் நடவடிக்கைகள் இங்கே மொத்த உற்பத்தியையும் நிறுத்தும் அளவுக்கு உன்னாலே பிரச்சினை உருவான பிறகு, உன்னை எப்படி நான் இங்கே வைத்துக் கொள்ள முடியும்?' என்றேன்.

'என்னை வேலையைவிட்டு அனுப்பப் போறீங்களா?' என்று சிரித்துக்கொண்டே கேட்டார். அவரது சிரிப்பு ஆயிரம் அர்த்தம் தருவதாக இருந்தது. பலருடன் பழகி பழகி எல்லாவற்றையும் இயல்பாக எடுத்துக்கொள்ளும் பக்குவம் வந்திருந்தது. சொல்லப் போனால் இந்தச் சமயத்தில் நான்தான் தடுமாற்றத்தில் இருந்தேன்.

இதற்கு என்ன பதில் சொல்வது என்று யோசித்துக் கொண்டிருந்தபோது, 'என்னை மாதிரி மற்றொரு பெண் இந்தப் பதவிக்கு வந்தாலும் அவங்கள மட்டும் இங்கே இருக்கிற ஆண்கள் மரியாதையாக நடத்துவாங்கன்னு நினைக்கிறீங்களா? எந்தச் சமயத்தில் அவளைப் படுக்கக் கூப்பிடலாம்ன்னு இவங்க காத்துக்கிட்டிருப்பாங்க! அவங்களால பிரச்சினை என்றால் அடுத்த பெண்ணைக் கொண்டு வருவீங்களா?' என்று விடாமல் கேட்க, அந்தப் பெண்ணின் தைரியமும் கேட்ட கேள்விகளும் எனக்கு ஆச்சரியத்தைத் தந்தன.

நான் இந்த நிறுவனத்தில் நுழைந்தபோது மற்றொருவர், அனுமதி இல்லாமல் விடுமுறை எடுத்ததற்காகத் திட்டியபோது அழுதுகொண்டே அமைதியாக இருந்த பெண், இப்போது வெளுத்து வாங்குவதை மனதில் ரசித்துக் கொண்டாலும் வெளியே காட்டிக் கொள்ளவில்லை.

என் மனசுக்குள் பல கேள்விகள் விஸ்வரூபம் எடுத்து நின்றன.

இந்த நிறுவனத்தின் முதலாளி கேவலமான எண்ணம் கொண்டவர். இது வரையிலும் என் மேல் ஏராளமான கோபம் இருந்தாலும், என் தனிப்பட்ட குணாதிசயத்தில் ஒழுக்க ரீதியான செயல்பாட்டில் எந்தக் குறையும் காணமுடியாமல் இருப்பவர். ஒரு முதலாளி தனக்குக்

கீழே பணிபுரிபவர் எத்தனை தெனாவட்டான ஆளாக இருந்தாலும், நிர்வாக விஷயத்தில், நிறுவனத்தின் லாபம் சார்ந்த விஷயத்தில் பாராட்டக்கூடிய வகையில் இருந்துவிட்டால், அவரை அனுசரித்துத் தன்னுடன் வைத்துக் கொள்ளத்தான் விரும்புவார்கள். நிஜத்தில் நான்தான் அவரை மிரட்டும் நிலைமையில் இருந்தேன்.

முதலாளி என்ற ஈகோ எப்போதும் அவரை உறுத்தலில் வைத்துக் கொண்டேதான் இருந்தது. அதை நான் உணர்ந்திருந்த போதிலும், என் பாணியைத்தான் அவருக்கு எல்லாச் சமயத்திலும் வெளிப்படுத்திக் கொண்டிருந்தேன்.

என்னைப் பழிவாங்க எப்போது வாய்ப்பு வரும் என்று காத்துக் கொண்டிருப்பவர் அவர். இந்தச் சமயத்தில், ‘இதுபோன்ற நிகழ்வுகள் தொழிற்சாலையில் நடந்துள்ளன’ என்று அவர் பார்வைக்குச் செல்லும் பட்சத்தில், இதை வைத்துக் கதை, திரைக்கதை அமைத்து, அவர் விருப்பப்படி வசனத்தை எழுதி, என்னைக் குற்றவாளியாக மாற்றி விடுவார்.

மனதில் ஓடிய எண்ணங்களை அந்தப் பெண்ணிடம் காட்டிக் கொள்ள முடியவில்லை. அந்தப் பெண் மேல் எந்தத் தவறும் இல்லை. ஆனால் சூழ்நிலைக் குற்றவாளியாக மாறியிருந்தார். இவரை இந்தச் சமயத்தில் பலி கொடுத்தே ஆக வேண்டும்.

அரசியலில் அவ்வப்போது பலியாடுகள் தேவைப்படுவதைப் போல நிர்வாகத்திலும் பலி கொடுத்தால்தான் நிர்வாகம் அடுத்த நிலைக்கு நகரும் என்றால் கொடுத்தே ஆக வேண்டும். இது வெளியே சொல்லமுடியாத நிர்வாக விதிமுறை. இவரை இனியும் இங்கே வைத்திருந்தால் இவரை வைத்துப் பரமபதம் விளையாடப் பலரும் காத்திருப்பார்கள்.

ஒரு தொழிற்சாலையில் பணிபுரியும் மொத்தத் தொழிலாளர்களும் நமக்கு விசுவாசமாக இருப்பார்கள் என்று எதிர்பார்க்க முடியாது. நாம் எந்தப் பதவியில் இருந்தாலும், நம் செயல்பாடுகளை உளவு பார்க்க முதலாளி வர்க்கம் படைப் பட்டாளங்களை ஒவ்வோர் இடத்திலும் ஒளித்து வைத்திருக்கும்.

ஆடுபுலி ஆட்டம் போலத்தான் விளையாடிக் கொண்டிருக்க வேண்டும். எவர் நம்மை வெட்டுவார்கள், எந்த இடத்தில் நாம் வெட்டப்படுவோம் என்று காத்திருப்பதை விட,

வெட்டக் காத்திருப்பவர்களை நாம் வெட்டிவிட்டு நகர்ந்து முன்னேற வேண்டும்.

இறைச்சிக் கடையில் நின்றுகொண்டு கருணை, காருண்யத்தைப் பேசி ஒன்றும் ஆகப் போவதில்லை.

இது தொழில் வாழ்க்கை. அதுவும் கோடிக்கணக்கான ரூபாய் புழங்கும் தொழில். கோடிகள் புழங்கும் எந்தத் தொழிலும் மேம்பட்ட பதவியில் இருப்பவர்களும் முதலாளிகளும் அடிப்படையில் கேடிகளாகத்தான் இருப்பார்கள். சிலர் அதனை வெளியே தெரியாதாவாறு மறைத்து வாழக் கற்றிருப்பார்கள். வெளியே தங்க முலாம் பூசம்பபட்ட நகை போலத்தான் இந்த வாழ்க்கையை வாழ்ந்தாக வேண்டும்.

ஆனால் அவரவருக்கு உண்டான தர்ம நியாயங்கள்தான் அடுத்த கட்டத்திற்கு அவர்களை நகர்த்தும். எண்ணங்கள் முழுக்க வக்கிரத்தை சுமந்தவர்களுக்குப் பார்க்கும் எல்லாப் பெண்களும் அனுபவிக்கக் கூடியவர்களாகத்தான் தெரிவார்கள். வயது வித்தியாசமோ, உறவு சார்ந்த உறுத்தல்களோ தோன்றாது. பணம் மட்டுமே வாழ்க்கை என்ற எண்ணம் கொண்டவர்களுக்கப் பிணத்தைக் கூட விலை பேசத்தான் தோன்றும்.

ஒரு முதலாளி யோக்கியவானாக இருக்க வேண்டிய அவசியமில்லை. கோடிக்கணக்கான முதலீடு போட்டவனின் வலி என்பது அவனுக்கு மட்டும்தான் தெரியும். அவனது இழப்புகளை எவரும் பங்கு போட்டுக் கொள்ள வர மாட்டார்கள். ஆனால் குறைந்தபட்ச நாணயத்தோடு வாழ்ந்தாக வேண்டிய அவசியமுண்டு. நா நயம் என்பது ஒரு கட்டம் வரைக்கும் நகர்த்தும். வாழ்க்கை முழுக்க வாயால் கப்பல் ஓட்டுபவர்களுக்குக் கலங்கரை விளக்கம் கடைசி வரைக்கும் கண்களுக்குத் தெரியாமலேயே போய்விடும்.

ஒருவனுக்குப் பணம் சேரச் சேர எதிரிகளும் அதிகமாகிக்கொண்டே இருப்பார்கள். போட்டி போட முடியாதவர்கள், போட்டிக்குத் தயாராக இல்லாமல் பொறாமையுடன் மட்டும் வாழ்ந்து கொண்டிருப்பவர்கள், கூடப் பழகிக்கொண்டே குழி பறிக்கக் காத்திருப்பவர்கள் என்று பலதரப்பட்ட மனிதர்களைச் சமாளித்தே ஆக வேண்டும்.

ஒரு நிறுவனத்தில் பணிபுரியும்போது முதலாளிக்கு உண்டான எதிரிகளைப் போல முக்கியப் பதவிகளில்

இருப்பவர்களுக்கும் ஏராளமான எதிரிகள் இருப்பார்கள். சிலர் காரணம் இல்லாமல் எதிரிகளாவார்கள். பலர் காரண காரியத்தோடு கவிழ்க்கக் காத்திருப்பார்கள். இருக்கும் எதிரிகளைச் சமாளிப்பது எளிது. ஆனால் மேலும் எதிரிகளை உருவாகாமல் இருப்பதுதான் ஒரு நிர்வாகியின் முக்கியப் பணியாக இருக்க வேண்டும்.

என்னளவில் அந்த விஷயத்தில் மட்டும் கவனமாக இருந்தேன். ஒரு நிறுவனத்திற்குத் தகுந்த பதவியில் சரியான நபர்கள் அமைவது, தற்போதைய சூழ்நிலையில் கடினமாக இருப்பதால் இந்தப் பெண்ணை வெளியே அனுப்பவும் தோன்றவில்லை.

சட்டென்று முடிவெடுத்து, 'இப்போதைக்கு நீ வேலையை விட்டுச் சென்று விட்டாய் என்று இங்கிருப்பவர்கள் நம்பும் அளவிற்குச் சில வாரங்கள் விடுமுறையில் இருந்து விடு' என்று அறிவுரை சொல்லி அனுப்பி வைத்தேன். என் மேல் உள்ள மரியாதையின் பொருட்டு அந்தப் பெண்ணும் ஏற்றுக்கொண்டு அப்போதே கிளம்பினார்.

அவரை அனுப்பியதும் மனதில் உள்ள பாரம் குறைந்தது போல் இருந்தது. இனி இந்தப் பொறுப்பில் சரியான நபர்களை அமர வைக்க வேண்டும் என்ற கவலை இருந்தாலும், நாளை அது குறித்து யோசிக்கலாம் என்ற எண்ணத்தில் தொழிற்சாலையைச் சுற்றி வரக் கிளம்பினேன்.

மூன்று மாதங்களுக்குமுன் இந்தத் தோட்டத்திற்குள் நான் நுழைந்தபோது ஒரு ஈ காக்கை கூட அங்கே இல்லை. மயான அமைதி நிலவிக் கொண்டிருந்தது. ஆனால் இன்றோ எங்குப் பார்த்தாலும் இயந்திரங்களின் இரைச்சலும் ஆட்களின் நடமாட்டமும், தொழிற்சாலையின் முகமே மாறி இருந்தது.

ஓர் ஆயத்த ஆடைத் தொழிற்சாலையின் உற்பத்திப் பிரிவை நான்கு விரல்களுக்குள் அடக்கி விடலாம். 'கட்டிங்', 'பவர் டேபிள்', 'செக்கிங்', 'அயரன்' மற்றும் 'பேக்கிங்'.

கட்டிங் என்ற துறை துணிகளைக் குறிப்பிட்ட அளவில் வெட்டிக் கொடுப்பவர்கள். பவர் டேபிள் என்பது வெட்டிய துணிகளைச் சரியான வடிவமைப்பில் தைத்துக் கொடுப்பவர்கள். செக்கிங் என்பது தைத்த ஆடைகளைத் தரம் பிரித்துக் கொடுப்பவர்கள். கடைசியாக அயரன் (அயர்ன்) மற்றும் பேக்கிங் துறையில்தான். சரியான அளவில் அந்த ஆடையைத் தேய்த்து, பாலிபேக்கிங் செய்து, அட்டைப் பெட்டியில் போட்டு முடிப்பவர்கள்.

நான் முதலில் நுழைந்த பகுதி அயரன் துறை. ஆயத்த ஆடைத் துறையில் இது ஒரு வித்தியாசமான துறையாகும். இதனைப் பற்றி விரிவாகப் பார்த்து விடலாம்.

திருப்பூர் என்ற ஊர் குறித்து உங்களுக்கு என்னவெல்லாம் தெரியும் என்று பட்டியலிடச் சொன்னால் உங்களால் பணம் சார்ந்து, பனியன் சார்ந்த சிலவற்றைச் சொல்லிவிடுவீர்கள். ஆனால், நம் சமூகத்தில் காலங்காலமாக ஊறிப்போன சாதிப் பிரச்சினையை அடித்துத் துவைத்த ஊர் திருப்பூர் என்று உங்களுக்குத் தெரியுமா? எப்படி என்கிறீர்களா?

இங்குள்ள ஒரு பெரிய நிறுவனத்தில் ஏறக்குறைய ஆயிரம் பேர்கள் பணிபுரிகிறார்கள். அனைத்து இடங்களிலும் தொழிளாலர்கள் நீக்கமற நிறைந்துள்ளனர். அவர்கள் இந்தச் சாதியில் பிறந்தவர்கள், இந்த வேலைக்கு மட்டும்தான் தகுதியானவர்கள் என்று இனம் பிரிக்க முடியாத அளவுக்கு அவர்களின் திறமை மட்டும்தான் இங்கே பேசுபொருளாக மாறி விடுகிறது. ஒருவரின் உழைப்பு அவருக்கு உண்டான இடத்தைத் தக்க வைத்துக் கொள்ள உதவுகிறது. அவர்களின் ஆர்வம் அதை உறுதிப்படுத்துகிறது. அதில் காட்டக்கூடிய தனிப்பட்ட ஈடுபாடு, அவர்களை மற்றவர்களிடம் இருந்து பிரித்து, அவர்களது தனித்தன்மையாகக் காட்டுகிறது, இதனைச் சரியான முறையில் பயன்படுத்திக் கொண்டவர்கள் படிப்படியாக வளர்கிறார்கள்.

தாழ்த்தப்பட்ட சாதியில் பிறந்தவர் நன்றாகத் தைக்கக் கூடிய டெய்லர் என்றால், அவரது சாதி இங்கே முக்கியமல்ல. அவர் திறமைதான் முக்கியம். அவர் வீடு வரைக்கும் சென்று, வண்டியில் வைத்து அழைத்து வரும் அவசர உலகில் இன்றைய திருப்பூர் ஓடிக் கொண்டிருக்கிறது.

கடந்த இருபத்தைந்து வருடத்திற்குள் இங்கே சமூகம் சார்ந்த பழைய விதிகள் உடைக்கப்பட்டுவிட்டன. ஏற்கெனவே இங்கே இருந்த எல்லைக் கோடுகள் அழிக்கப்பட்டுவிட்டன.

நீங்கள் வாழ்ந்த ஊரில் துணி துவைப்பவர்களை, உங்கள் துணிகளை மடிப்புக் கலையாமல் தேய்த்துத் தருபவர்களை எப்படி அழைப்பீர்கள்? எந்தச் சாதிக்குள் வைத்து அவரை மரியாதை செலுத்துவீர்கள்? ஆனால் திருப்பூரில் இந்தத் துறையில் பிராமணர்களும் உள்ளார்கள் என்றால் நீங்கள் நம்புவீர்களா?

ஆயத்த ஆடைத் துறையில் உள்ள ஒவ்வொரு துறை சார்ந்த வேலைகளிலும் அனைத்துச் சாதிக்காரரர்களும் இருக்கிறார்கள்.

கடந்த ஐந்தாண்டுகளில் தொழிலாளர்களுக்கு உரிய மரியாதை பல மடங்கு அதிகரித்துள்ளது. அவர்களுக்கு உண்டான வசதிகளை நிர்வாகம் பார்த்து பார்த்துச் செய்ய வேண்டிய அவசியத்தில் உள்ளது. சட்டங்கள் கண் துடைப்பாக இருந்தாலும், பன்னாட்டு நிறுவனங்கள் எதிர்பார்க்கும் வட்டத்திற்குள் நின்றாகவேண்டிய அவசியம் உருவாகி இருக்கிறது. இதனால் ஒவ்வொரு நிறுவனத்திற்கும் பலதரப்பட்ட நிர்ப்பந்தங்கள் ஏற்பட்டுள்ளன.

இங்குள்ள ஒவ்வொரு தொழிலாளர்களும் அவரவர் நிறுவனத்திற்கு முக்கியமானவர்கள். திறமையுள்ள எவரையும் எந்த நிறுவனமும் இழக்கத் தயாராக இல்லை. வருடந்தோறும் அடிமாடு கணக்காகப் பல மாநிலங்களில் இருந்து பலரும் கொண்டு வரப்பட்டாலும், இருக்கும் நபர்களைக் காப்பாற்றிக் கொள்ள ஒவ்வொரு நிறுவனமும் பாடுபடுகிறது.

தொழில் சமூகம் மாற்றங்களை உள்வாங்கினால் மட்டுமே அந்தத் தொழிலில் தங்களை நிலைநிறுத்திக் கொள்ள முடியும். முன்பு வருடந்தோறும் மாற்றங்கள் நடந்து கொண்டிருந்தன. ஆனால் இன்றோ எல்லாம் மாதந்தோறும் மாறிக்கொண்டே வருகின்றன. புதுப்புது இயந்திரங்கள் ஒரு பக்கம். நம்பமுடியாத விலை வீழ்ச்சி மறுபக்கம். போட்டிகள் அதிகமாக ஆக, அதிகமான திட்டமிடுதல் தேவைப்படுகிறது. குறிப்பிட்ட லாபத்தை அடைய எல்லா வழிகளைப் பற்றியும் யோசிக்க வேண்டியதாக உள்ளது.

தற்போது முதலாளி என்பவர் முதலைப் போட்டுவிட்டுத் தொழிலாளர்களை அனுசரித்து வாழப் பழக வேண்டிய சூழ்நிலையில் இருப்பவர். தொழிலாளர் என்பவர் உன் லாபத்தைவிட என் லாபம் பெரிது என்று மிரட்டுபவர். இப்படித்தான் இன்றைய திருப்பூர் தொழில் உலகம் உள்ளது.

இருபது ஆண்டுகளுக்கு முன் இங்கே அடிமைக் கலாசாரம் எங்கும் இருந்தது. சாதியக் கொடுமைகளை வைத்துச் சாதித்துக் கொண்டிருந்தார்கள். இன்று அதற்கான வாய்ப்பில்லை. நினைத்துக் கூடப் பார்க்க முடியாது. சட்டங்கள் ஒரு பக்கம். சாமானியனின் கேள்விக் கணைகள் மறு பக்கம். எல்லாப் பக்கங்களிலும் உள்ள கதவுகள் அகலத்

திறந்துவிட்ட காரணத்தால், சந்தை பொதுவானதாக மாறியுள்ளது. எந்த ஒரு வாயப்பையும் திறமையுள்ளவர்கள் மட்டுமே பயன்படுத்த முடியும் என்று நிலைமை மாறிப் போயுள்ளது.

ஓர் ஆயத்த ஆடைத் தொழிற்சாலை கவிழப் போகிறது என்றால் இரண்டு துறைகளைச் சரியாகக் கவனிக்கவில்லை என்று அர்த்தம். ஒன்று கட்டிங் துறை. மற்றொன்று அயரன் துறை.

ஒரு ஆடைக்குத் தேவைப்படும் துணி உள்ளே வந்ததும் அதனைச் சரியான வடிவமைப்பில் வெட்டுபவர்கள் கையில்தான் ஒரு நிறுவனத்தின் லாபம் உள்ளது. சரியான அளவைவிட, கூட ஒரு இன்ச் வெட்டினால், பத்தாயிரம் ஆடைகள் வெட்டி முடிக்கும்போது லாபத்தில் ஐந்து சதவிகிதம் அப்போதே காணாமல் போய்விடும். தேவையில்லாமல் வெட்டிய துணி குப்பைக்குப் போய்விடும். 'ஏன் இப்படி வெட்டினாய்?' என்று கட்டிங் மாஸ்டர்களை மிரட்ட முடியாது. 'எனக்குக் கொடுத்த அட்டையை வைத்து வெட்டினேன்' என்று தெனாவட்டாகப் பதில் வரும்.

அதே போல, தைத்து முடித்துத் தரம் பார்த்து வரும் ஆடைகளை அயரன் துறையில் இருப்பவர்கள் பார்த்து எப்படித் தேய்த்து முடிக்கிறார்களோ, அதனைப் பொறுத்துத்தான் அந்த ஆடையின் உண்மையான தரம் வெளியே வரும். வெளிநாட்டுக்காரர்கள் ஒரு நிறுவனத்தின் தரம் சார்ந்த விஷயங்களில் அதிகக் கவனம் செலுத்துகிறார்கள். இதன் அடிப்படையில்தான் அந்த நிறுவனத்திற்கு அடுத்த ஒப்பந்தத்தைத் தருகிறார்கள். தரம் இல்லையேல் தங்கம் கூடத் தகரமாகத்தான் மதிக்கப்படும்.

மொத்தத்தில் அயரன் துறை என்பது ஓர் ஆயத்த ஆடை நிறுவனத்தின் ஜீவநாடி. ஒரு நிறுவனத்தின் வளர்ச்சி, இந்தத் துறையில் பணிபுரியும் அயர்ன் மாஸ்டர்களின் கைகளில்தான் உள்ளது. நான் எப்போதும் கவனம் செலுத்துவதும் அதிகப்படியான ஊக்கத் தொகை கொடுப்பதும் அயரன் மாஸ்டர்களுக்கே. இவர்களை அனுசரித்து வைத்துக் கொண்டால், தவறான ஆடைகள் பேக்கிங் வரைக்கும் செல்லாமல் தவிர்க்கப்பட்டுவிடும்.

நீங்கள் ஊரில் பார்த்து வளர்ந்த, பழகிய படிப்பறிவில்லாதவர்கள், வாழ்க்கையில் கீழ் நிலையில் உள்ளவர்கள் மற்றும் பொருளாதாரத்தில் பின்தங்கியவர்கள்

போல இந்தத் துறையில் எவரையும் பார்க்க முடியாது. பத்தாண்டுகளுக்கு முன்னால் இருந்த அயரன் துறை வேறு. இப்போது திருப்பூரில் உள்ள அயரன் துறை வேறு.

அன்று உலர்த்தப்பட்ட மரக்கட்டைக் கரிகளைப் பயன்படுத்தினார்கள். அன்று ஒவ்வொருவரும் பயன்படுத்திய அயரன் பாக்ஸ் குறைந்தபட்சம் எட்டுக் கிலோ இருந்தது. ஒருநாள் முழுக்க ஒவ்வோர் ஆடையையும் தேய்த்து முடிக்கும்போது தோள்பட்டை கழன்றுவிடும். குதிகால் வலியில் தடுமாறும்.

ஆனால் இன்றோ டீசல் பாய்லர், மின்சாரப் பாய்லர் என்று தொடங்கி இதன் முகமே மாறிவிட்டது. லைட் வெயிட் உள்ள பலதரப்பட்ட இறக்குமதி செய்யப்பட்ட அயரன் பாக்ஸ்கள்தான் இந்தத் துறையில் உள்ளன. பணிபுரிபவர்கள் கஷ்டம் தெரியாமல் இஷ்டம் போலத் தங்கள் பணிகளைச் செய்கிறார்கள்.

இதைப் போல இந்தத் துறையில் பணிபுரிபவர்களின் பணியின் தன்மையும் முற்றிலும் மாறிவிட்டது.

பத்தாண்டுகளுக்கு முன்பு கட்டிங் மாஸ்டர்களின் விரல்களைப் பார்த்தால் நிரந்தரப் புண் மற்றும் காய்த்துப் போய் அசிங்கமான அடையாளத்துடன் இருக்கும். கத்திரியைப் பிடித்து அழுந்த வெட்டியதால், தொடர்ச்சியாக இதே வேலையைத் தினந்தோறும் 12 மணி நேரம் செய்து கொண்டிருந்த காரணத்தால், இப்படிப்பட்ட அடையாளம் உருவாகி இருக்கும்.

நவீன ரக இயந்திரங்கள் அறிமுகமாகும் முன்பு, டெய்லர்களின் பணி சொல்ல முடியாத அளவுக்குத் துயரமாய் இருக்கும். கால் வலியும் கால் வீக்கமும் நிரந்தரமாக இருக்கும். செங்கிங் பெண்களுக்கு எந்த வரையறையும் இல்லை. எவரிடம் எந்தச் சமயத்தில் திட்டு வாங்க வேண்டும் என்பதே அறியாமல் வந்தவர் போனவர் அத்தனை பேர்களும் கொச்சை வார்த்தையில் திட்டித் தங்கள் இச்சையைத் தீர்த்துக் கொள்வார்கள்.

இன்று அனைத்தும் மாறிவிட்டன.

பட்டதாரிகள், மேற்படிப்புப் படித்தவர்கள், படிப்பறிவில்லாதவர்கள் என்று அத்தனை பேர்களும் கலந்துகட்டி வேலை செய்கிறார்கள். உழைக்கத் தகுதி இருக்கும் அத்தனை பேர்களுக்கும் இங்குள்ள ஒவ்வொரு

துறையும் காமதேனுப் பசு போல வருமானத்தைத் தந்துகொண்டே இருக்கிறது.

நான் இந்தத் தொழிற்சாலையைச் சீரமைக்கும் நேரத்தில் இந்தத் துறையைக் கூடுதல் கவனம் செலுத்தி உருவாக்கி இருந்தேன்.

'சார் நல்லா இருக்கீங்களா?' என்ற ஒரு குரல் கேட்டது. பின்னால் திரும்பிப் பார்த்தபோது இந்தத் துறையின் ஒப்பந்தக்காரர் நின்று கொண்டிருந்தார்.

பத்தாண்டுகளுக்கு முன் திருப்பூரில் 'பீஸ் ரேட்' (PCS. RATE) என்பது மிக மிகக் குறைவாக இருந்தது. எல்லா இடங்களிலும் 'ஷிஃப்ட் ரேட்' (SHIFT RATE) என்ற நிலைதான் இருந்தது. ஷிஃப்ட் ரேட்டில் தொழிலாளர்கள் பணிபுரியும்போது, அதனைச் சரியான முறையில் கண்காணித்தால், முதலாளிகளுக்கு லாபத்தின் சதவிகிதம் பல நூறு மடங்கு அதிகமாகக் கிடைக்கும்.

ஆனால் இன்று ஆயத்த ஆடை உலகமென்பது 'பீஸ் ரேட்' உலகமாக மாறிவிட்டது. 'நான் ஓர் ஆடை தைத்துக் கொடுத்தால் எனக்கு இவ்வளவு ஊதியம் தர வேண்டும்' என்று எழுதப்படாத ஒப்பந்தம் பேசித்தான் எல்லாரும் தங்கள் வேலையைத் தொடங்குகிறார்கள்.

இன்று இங்குள்ள ஒவ்வொரு துறையையும் ஓர் ஒப்பந்தக்காரர் குத்தகை எடுத்துக் கொள்கிறார். அவரை CONTRACTOR என்கிறார்கள். அவர் தனக்குக் கீழே பலரையும் வைத்து வேலை வாங்குகிறார். சிலரோ நூறு பேர்களைக்கூட வைத்து வேலை வாங்கிக் குட்டி சாம்ராஜ்ஜியத்தின் சக்ரவர்த்தி போலத் திகழ்கிறார்கள்.

கப்பலில் சரக்கை ஏற்றி அனுப்பி வைத்துச் சில மாதங்கள் காத்திருந்ததுதான் முதலாளி லாபத்தைக் கண்களில் பார்க்க முடியும். ஆனால் இவர்களுக்கோ அந்த வாரமே அவர்களின் லாபம் கைக்குக் கிடைத்துவிடும். ஓர் ஆடையின் தொடக்கம் முதல் குறிப்பிட்ட வேலை வரை ஒவ்வொன்றுக்கும் ஒவ்வொரு விதமான விலை.

இது தவிர, மொத்த வேலையை முடித்துத் தர, சில வேலைகளை மட்டும் செய்ய என்று பலதரப்பட்ட குட்டி உலகங்கள் இதற்குள் உள்ளன. நானும் இந்த நிறுவனத்தில் இப்படிப்பட்ட ஒப்பந்தக்காரர்களைத்தான் ஒவ்வொரு துறையிலும் நியமித்திருந்தேன். இதனால் பல

தொல்லைகளில் இருந்து நமக்கு விடுதலை கிடைக்கும். ஒவ்வொன்றையும் தனித்தனியே கண்காணிக்க வேண்டிய அவசியம் இருக்காது. தைத்தால் காசு. இல்லையேல் இல்லை.

நான் இப்போது உள்ளே நுழைந்த அயரன் துறையில் உள்ள ஒப்பந்தக்காரர்தான் என்னை அழைத்தார். ஒப்பந்தக்காரர் என்று அவரை மரியாதையுடன் சொல்கிறேன் என்பதை வைத்து வயதில் பெரியவராக இருப்பாரோ என்று எண்ணி விடாதீர்கள். இருபத்து மூன்று வயது இளைஞன்.

அவன் பெயரை அடுத்த அத்தியாயத்தில் குறிப்பிடுகிறேன். ஆனால் ஒரே ஒரு தகவலை மட்டும் நீங்கள் அவசியம் தெரிந்து கொள்ள வேண்டும். அவன் கடந்த ஐந்து வருடத்தில் இந்தத் துறையில் உழைத்ததன் மூலம் சம்பாதித்த வருமானம் பதினைந்து லட்சம். அதாவது சராசரியாக வருடத்திற்கு மூன்று லட்சம்.

19

பெயர் மட்டுமல்ல உழைப்பிலும் ராஜாதான்

'சார், உங்க மாதிரி ஆட்களிடம் எங்கள மாதிரி ஆட்கள் வேலை செய்வதே பாவம் சார். இதற்கு மேலே நான் ஏதாவது பேசினால் ரொம்ப சங்கடமா போயிடும். எனக்குக் கணக்கு முடிச்சு குடுங்க. நான் போயிடுறேன்.'

ராஜாவுக்கும் எனக்கும் ஒரு வெள்ளிக்கிழமை மதிய நேர உரையாடல் இப்படித்தான் முடிவுக்கு வந்தது. ராஜா என்பவன் பல விதங்களில் ராஜாதான். அகத்தியர் உயரத்தில்தான் இருப்பான். ஆனால் செயலாக்கத்தில் கம்பீரமானவன். மற்றவர்களைவிட எதையும் தனித்தன்மையுடன் செய்யக் கூடியவன். அவனது வயது இருபத்து மூன்றே தவிர அசகாயச் சூரன். காசு விஷயத்தில் கெட்டி. அதே சமயத்தில் உழைப்பில் வீரன். தனக்குச் சேர வேண்டிய ஒரு ரூபாயைக்கூட அடுத்தவன் எடுக்க அனுமதிக்க மாட்டான். அடுத்தவரின் ஒரு பைசாவை அபகரிக்க வேண்டும் என்று, எண்ணத்தில் கூட நினைக்க மாட்டான்.

அவனிடம் ஒரு பொறுப்பைக் கொடுத்துவிட்டு நாம் நிம்மதியாகத் தூங்கப் போய்விடலாம். ஆனால் அவன் எதிர்பார்த்த பணம் சரியான நேரத்தில் வரவில்லை என்றால் பெரிய பதவியில் இருந்தாலும் நேருக்கு நேராக நின்று கிழித்துத் தோரணம் கட்டிவிட்டுத்தான் நகர்வான்.

நான் இருந்த நிறுவனத்தில் FINISHING DEPARTMENTல் ஒப்பந்தக்காரராக இருந்தான். ஓர் ஆயத்த ஆடை இந்தத் துறைக்கு வந்த பிறகுதான் தரம் வாரியாகப் பிரிக்கப்பட்டு முழு வடிவம் பெறுகிறது. ஒப்பந்தக்காரர் ராஜாவுக்குக் கீழே ஒரு படைப் பட்டாளம் உண்டு. இவனுக்குக் கீழே பணிபுரிபவர்கள் அதனைத் தேய்த்து, பாலிபேக்கிங் செய்து ஒரு வடிவத்திற்குக் கொண்டு வருகிறார்கள். கடைசியாகப் பெட்டியில் ஒட்ட வேண்டிய ஸ்டிக்கர் சமாசாரங்களை ஒட்டி, லாரியில் ஏற்றி விடுவார்கள்.

இந்தத் துறையில் ஒவ்வோர் இடத்திலும் பல பிரச்சினைகள் உருவாகும். மிகக் கவனமாகச் செயல்பட வேண்டியவர்களாக இருப்பார்கள். வேடிக்கை பார்த்துக்கொண்டு செயல்பட்டால் ஓர் ஆடைக்குப் பின்னால் உழைத்த அத்தனை பேர்களின் உழைப்பும் வீணாகப் போய்விடும்.

அயரன் செய்ய, பேக்கிங் செய்ய, பெட்டியில் போட்டு மூடி முடிக்க என எல்லாவற்றுக்கும் மொத்தமாக இந்த விலை என்று பேசிவிட்டு வேலையைத் தொடங்குவான். அவனுக்குக் கீழே இருபது பேர்கள் பணியில் இருந்தனர். நான் தொடக்கத்திலேயே, ‘இதுதான் உனக்கான விலை’ என்று சொல்லி விடுவேன். பல சமயம் வேலை முடித்ததும் விலை நிர்ணயிக்கப்படும். இதுபோன்ற இடங்களில் அவனுக்கும் எனக்கும் தள்ளுமுள்ளு நடக்கும். நான் உறுதி செய்யும் விலையை வைத்து அதிலும் தனது திறமையால் நல்ல லாபம் ஈட்டிவிடுவான்.

ஆட்களை வேலை வாங்குவதில் கில்லாடி. இவனிடம் பணிபுரிபவர்களில் ஒருவர் கூட வேலை நேரத்தில் வெறுமனே நிற்க முடியாது. அவன் வாயில் இருந்து வரும் வார்த்தைகள் அனைத்தும் பெண்களால் கேட்க முடியாத அளவுக்கு மோசமானதாக இருக்கும். தொடர்ந்து இருபத்து நான்கு மணி நேரம் வேலை என்றாலும் கண் அசராமல் இருப்பான். தான் எடுத்த வேலையை முடித்துவிட்டு, கடைசியாக நமக்குக் குறுஞ்செய்தி அனுப்பிவிட்டுத் தூங்கச் சென்று விடுவான்.

இப்போது அவனுக்கும் எனக்கும்தான் பிரச்சினை. வாக்குவாதமாக மாறிவிட்டது.

ஓர் ஆடையில் அவனுக்குண்டான கூலியை நிர்ணயிப்பதில் பிரச்சினை உருவாகி, அது முற்றிப் போய் அவனைக்

கோபப்படுத்த, மேலே சொன்ன வார்த்தையைச் சொல்லும் அளவிற்குத் தயாராகிவிட்டான்.

நான் கோபப்படவில்லை. ஓர் ஆடை உருவாக்கத்தில் ஒவ்வோர் இடத்திலும் எந்த அளவுக்குச் செலவு செய்யப்பட வேண்டும் என்று ஏற்கெனவே தீர்மானித்து வைத்துவிட்ட பிறகு அதனை மீறிப் பத்துப் பைசா கூடக் கூடுதலாகச் செலவழித்துவிட முடியாது. அதற்குத் தனியாக அனுமதி பெற வேண்டும். தீர்மானிக்கப்பட்ட விலையைவிட ஒருவருக்கு நாம் கூடுதலாகச் சேர்த்துக் கொடுக்கும் பட்சத்தில், நிர்வாகத்திற்குத் தேவையற்ற சந்தேகங்கள் நம் மீது உருவாகும் வாய்ப்புள்ளதால், இந்தச் சமயத்தில் கவனமாகச் செயல்பட வேண்டும். எனவே இவனைப் போன்ற ஆட்களைச் சமாளித்தே ஆக வேண்டும்.

இங்கு ஒவ்வோர் ஆளுக்கும் ஒரு விலை உண்டு. அதனை விலை என்றும் சொல்லாம் அல்லது மனித பலவீனம் என்றும் அழைக்கலாம். இவனது பலவீனம் இவனது குடும்பம். இவன் குடும்பத்தைப் பற்றிப் பேசத் தொடங்கினால் சுற்றிலும் உள்ள உலகத்தை மறந்து விடுவான்.

‘உன்னைப் போல வேறொரு நபரை, துடிப்பான இளைஞனைப் பார்த்ததில்லை. உங்கம்மா கொடுத்து வைத்தவர்’ என்று சொல்லிவிட்டு, ‘ஒருமுறை உங்கள் அம்மாவை இங்கே அழைத்து வா, நான் அவர்களைப் பார்க்க வேண்டும்’ என்று இவனிடம் சொல்லிவிட்டால் போதும். நெகிழ்ந்து விடுவான்.

எல்லாச் சமயத்திலும் இதுபோன்ற வார்த்தைகள் எடுபடாது. ஒவ்வொரு சாமிக்கும் ஒவ்வொருவிதமான பூஜைகள் உண்டுதானே? நாம்தான் புரிந்துகொள்ள வேண்டும். அப்படித்தான் இவனை ஒவ்வொரு முறையும் நான் கையாள்வதுண்டு.

இவனைப் பற்றிப் பேசுவதற்கு முன், இவர்களின் உலகத்தைப் பற்றி நாம் கொஞ்சம் பேச வேண்டும்.

திருப்பூரில் உள்ள எண்பது சதவிகித ஏற்றுமதி நிறுவனங்களில் இன்று வரையிலும் வாரச் சம்பளம்தான் தொழிலாளர்களுக்கு வழங்கப்படுகிறது. பெரிய நிறுவனத்தின் செயல்பாடுகள் முற்றிலும் வித்தியாசமாக இருக்கும். மற்ற நிறுவனங்களில் பொதுவாக வாரச் சம்பளமாகத்தான் தொழிலாளர்களுக்கு வழங்குகிறார்கள்.

அலுவலகம் சார்ந்த பணியாளர்களுக்கு மாதச் சம்பளம்தான். ஒவ்வொரு நிறுவனத்திலும் வெள்ளிக்கிழமை, வாரக் கணக்கு முடிக்கப்படும் நாளாகும். அந்த வாரத்தில் மொத்தமாக எத்தனை லட்சம் தேவைப்படுகிறது என்பதைக் கணக்கில் வைத்து, வங்கியிலிருந்து பணம் எடுத்து வைத்து விடுவார்கள். சனிக்கிழமைதோறும் இரவுப் பணி முடியும் நேரத்தில் வாரச் சம்பளம் வழங்கப்படும்.

ஒரு தொழிலாளர் 'பீஸ் ரேட்' கணக்கில் வேலை செய்வார். மற்றொருவர் 'ஷிஃப்ட் கணக்கில்' வேலை செய்வார். இரண்டுக்கும் வெவ்வேறு விதமாகக் கணக்கு உருவாக்கப்பட்டு, மேலே உள்ளவர்களின் பார்வைக்குச் செல்லும். சிறிய நிறுவனங்களில் மொத்தமாக ஐம்பது பேர்கள் பணிபுரிவார்கள். நடுத்தரவர்க்க நிறுவனத்தில் முந்நூறு முதல் ஐந்நூறு பேர்கள் வரைக்கும் பணிபுரிவார்கள். பெரிய மற்றும் மிகப் பெரிய நிறுவனங்களில் ஆயிரம் பேர்களுக்குக் குறையாமல் இருப்பார்கள். இங்கு ஆயிரம் பேர்களைத் தாண்டிப் பணிபுரியும் நிறுவனங்களும் உண்டு.

சம்பளக் கணக்கு என்பது வெறுமனே சம்பளத்தோடு நின்று விடுவதில்லை. அவர்களுக்குச் சேர வேண்டிய ESI, PF, LEAVE SALARY போன்றவற்றைப் பட்டியலில் கொண்டு வர வேண்டும். ஒருவரின் சம்பளக் கணக்கு இறுதி செய்யப்படும்போது இவை அனைத்தையும் கணக்கில் எடுத்து, ஒவ்வொரு வாரம் மற்றும் மாதத்திலும் அவர்களுக்குச் சம்பளம் வழங்கப்பட வேண்டும். அவ்வாறு செய்யப்படாத பட்சத்தில், அவர்கள் பணியில் இருந்து விலகும்போது, இத்தொகை வழங்கப்பட வேண்டும்.

ஒருவர் தொடர்ந்து வேலை செய்யும்பட்சத்தில் வருடத்திற்கு ஒருமுறை கணக்கு முடித்துக் கொடுக்கப்பட வேண்டும். திருப்பூரில் உள்ள நிறுவனங்களில் தீபாவளி அன்று வழங்கப்படும் போனஸுடன் கணக்கு முடித்துக் கொடுக்கிறார்கள். வருடம் முழுக்கப் பணி புரிந்த தொழிலாளர்களுக்கு இந்தத் தொகை பெரிய தொகையாகக் கிடைக்கும். பாதிக்கும் மேற்பட்ட நிறுவனங்கள் இந்தக் கணக்கில் பல கோல்மால்கள் செய்து பட்டை நாமத்தைப் பூசி விடுவார்கள். சிலர் அப்புறம் கொடுக்கிறேன் என்று நழுவுவார்கள். சிலர் கட்டைப் பஞ்சாயத்து அளவுக்குச் சென்ற பிறகு கொடுப்பார்கள்.

மாதச் சம்பளம் என்றால் ஒருவர் பணி செய்த அந்த மாதத்தின் மொத்த நாள்களும் கணக்கில் எடுத்துக்

கொள்ளப்படும். வாரச் சம்பளம் என்றால் வியாழக் கிழமை வரைக்கும் கணக்கில் எடுத்துக் கொள்வார்கள். அடுத்த இரண்டு நாளான வெள்ளிக்கிழமை மற்றும் சனிக்கிழமை பணிபுரிந்த பணம் அடுத்த வாரத்தில் சேர்க்கப்படும்.

வாரம் முழுக்கப் பணிபுரிந்தவர் அடுத்த வாரத்தில் பணிக்கு வரவில்லை என்றால் அவர் சென்ற வாரத்தில் பணிபுரிந்த இரண்டு நாள் சம்பளம் என்பது அடுத்த வாரத்தில் வருகிற சனிக்கிழமை அன்று வழங்கப்படும். ஒரு தொழிலாளர் 90 நாள்கள் தொடர்ந்து பணியில் இருந்தால் அவர் அனைத்து விதமான உரிமைகளையும் பெறக் கூடியவராக மாறி விடுகிறார். இதுபோன்ற ஏகப்பட்ட விஷயங்களை நிர்வாகம் கவனத்தில் எடுத்துக் கொள்ள வேண்டும்.

ஒவ்வொரு நிறுவனத்திலும் உற்பத்திப் பிரிவில் பணிபுரியும் பணியாளர்களைக் கீழ்மட்ட நிலை மற்றும் மேல்மட்ட நிலை என்று இரண்டு வகையினராகப் பிரிக்க முடியும்.

கீழ்மட்ட நிலையில் உள்ள பணியாளர்களுக்குத் தொழிலாளர்களுக்குக் கிடைக்கும் மரியாதை கிடைக்காது. 'கசக்கிப் பிழிதல்' என்ற வார்த்தைக்கு அர்த்தம் காண வேண்டுமென்றால் இவர்களின் உழைப்பைத்தான் உதாரணமாக எடுத்துக் கொள்ள வேண்டும். இவர்களின் உரிமையைப் பற்றிக் கேட்க ஆட்கள் இருக்காது. 'தப்பிப் பிழைத்துக் கொள்வதே வாழ்க்கை' என்கிற ரீதியாகத் தன்னை நிலைநிறுத்திக்கொண்டு முன்னேறிச் செல்ல வேண்டும்.

உற்பத்திப் பிரிவில் பணியாற்றுகிற பெரிய பதவிகளில் உள்ளவர்களின் தலைக்கு மேலே எப்போதும் கத்தி தொங்கிக்கொண்டே இருக்கும். எப்போது எந்தப் பிரச்சினை உருவாகும், எப்போது தலை வெட்டப்படும் என்கிற ரீதியில்தான் வாழ்ந்தாக வேண்டும்.

ஒரு பக்கம் நிர்வாகம் எதிர்பார்க்கும் லாபத்தைக் கொடுத்தாக வேண்டும். அந்த அளவுக்கு உற்பத்தித்திறனை அதிகப்படுத்த வேண்டும். மறுபக்கம் தொழிலாளர்களை மனம் கோணாமல் நடத்தியாக வேண்டும்.

ஃபேக்டரி மானேஜர் பொறுப்பில் உள்ளவர்கள் ஒவ்வொரு வாரத்தின் வியாழன் முதல் சனிக்கிழமை வரைக்கும் இரட்டைத் தலைவலியில் தடுமாறுவார்கள். ஒரு நிறுவனத்தில் மனிதவளத்துறை தனியாக இருந்தால்,

தொழிலாளர்களின் சம்பளக் கணக்கை அவர்கள் கையாள்வார்கள். பல நிறுவனங்களில் பெயருக்கென்றுதான் மனிதவளத்துறை இருக்கும். முதலாளிகளின் அல்லக்கை போலச் செயல்பட்டுக் கொண்டிருப்பார்கள். இதுபோன்ற சமயத்தில் ஃபேக்டரி மானேஜர் தலையில் கணக்குச் சமாசாரங்கள் வந்து விழும்.

நான் இருந்த நிறுவனத்தில், ஒவ்வொரு பிரிவின் சம்பளக் கணக்கும் அந்த அந்தத் துறையின் தலைமைப் பொறுப்பில் உள்ளவர்களால் இறுதி செய்யப்பட்டு, மனித வளத்துறையின் பார்வைக்குச் சென்றுவிடும். கடைசியாக என் பார்வைக்கு வரும். நான்தான் உறுதி செய்யப்பட வேண்டும்.

பீஸ் ரேட்டில் தைப்பவர்களின் எண்ணிக்கை மட்டும் நேரிடையாக என் பார்வைக்கு வரும். அவர்களுக்கு உண்டான பணம் சார்ந்த விஷயங்களை நான்தான் முடிவு செய்ய வேண்டும். காரணம் பீஸ் ரேட்டில் தைப்பவர்களின் விஷயத்தை மிகக் கவனமாகக் கையாளத் தெரிந்திருக்க வேண்டும். ஆயிரம் ஆடைகள் தைத்துவிட்டு, ஐயாயிரம் ஆடைகள் என்று கணக்குக் காட்டக்கூடிய ஆபத்து உண்டு. எவர் தவறு செய்தாலும் கடைசியில் அதற்கான முழுப் பொறுப்பையும் நாம்தானே ஏற்றுக்கொள்ள வேண்டும்?

இங்கே நாம் மேலே பார்த்த ராஜாவின் வாழ்க்கையைப் பற்றி நீங்கள் அவசியம் தெரிந்து கொள்ளத்தான் வேண்டும்.

அவனது சொந்த ஊர் அறந்தாங்கிக்கு அருகே உள்ள நாட்டுமங்கலம் என்ற சிறிய கிராமம். எட்டாவது வரைக்கும் படித்தவன். வீட்டில் தலைமகன். குடும்பச் சூழல் காரணமாக ஒன்பதாம் வகுப்புக்குச் செல்லாமல் அறந்தாங்கியில் உள்ள சிறிய உணவகத்தில் உணவு பரிமாறுபவராக வேலைக்குச் சேர்ந்துள்ளான். பத்தாண்டுகளுக்கு முன் அவன் வாங்கிக் கொண்டிருந்த சம்பளம் மாதம் முந்நூறு ரூபாய்.

இவனிடம் ஆச்சரியமான குணங்கள் பல உண்டு. படிப்பறிவு இல்லையே தவிர பட்டறிவு அதிகம். எந்த இடத்தில் எப்படிப் பேசி காரியம் சாதிக்க வேண்டும் என்பதை அறிந்தவன். அதே சமயம், முன்கோபத்தின் மொத்த உருவமும் இவனே. தன்னை எவரும் எந்தக் குறையும் சொல்லிவிடக் கூடாது என்பதற்காக இரண்டு மடங்கு உழைப்பை கொட்டக் கூடியவன். எவருக்கும் இவனை எளிதாகப் பிடித்துவிடும். உழைக்கத் தயாராக இருப்பவனைச் சூழ்நிலை வெறுமனே வாழ அனுமதிக்குமா? அவன் பணியாற்றிய

உணவகத்தில் பரிமாறும்போது உருவான பிரச்சினையில் முதலாளி இவனது குடும்பத்தைப் பற்றித் தவறுதலான வார்த்தைகளைப் பயன்படுத்தித் திட்டிவிட, இவனோ பக்கத்தில் கிடந்த, காய்கறிகள் வெட்டப் பயன்படுத்தும் கத்தியை எடுத்து அவரைக் குத்தப் பாய்ந்து விட்டான்.

முதலாளி எழுப்பிய குரலில் கூட்டம் சேர்ந்துவிட்டது. கிராமத்துப் பஞ்சாயத்துக் கூட்டப்பட, வெறுத்துப் போய் அறந்தாங்கி பேருந்து நிலையத்திற்கு வந்தவனுக்கு, என்ன தோன்றியதோ, திருப்பூர் பேருந்தைப் பார்த்து ஏறி அமர்ந்து விட்டான்.

திருப்பூர் வந்த முதல் மாதத்தில் தங்க இடமில்லை. கையில் காசில்லை. உணவுக்கு வழியில்லை. வழிகாட்ட ஆளில்லை. இங்குள்ள வேலைகளைப் பற்றித் தெரிந்து கொள்ளவும் முடியவில்லை.

சிலர் சூழ்நிலையைக் காரணம் காட்டுகின்றனர். சிலரோ சூழ்நிலையைத் தனக்குச் சாதகமாகப் பயன்படுத்திக் கொள்கின்றனர். இவன் இரண்டாம் பிரிவைச் சேர்ந்தவன். தட்டுத் தடுமாறி எவரெவர் பின்னாலோ அலைந்து, கடைசியில் ஓர் ஒப்பந்தக்காரர் பின்னால் சென்று, அவர் மூலம் பேக்கிங் வேலை செய்யப் போன போதுதான், இவனது கிரகங்கள் வேலை செய்யத் தொடங்கியுள்ளன.

ஒருவர் வாழ்வில் தென்படும் சிறிய வெளிச்சம்தான் மிகப் பெரிய பாதையைக் காட்டுகிறது. தன்னம்பிக்கையோடு உழைக்கத் தயாராக இருப்பவனுக்கு இங்கு ஏதோவொரு சமயத்தில் வழி கிடைக்கத்தான் செய்கிறது. இவன் வாழ்வில் நடந்த ஒவ்வொரு சம்பவங்களும் இவன் உழைப்பில் கிடைத்த விஷயங்களே.

மூன்று மாதங்கள். குடும்பத்துடன் கூட தொடர்பு கொள்ளவில்லை. ஒரு சிறிய நிறுவனத்தில் பேக்கிங் பகுதியில் வேலைக்குச் சேர்ந்தவன், படிப்படியாக அயரன் மாஸ்டர் என்கிற அளவுக்கு அடுத்த மூன்று மாதத்திற்குள் தன்னை வளர்த்துக்கொண்டு விட்டான். அயரன் மாஸ்டர் ஆகி விட்டான் என்பதை நாம் திரைப்படங்களில் பார்ப்பதைப் போல ஒரு வரியில் வாசித்துவிட்டு நகர்ந்துவிட முடியும். ஆனால் இதற்குப் பின்னால் அவன் அடைந்த வேதனைகளையும் வலிகளையும் பற்றிப் பத்து அத்தியாயங்கள் எழுதினாலும் தீராது.

காரணம், இங்கே ஒருவர் வளர்வதை எவரும் விரும்புவதில்லை. காரணம் இல்லாமல் ஒருவர் மற்றொருவரை வெறுக்கத்தான் கற்றுக் கொண்டுள்ளனர். இவன் ஏன் வளர வேண்டும் என்ற எண்ணம்தான் ஒவ்வொருவர் மனதிலும் மேலோங்குகிறது. திருப்பூர் போன்ற போட்டி நிறைந்த ஊரில் முடிந்தவரைக்கும் ஒருவரைக் கீழே வைத்திருப்பதைத்தான் ஒவ்வொரு துறையிலும் உள்ளவர்கள் விரும்புவார்கள்.

இதுபோன்ற சமயங்களில் ஒருவரின் சமயோஜித புத்தி வேலை செய்ய வேண்டும். இவன்தான் இயல்பிலேயே கெட்டிக்காரன் ஆயிற்றே? புத்தி வேலை செய்தது. ஒவ்வொரு நாளிலும் விடுமுறை எடுக்கும் அயரன் மாஸ்டர் டேபிள் அருகே தான் செய்ய வேண்டிய பேக்கிங் சமாசாரங்களை எடுத்து வைத்துக்கொண்டு, அந்தத் துறையின் சூப்ரவைசர் பார்க்காத சமயத்தில், தேய்த்த ஆடைகளை மீண்டும் அளவு மாறாமல் தேய்த்துப் பயிற்சி எடுத்து விடுவான். இரவு வேலை என்றால் முதல் ஆளாகப் போய் நின்று விடுவான். பாதி அயரன் மாஸ்டர்கள் குடிவெறியில் மட்டையாகி அங்கே படுத்துக்கிடக்க, அவர்கள் செய்ய வேண்டிய வேலையை இவன் செய்து முடித்து விடுவான்.

காலையில், 'அண்ணே! உங்கள் கணக்கில் இத்தனை பீஸ் சேர்த்துக் கொள்ளுங்க. நான் தேய்த்துக் கொடுத்து விட்டேன்' என்றதும் அவர்களும் இவனை நம்பத் தொடங்கி விடுவார்கள். படிப்படியாக அவர்கள் இடத்தை இவன் ஆக்கிரமித்துக் கொள்வான்.

அடுத்தடுத்த நிறுவனத்திற்கு நகர்ந்து ஒரு வருடத்திற்குள் தனக்குக் கீழே பத்துப் பேர்களை வைத்து வேலை வாங்கும் அளவிற்கு வளர்ந்து விட்டான். இதிலும் சாமர்த்தியசாலியாக இருப்பான். தனக்குக் கீழே திறமையான நபர்களைவிட, புதுப்புது ஆட்களைத்தான் வேலைக்கு வைத்துக் கொள்வான். அவர்கள்தான் இவன் சொல்லும் விலைக்குக் கட்டுப்பட்டு வேலை செய்வார்கள்.

நன்றாகப் பயிற்சி பெற்றுத் தொழில் அனுபவம் மிக்கவர்கள் இவனிடம் பீஸ் ரேட் பேச, இவன் அவர்களைப் புறக்கணித்து விடுவான். புதிதாக வருபவர்கள் ஷிஃப்ட் கணக்கில் தேய்த்துக் கொடுக்கச் சம்மதிப்பார்கள். ஒருவரை ஷிஃப்ட் கணக்கில் வேலை வாங்கும்போது இவனுக்குக் கூடுதல் லாபம். அவர்களை விரட்டி வேலை வாங்கினால்

அதிகப்படியான லாபம் இவனுக்குக் கிடைத்துவிடும். பள்ளி, கல்லூரி விடுமுறை சமயங்களில் ஊரில் இருந்து ஒரு படைப் பட்டாளத்தை இரண்டு மாதத்திற்கு அழைத்து வந்து தங்க வைத்து விடுவான். இவன் அவர்களுக்குக் கொடுப்பதுதான் சம்பளம். நாலைந்து இடங்களில் ஒரே சமயத்தில் வேலை எடுத்துப் புயல் போலப் பணியாற்றுவான். அந்த இரண்டு மாதத்தில் இவன் காட்டில் அடை மழைதான்.

முதல் வருடத்தில் இரவு பகலாக உழைத்த உழைப்பின் பலன், இவன் குடும்பத்தினர் விரும்பிய வகையில் மூத்த அக்காவைச் சிறப்பாகத் திருமணம் செய்து கொடுத்து விட்டான். அடுத்தடுத்த இரண்டு வருடங்களில், குடும்பத்தில் மீதம் இருந்த இரண்டு அக்காக்களின் திருமணம். கடைசியாகத் தம்பியை அவன் விரும்பியபடி எம்.ஈ முடிக்க வைத்து, இன்று வளைகுடா நாட்டில் மாதம் ஒரு லட்சம் சம்பளம் அளவிற்கு வாங்கும் அளவிற்கு உருவாக்கிக் காட்டியுள்ளான்.

இவனது தற்போதைய லட்சியம், ஊரில் பெரிய வீடு ஒன்று கட்ட வேண்டும். தம்பியின் சம்பளத்தைக் கூட வங்கியில்தான் போடச் சொல்லியுள்ளான்.

சுயமரியாதை மற்றும் தன்மானம் அதிகம் கொண்டவனுக்கு வாழ்க்கை முழுக்க அதிகப் பிரச்சினைகள் உருவானாலும், ஒவ்வொரு பிரச்சினையும் ஒரு வாய்ப்பை உருவாக்கிக் கொடுத்துக் கொண்டேதான் இருக்கும் என்பதை நானே என் அனுபவத்தில் கண்டுள்ளேன். ராஜாவின் வாழ்க்கையும் அப்படித்தான் அவனை வளர்த்துள்ளது. நான் பணியாற்றிய ஒவ்வொரு நிறுவனத் தொழிற்சாலைக்குள் நுழையும்போதெல்லாம், வேலை சார்ந்த விஷயங்களுக்கு அப்பால், பேச்சுவாக்கில் பலதரப்பட்ட நபர்களின் குடும்பம் சார்ந்த பிரச்சினைகளைக் கேட்டுத் தெரிந்து கொள்வதுண்டு.

காரணம், கொலைக் குற்றத்தில் ஈடுபட்டுத் தலைமறைவு வாழ்க்கைக்காக திருப்பூரில் வந்து பணிபுரிபவர்கள், பகலில் நிறுவனத்தில் பணிபுரிந்துகொண்டே இரவு நேரத்தில் வழிப்பறிக் கொள்ளையில் ஈடுபடுபவர்கள், செக்கிங் வேலைக்குச் செல்கிறேன் எனச் சொல்லிவிட்டு விபசாரத்தில் ஈடுபட்டுக் கொண்டிருப்பவர்கள் என்று பலதரப்பட்ட மனிதர்கள் ஒவ்வொரு தொழிற்சாலைக்குள்ளும் தொழிலாளர்கள் என்ற பெயரில் இருப்பார்கள்.

பொறாமைக் குணம் என்பது ஒரு தனி மனிதனின் வளர்ச்சியை மட்டுப்படுத்தும் என்பது பொது விதி. ஆனால் ஒரு தொழிலாளியின் பொறாமை என்பது, பெரிய பதவிகளில் இருப்பவருக்கு நிர்வாகத்தை எப்படி வழிநடத்த வேண்டும் என்பதற்கு உதவியாக இருக்கும் என்பதை உங்களால் நம்ப முடியுமா? ஒரு தொழிலாளியுடன் சற்று நெருங்கி உரிமையாகப் பேசும்போதே, அங்கே உள்ள பத்துக்கும் மேற்பட்ட தொழிலாளர்களின் தனிப்பட்ட விஷயங்கள் நம் பார்வைக்கு வந்துவிடும். இதுவே, பத்து இடங்களில் பத்துக்கும் மேற்பட்ட நபர்களிடம் பேசும்போது, மொத்த நிர்வாகத்தின் புரையோடிப்போன பல விஷயங்களும், பலரும் சுட்டிக் காட்டாத சமாசாரங்கள் அனைத்தும் நம் கண்களுக்குத் தெரிந்துவிடும்.

ஒரு சிறந்த நிர்வாகிக்கு முதல் தகுதியே நெருக்கடியான சூழ்நிலையில் பிரச்சினைகளை எப்படிக் கையாள்கிறார் என்பதுதான். இதை வைத்தே முதலாளி அவரைப் பற்றி ஒரு முடிவுக்கு வருகிறார். ஆனால் அப்படி ஒரு நெருக்கடியான சூழ்நிலையே உருவாகாமல் தனது நிர்வாகத்தைச் செம்மையாக வைத்திருப்பவரை எந்த முதலாளிக்குத்தான் பிடிக்காமல் போகும்?

நாம் பலவிதங்களில் பரிசோதித்துத் தேர்ந்தெடுத்து நமக்குக் கீழே பல பதவிகளில் வைத்திருப்பவர்களின் விசுவாசத்தைக் காட்டிலும், அடிமட்ட நிலையில் உள்ள தொழிலாளர்களின் விசுவாசம் அளவு கடந்தது என்பதை என் அனுபவத்தில் பல இடங்களில் பார்த்துள்ளேன்.

ஒரு நிறுவனத்தில் அலுவலகம் மற்றும் தொழிற்சாலையில் ஏராளமான பதவிகள் உண்டு. ஒவ்வொரு பதவிக்கும் ஒவ்வொரு நபர் இருப்பார். ஒரு பதவியில் உள்ளவர் ஓரளவுக்குத்தான் திறமையாக இருக்க முடியும். அவருக்கென்று ஒரு குறிப்பிட்ட வரையறை உண்டு. அதற்கு மேல் அவரிடம் அதிகம் எதிர்பார்க்க முடியாது. அவர் செய்ய முடியாத காரியத்தை நாமே செய்துவிடும்போது, அடுத்து வரக்கூடிய பல பிரச்சினைகளில் இருந்து நம்மைக் காத்துக் கொள்ள முடியும். இப்படித்தான் எனக்கான நிர்வாக ஒழுங்கமைப்பை ஒவ்வோர் இடத்திலும் உருவாக்கி இருக்கிறேன்.

கௌரவம் சார்ந்து, ஈகோ சார்ந்து, இதுபோன்ற விஷயங்களைக் கையாளும்போது, நம் மானம் மரியாதை

அனைத்தும் கப்பலேறிவிடும் ஆபத்துள்ளது. நாம் இதைப் போய்ச் செய்வதா என்று யோசிக்கத் தொடங்கினால், ஏதோவொரு இடத்திலிருந்து பெரிய ஆபத்து நம்மைத் தாக்கப் போகிறது என்று அர்த்தம்.

நாம் எந்தப் பதவியில் இருந்தாலும், எந்த இடத்திலும் எந்தச் சூழ்நிலையிலும் நாம் இயல்பான மனிதராகக் கற்பனை செய்து கொண்டு வாழ்ந்தால் மட்டுமே, நம் வாழ்க்கையை, பதவியை நம்மால் காப்பாற்றிக் கொள்ள முடியும். சிறப்பான அங்கீகாரம் கிடைத்துவிட்டது என்று இறுமாப்பில் நாம் நம்மை மாற்றிக் கொண்டால், அடுத்து ஒரு ஆப்புக் காத்திருக்கிறது என்று அர்த்தம். இது தவிர, ஒவ்வொரு சூழ்நிலையிலும் ஒவ்வோர் இடத்திலும் அங்குள்ள மனிதர்களுடன் நாம் பேசினால் மட்டுமே அவர்களைப் புரிந்துகொள்ள முடியும். நம் பதவி சார்ந்து ஓர் இறுக்கத்தை நாமே உருவாக்கிக் கொண்டால், அது பலவிதங்களில், பல மனிதர்களிடத்தில் இருந்து நம்மை அன்னியமாக வைத்துவிடும்.

நாம் பலருடனும் பேசும்போது அவர்களுக்கு ஒரு விதமான ஆத்ம திருப்தி கிடைக்கிறது. நம்மையும் இவர் மதித்துப் பேசுகிறாரே என்ற எண்ணத்தில் வேலை விஷயங்களில் கூடுதல் கவனம் செலுத்துவார்கள். சுயநலத்தின் அடிப்படையில்தான் இந்த உலகம் இயங்குகிறது. சக மனிதனை மதிக்காமல் உலகில் எந்த நிகழ்வும் வெற்றியை நோக்கி நகர்வதில்லை. எந்தந்த இடங்களில் எப்படிப்பட்ட அளவீடுகளை வைத்துக் கொள்ளவேண்டும் என்பதை நாம்தான் உணர்ந்து கொள்ளவேண்டும்.

ராஜாவுக்கும் எனக்குமான பிரச்சினையை சுமுகமாகப் பேசித் தீர்த்துக்கொண்டோம். ராஜா போன்ற, சமூக அங்கீகாரத்திலும் பொருளாதார ரீதியாகவும் வெற்றி பெற்ற இளைஞர்கள் திருப்பூரில் ஏராளமான நபர்கள் உண்டு. உலக நாடுகள் அனைத்தும் வேலைக்காக இந்தியாவை நோக்கிப் படையெடுத்து வரக் காரணம், இங்கே இயல்பாக இருக்கும் இயற்கை வளமும், அதிக எண்ணிக்கையில் உள்ள இளையர் கூட்டமும்தான்.

இந்த இளையர்களின் எண்ணிக்கை இங்கே அளவு கடந்து இருப்பதால்தான் இந்தியாவின் தொழில் உலகம் நாள்தோறும் விரிவடைந்துகொண்டே இருக்கிறது. திருப்பூர் போன்ற தொழில் நகரங்களின் எல்லைகளும் விரிவாக்கிக்கொண்டே செல்கின்றன.

20

துணிவே துணை

'வெளிச்சத்திற்குப் பின்னால் இருள் நிச்சயம் உண்டு' என்பதை நீங்கள் நம்புகிறீர்களோ இல்லையோ, திருப்பூர் வாழ்க்கையில் நான் உணர்ந்ததும் அதிகமாக யோசித்ததும், ஆச்சரியப்பட்டதும் இதைத்தான். கடந்த இருபது வருடத்தில் சிறிய மற்றும் பெரிய முதலாளிகள், மிகப் பெரிய செல்வாக்குள்ள முதலாளிகள் என்று பலதரப்பட்ட பேர்களுடன் பழகி வந்துள்ளேன்.

பழக்கம் என்றால் ஒரு நிறுவனத்தில் அவர்களுடன் நிறுவனம் சார்ந்து செயல்பட்ட விதம் என்று மட்டும் நினைத்துவிட வேண்டாம். ஒரு நிறுவன முதலாளியின் தனிப்பட்ட குணாதிசயங்கள், அவர் குடும்பம் சார்ந்த செயல்பாடுகள், அவரது வெவ்வேறு முகங்கள் என்று தொடங்கி, அவருக்கு எங்கிருந்தெல்லாம் நிதி ஆதாரங்கள் வருகின்றன என்பது வரைக்கும் பல விஷயங்களைக் கவனித்துள்ளேன்.

சில நிறுவன முதலாளிகளுக்குப் பின்னால் அரசியல் பின்புலங்கள் போன்ற பலவற்றையும் பார்த்துள்ளேன். அனைத்துச் சாதகப் பாதக அம்சங்கள் எனப் பலவற்றையும் கூர்ந்து கவனித்து வந்துள்ளேன். ஒவ்வொரு நாளும் ஆச்சரியப்படத்தக்க வகையில் பல நிகழ்வுகளைக் கடந்து வந்துள்ளேன். இன்று அனைத்தையும் திரும்பிப் பார்க்கும்போது, மனதில் ஒரு விதமான வெறுமையே எனக்குள் உருவாகிறது.

பல நிறுவனங்களில் பணிபுரிந்துள்ளேன். நானே சொந்தமாகத் தொழில் தொடங்கியும் இருக்கிறேன்.

என் தோல்விகளையும் நான் அடைந்த வெற்றிகளையும் வைத்து யோசித்துப் பார்த்தாலும் கூட, இந்தத் தொழில் எவ்விதத் திருப்தியையும் எனக்குத் தந்ததில்லை. எனக்கு மட்டுமல்ல. இந்தத் துறையில் பணிபுரியும் எவரிடம் கேட்டாலும் இதே பதில்தான் வரும்.

ஒரு துறையில் குறிப்பிட்ட காலம் ஒருவர் பணியில் இருந்தால், பணிபுரிந்தவர்கள் குறிப்பிட்ட துறையில் அடுத்த கட்டத்திற்கு நகர்வது வாடிக்கைதானே? ஆனால் ஆயத்த ஆடைத் துறையில் பணிபுரிந்தவர்களில் பெரும்பாலோனோர் அடுத்த கட்டத்திற்கு நகர்ந்ததே இல்லை. நகர்ந்து வந்தாலும் அவர்கள் நீடித்திருந்ததும் இல்லை.

இங்கே பணிபுரிந்தவர்களுக்கு மட்டுமல்ல இந்தப் பிரச்சினை. முதலாளிகளுக்கும் இதேதான் பிரச்சினையாக உள்ளது. மற்ற துறைகள் என்றால் முதலாளிகள் அடுத்தடுத்து விரிவாக்கத்தில்தான் கவனம் செலுத்துவார்கள். ஆனால் இங்கிருப்பவர்களோ இருக்கும் தொழிலைக் காப்பாற்றிக் கொள்ளத் தினந்தோறும் போராடிக் கொண்டிருக்கிறார்கள். ஒரே காரணம், இத்துறை பெரும்பாலும் மனித உழைப்பை நம்பித்தான் உள்ளது. அவர்களை அனுசரித்துப் போனால் மட்டுமே வேலைகள் நடக்கும். எத்தனை நவீன தொழில்நுட்பங்கள் வந்த போதிலும் ஒவ்வோர் இடத்திலும் மனிதர்களின் திறமை மூலம்தான் நவீன இயந்திரங்களுக்காக முதலாளியால் போடப்பட்ட முதலீடு காப்பாற்றப்படுகிறது.

என் வாழ்வின் பாதிப் பகுதியை இந்தத் துறையில் நான் செலவழித்த போதிலும் என்ன சாதித்தோம் என்று இன்று யோசித்துப் பார்க்கும்போது, நான் பெற்ற அனுபவங்களை எழுத்தாக மாற்ற முடிந்ததுள்ளது என்பது மட்டும்தான் மிஞ்சுகிறது. தமிழ்நாட்டில் சமீப காலமாகத்தான் தொழில்துறை சார்ந்த எழுத்துகள் கவனம் பெறத் தொடங்கியுள்ளன. இன்னும் பலவருடங்கள் கழித்து இந்தத் துறையில் ஈடுபட நினைப்பவர்களுக்கு என் எழுத்துகள் பயன்படக்கூடும்.

திருப்பூர் தமிழ்நாட்டில் உள்ள பல மாவட்டங்களைச் சேர்ந்த மக்களுக்கு வேலை வாய்ப்பை வழங்கி உள்ளது. இன்னமும் வழங்கிக்கொண்டே இருக்கப் போகிறது. இது நாணயத்தின் ஒருபக்கம்.

ஆனால் இதற்கு மற்றொரு பக்கமும் உண்டு. திருப்பூர் என்ற ஐம்பது கிலோமீட்டர் சுற்றளவு கொண்ட இந்த ஊரின் ஏற்றுமதித் தொழில், சுற்றிலும் உள்ள பல்லாயிரக்கணக்கான ஏக்கர்களை, அடுத்து வரப்போகும் பல தலைமுறைகள் பயன்படுத்த முடியாத அளவுக்குச் சாயத்தண்ணீரால் பாழ்படுத்தி உள்ளது.

தமிழ்நாட்டில் உள்ள மற்ற துறைகளைவிட, இங்குள்ள முதலாளிகள் நம்பமுடியாத அளவுக்கு வளர்ச்சி அடைந்துள்ளனர். இங்கே பணிபுரியும் தொழிலாளர்கள் குறுகிய காலத்திற்குள் தேவையான பணத்தைச் சேர்த்துள்ளனர். தனி நபர் வருமானத்திற்கு உதவும் இத்துறையை முறைப்படுத்த இன்று வரையிலும் எந்த அரசாங்கமும் முயற்சி எடுக்கவில்லை. எல்லா இடங்களிலும் பணம்தான் பேசுகிறது. எல்லா மனிதர்களையும் பணம்தான் செயல்பட வைக்கவும், செயல்படாமல் இருக்கவும் தூண்டுகோலாய் உள்ளது.

இனி எழ வாய்ப்பில்லை என்று கருதப்பட்ட சில நிறுவனங்களை நம்ப முடியாத அளவிற்கு வளர்த்துக் காட்டியுள்ளேன். வளர்ந்த பிறகு முதலாளிகளின் எண்ணத்தில் உருவாகும் மாறுதல்களைக் கண்டு மிரண்டு போய் ஒதுங்கி வந்துள்ளேன். முதலீடு போட்டவன் வாழ்க்கை முழுக்க இரண்டு வாழ்க்கை வாழக் கடமைப்பட்டவன் என்ற நிலையை ஏற்றுக்கொள்ள முடியாமல் அமைதியாக ஒதுங்கி இருக்கிறேன்.

ஆனால் வருடத்திற்கு நூறு கோடி வரவு செலவு செய்தவர்கள் கூட ஒளிந்து வாழும் சூழ்நிலையில்தான் இன்று இருக்கின்றனர். படிப்படியாக வளர்ந்து கொண்டிருப்பவர்கள் கூட, அழிந்து போனவர்களைப் பாடமாக எடுத்துக் கொள்ளாமல், அதே அழிவுப் பாதையில்தான் சென்று கொண்டிருக்கின்றனர். காலப்போக்கில் நம்பிக்கை நாணயம் தேவையில்லை என்பதை உறுதியாகக் கடைப்பிடிக்கத் தொடங்கி விடுகின்றனர். மொத்தத்தில் ஒவ்வொருவரும் சொல்லமுடியாத அளவிற்கு மன அழுத்தத்தில் சிக்கித் தவிக்கின்றனர்.

கடந்த இருபது ஆண்டுகளில் என்னுடன் பணிபுரிந்தவர்களில் முக்கால்வாசிப் பேர்கள் இந்த ஊரில் இல்லை. எவரும் மேம்பட்ட பதவிகளை அடையவே இல்லை. தன்னளவில் சம்பாதித்தவர்கள் ஊரில் வாங்கிய

கடன்களைக் கட்டியுள்ளனர். கௌரவத்திற்காகத் தங்களது சொந்த ஊரில் வீடு கட்டியுள்ளனர். அக்கா, தங்கைகளைத் திருமணம் செய்து கொடுத்துள்ளனர். இது அத்தனைக்கும் சேர்த்துத் தங்கள் ஆரோக்கியத்தை விலையாகக் கொடுத்து உள்ளனர். குறிப்பிட்ட காலத்திற்குப் பிறகு செயல்படமுடியாத நிலைக்கு மாறிப் போயுள்ளனர்.

தொழிலாளர்களின் வாழ்க்கை இப்படியென்றால் முதலாளிகளின் வாழ்க்கை இதைவிட கொடுமையாக முடிந்துள்ளது. திடீர்ச் சாவு. மனம் வெறுத்துப் போய்த் தூக்கில் தொங்குதல். மதுவில் கலந்த விஷம் மூலம் பரலோகத்தைப் பார்த்தவர்கள். பட்டியலிட்டால் இதன் நீளம் அதிகமாகும்.

ஒரு குடும்பத்தில் பணப்பிரச்சினை என்றால் அதன் பாதிப்பு சிலருக்கு மட்டுமே. ஆனால் சிறிய அல்லது பெரிய நிறுவனங்களில் ஏற்படும் பொருளாதார இழப்புகள், பல ஆயிரம் பேர்களைப் பாதிக்கும். ஒரு நிறுவனத்தை நம்பிப் பல துறைகள் செயல்படுகின்றன. அரசு சார்ந்த துறைகள் முதல் அரசு சாராத தனியார்த் துறைகள் வரை, ஒவ்வொரு துறையையும் நம்பி நேரிடையாகவும் மறைமுகமாகவும் பல துறைகள் உள்ளன.

ஒரு நிறுவனத்தின் வீழ்ச்சி என்பது ஒரு தனிநபரின் கொள்கை முடிவால் உருவானது என்பதை உணர்ந்து கொள்ள வேண்டும். அவருக்குக் கீழே எத்தனை பேர்கள் இருந்தாலும், தோல்வி என்றால் நம்மால் ஒருவரைத்தான் சுட்டிக்காட்ட முடியும். அந்த ஒருவரின் தவறான முடிவு, மேலே சொன்ன அத்தனை துறைகளையும் பாதிப்படையச் செய்கிறது.

தலைமைப் பண்பை எவராலும் கற்றுத் தர முடியாது. எத்தனை நவீன பள்ளி, கல்லூரிகள் இதனைப் பாடமாகக் கற்றுத் தந்தாலும் நம் நாட்டைப் பொறுத்தவரையிலும் இங்கு எதுவுமே கடைசி வரைக்கும் நிச்சயம் இல்லை. காரணம், சட்டம் இங்குச் சாதாரண மனிதர்களுக்கு ஒரு விதமாகவும், பணம் படைத்தவர்களுக்கு வேறு விதமாகவும் இருப்பதால், அவரவர் வாழ்க்கையை அவரவர்தான் பார்த்துக் கொள்ள வேண்டியதாக உள்ளது.

ஒரு நிறுவனத்தின் முதலாளி மிகச் சிறந்த தலைமைப்பண்பு உள்ளவராக இருக்க வேண்டும். ‘குணம் நாடி குற்றமும் நாடி’ என்பதைப் புரிந்தவராக இருத்தல் வேண்டும். ‘இதனை

இதனால் இவன் முடிக்கும் என்று ஆராய்ந்து' பார்த்துத் தனக்குக் கீழே உள்ளவர்களைக் கணிக்கத் தெரிந்தவராக இருக்க வேண்டும். இத்தகைய குணம் இல்லாதவர்கள் கையில் நிர்வாகம் இருந்தால் என்னவாகும்? இதைத்தான் இங்கே உள்ள நிறுவனங்கள் வெளிச்சம் போட்டுக் காட்டுகின்றன.

ஒருவரின் தனிப்பட்ட பழக்கவழக்கம் மாறும்போது அவரால் எடுக்கப்படும் முடிவுகளும் மாறுகின்றன. 'ஒழுக்கம் உயிரைவிட மேலானது' என்று வள்ளுவர் சொன்னதன் காரணத்தை எவரும் யோசிப்பதே இல்லை. ஆனால் ஒரு மனிதனின் அனைத்துத் தோல்விகளையும், அவனது ஒழுக்கம் சார்ந்த நடவடிக்கையே தொடங்கி வைக்கிறது. அவனுடைய ஆசைகள் அதனை விரைவுபடுத்துகின்றன. இதுதான் சரியென்று அவனது பேராசை உறுதிப்படுத்துகிறது. இதன் வழியே சென்று அழிந்தவர்கள்தான் இங்கே முக்கால்வாசி பேர்கள்.

நிர்வாக ரீதியான முடிவுகள் நாம் நினைப்பது போன்று எளிதன்று. நிகழ்காலம், எதிர்காலம் இரண்டையும் ஒப்பிட்டுப் பார்த்து, இறந்த கால நிகழ்வுகளை மனதில்கொண்டு ஒவ்வொரு முடிவையும் எடுக்கவேண்டும் என்று இங்குள்ள எத்தனை முதலாளிக்குத் தெரியும்?

முதலாளிகளைக் குறை சொல்வது எளிது. உன்னால் ஏன் ஜெயிக்க முடியவில்லை என்ற கேள்வி பலமுறை என்னைத் தாக்கியுள்ளது.

இங்குள்ள மண்ணின் மைந்தர்களுக்குப் புத்திசாலித்தனத்தைவிட அவர்களின் தந்திரங்கள் உதவியுள்ளன. அவர்கள் வைத்திருந்த இடத்தின் மதிப்பு பல விதங்களில் உதவி புரிந்துள்ளது. உறவுகள் உறுதுணையாய் இருந்துள்ளனர். இவர்களின் பின்புலம் வங்கியை வளைக்கக் காரணமாக இருந்துள்ளது. வளர்த்துக் கொள்ள வேண்டிய நிர்வாக அறிவைவிட எவரையும் விலை பேசிவிடத் துணிச்சல் இருந்த காரணத்தால் எளிதாக முன்னேறி வர முடிந்துள்ளது.

25 ஆண்டுகளுக்கு முன்னால் போட்டி போட ஆள் இல்லாத காரணத்தால் நினைத்தபடியே பலவற்றையும் சாதிக்க முடிந்தது. ஆனால் இன்று உலகளாவிய பொருளாதாரச் சூழலில், போட்டிகள் பல முனைகளில் இருந்து தொடர்ந்து நெருக்க, இன்று செயல்பட முடியாத நிலைக்கு மாறிக் கொண்டிருக்கின்றனர்.

திருப்பூரைச் சுற்றியுள்ள எந்த ஊரிலும் இந்த ஊரின் காசோலையை மதிப்பதே இல்லை என்பதை வைத்தே, இங்குள்ளவர்களின் 'நிர்வாகத் திறமையை' உங்களால் புரிந்துகொள்ள முடியும். நம்பமுடியாத அளவிலான பணம் நம் கைக்குத் திடீரென வந்தால் நம்மில் எந்த விதமான மாற்றங்கள் உருவாகும் என்பதற்கு திருப்பூரில் வாழ்கிறவர்களே மிகச் சிறந்த உதாரணம்.

நான் வாழ்ந்த காரைக்குடி பகுதியில், பல தலைமுறைகளாக என்ன லாபம் நட்டம் வந்தாலும் பாதிக்கப்படாத நிலையில் வாழும் பல பணக்காரர்களைப் பார்த்துள்ளேன். அவர்களின் அமைதியே பலவற்றை உணர்த்தியுள்ளது. அவர்களின் வாழ்க்கையில் ஆடம்பரத்தைப் பார்க்க முடியாது. கஞ்சன், கருமி, சிக்கனம், பணத்தின் மேல் உள்ள மரியாதை, தகுதிக்கேற்ற வாழ்க்கை என்ற வார்த்தைகளைக் கொண்டு அவர்கள் வாழ்க்கையை நாம் அளவிடலாம். ஆனால் அவர்கள் சேர்த்த எந்தச் சொத்துகளும் வங்கிக்குச் சென்றதில்லை. வாழும் வரைக்கும் கொடுத்த வாக்குறுதியை உயிர் போலக் கருதினார்கள். பல தலைமுறைகள் சொத்துகள் அழியாமல் காப்பாற்றப்பட்டுத் தொடர்ந்து அடுத்த தலைமுறைக்கு வந்துகொண்டே இருக்கின்றன.

ஆனால் திருப்பூரில் கடந்த 25 வருடங்களில் திடீரென உருவான ஆயத்த ஆடைத்தொழில் கொடுத்த சுதந்திரமும் அளவுக்கு மீறிக் கிடைத்த பணமும், தனி மனிதனை எந்த அளவுக்கு மாற்றியுள்ளன என்பதைப் பார்த்துத் திகைப்படைந்துள்ளேன். தினந்தோறும் நான் சந்திக்கும் பலதரப்பட்ட நிகழ்வுகள் பலவித அதிர்ச்சியை எனக்குள் உருவாக்கிக்கொண்டே இருக்கின்றன. பணம் என்ற காகிதம் அதிகளவில் சேர சேர, கொள்கை, குணம், பேச்சு என்று அனைத்தும் படிப்படியாக மாறத் தொடங்கி விடுகின்றன.

முதல் தலைமுறை உருவாக்கிய 500 கோடிச் சொத்துகள், 25 வருடங்கள் கழித்து அடுத்த தலைமுறைக்குக் கைமாறும்போது காணாமல் போய்விடுகின்றன. இது உங்களுக்கு அதிர்ச்சியாக இருக்கக்கூடும். ஆனால் இங்கே இருப்பவர்களோ, 'எதிர்பார்த்ததுதானே?' என்று கடந்து போய்க்கொண்டே இருக்கின்றனர். ஏனென்றால், இங்குள்ள ஒவ்வொரு வெற்றிக்குப் பின்னாலும் பல நூறு மனிதர்களின் மேல் ஏறி மிதித்து வந்த கதைகள்தான் உள்ளன.

கடந்த 19 அத்தியாயங்களின் வாயிலாக நான் கடந்த காலங்களில், நான் பணிபுரிந்த இரண்டு நிறுவனங்களின்

மூலமாக, அங்கு பணியில் இருந்த சமயத்தில் சந்தித்த செயல்பாடுகள் மூலம், இந்தத் துறையைப் பற்றி உங்களுக்குப் புரிய வைக்க முயன்றிருக்கிறேன்.

இது முழுமையானது அல்ல. ஏற்கெனவே எனது முதல் புத்தகமாக வெளிவந்துள்ள டாலர் நகரம் என்ற முதல் பாகத்தின் மூலமாக, திருப்பூர் பற்றிப் பொதுப்பார்வையில் எழுதி வைத்தேன். அதன் தொடர்ச்சியாக திருப்பூரில் உள்ள தொழில் நிறுவனங்கள் சார்ந்த செயல்பாடுகளை எழுதி வைத்தால் மட்டுமே என் பார்வை முழுமையடையும் என்பதால் ஒரு தொழிற்சாலையின் குறிப்புகளாக இதை உங்களுக்குத் தந்துள்ளேன்.

நான் மேலே எழுதியுள்ள முதல் நிறுவனத்தோடு தற்போது எனக்கு எவ்விதத் தொடர்பும் இல்லை. நான் எழுதியவற்றைப் படித்துவிட்டு அந்த நிறுவனத்தில் இருந்து ஒருவர் என்னை அழைத்துப் பேசினார். நான் ஆர்வம் மேலிட, 'இப்போது நிர்வாகம் எப்படி உள்ளது?' என்று கேட்டேன். தினந்தோறும் தொழிலாளர்களை ஏற்றி வரும் வாகனத்திற்குப் பெட்ரோல் போடக்கூட வழியில்லாமல் தடுமாறிக் கொண்டிருக்கிறார்கள் என்று சொன்னார். மாதந்தோறும் தொழிலாளர்களுக்கு வழங்கிக் கொண்டிருந்த சம்பளத்தை இரண்டு மாதத்திற்கு ஒருமுறை மாற்றியுள்ளனர். தொழிலாளர்கள் அந்த நிறுவனத்தில் இருந்து கலைந்து செல்ல, அவர்களைத் தக்க வைத்துக்கொள்ளப் பெரும்பாடு பாடுபட்டுக் கொண்டிருக்கின்றனர். தொழிலாளர்களுக்கு மிகுந்த நெருக்கடியில் வாரச் சம்பளமாகத் தருகிறார்கள். ஊழியர்களுக்கு மூன்று மாதங்களுக்கு ஒருமுறை அல்லது நினைத்தபோது சம்பளத்தை வழங்குகின்றனர். இந்த வார்த்தைகளை எழுத எனக்குப் பயமில்லை. காரணம் இதுதான் உண்மை.

இந்தத் தோல்விக்குக் காரணம் ஒரு தனி மனுஷியின் ஈகோ. தான் என்ற அகம்பாவம். அடுத்தவர்களைக் கிள்ளுக்கீரையாக மதிக்கும் தான்தோன்றித்தனம்.

அந்தத் தொழிற்சாலையில் தினந்தோறும் 12 மணி நேரம் வேலை நடந்தால் மாதம்தோறும் இரண்டு லட்சம் ஆடைகள் தயாரித்து ஏற்றுமதி செய்ய முடியும். நான் அங்கே நுழைவதற்கு முன்பு மாதம்தோறும் 25,000 ஆடைகள்தான் தயாரித்துக் கொண்டிருந்தார்கள். நம்ப முடியாத அளவிற்குத் தொழிற்சாலையின் உள்ளே அனைத்து விதமான வசதிகளும்

இருந்தன. தொழிலாளர்களுக்குத் தேவைப்படுகிற அனைத்து வசதிகளையும் உருவாக்கிக் கொடுத்திருந்தார்கள். ஆனால் முறையற்ற நிர்வாக அமைப்பால் உள்ளே பணிபுரிந்த அத்தனை பேர்களும் தெளிவற்ற முறையில் பணியாற்றிக் கொண்டிருந்தனர். அவர்களை வழிநடத்த சரியான ஆட்கள் இல்லை.

சரியான நிர்வாக முறைகள் தெரிந்த எவரையும் அந்தப் பெண்மணி செயல்பட அனுமதிக்கவும் இல்லை.

எந்தத் தொழிற்சாலையிலும் தொழிலாளர்களைக் குறை சொல்ல முடியாது. அவர்கள் எப்போதும் போல அவர்களுடைய தனிப்பட்ட சிந்தனையில்தான் செயலாற்றிக் கொண்டிருப்பார்கள். தலைமைப் பொறுப்பில் இருப்பவர்கள்தான் அவர்களை எப்படி வேலை வாங்க வேண்டும், நிறுவனத்தின் லட்சியம் என்ன என்று தெரிந்துகொண்டு, படிப்படியான நிர்வாக ஒழுங்கமைப்பை உருவாக்க வேண்டும். அங்கே மற்றொரு ஆச்சரியம் என்னவென்றால் உள்ளூர்த் தொழிலாளர்களைவிட வட மாநில தொழிலாளர்கள்தான் அதிகம்.

மனிதவளத்துறையில் இருந்தவர்களுக்கும் உற்பத்தித் துறையில் இருந்தவர்களுக்கும் அவர்கள் சவாலாக இருந்தனர். மொழி முதல் அவர்களுடைய தனிப்பட்ட பழக்கவழக்கங்கள் வரைக்கும் வட்டத்திற்குள் சிக்காதவர்களாக இருந்தனர்.

தொடக்கத்தில் அங்கிருந்த ஒவ்வொருவரும் இதனைக் குறிப்பிட்டு இதுவே அந்த நிறுவனத்தின் தோல்விக்குக் காரணம் என்றனர். நான் அதை ஏற்றுக் கொள்ளவில்லை. எந்த இடத்தில் பிறந்தாலும் அத்தனை பேர்களின் சிந்தனையிலும் பணம் என்பதுதான் அடித்தளமாக இருக்கும் என்பதை உறுதியாக நம்பி என் பணியைத் தொடங்கினேன். புதிதாகத் தொழில் தெரியாமல் ஓர் இடத்திற்கு வருபவர்களை உங்கள் சிந்தனைகளுக்கேற்ப மாற்றிவிட முடியும். ஆனால் நன்றாகத் தொழில் தெரிந்தும் அடம்பிடித்துக் கொண்டு சோம்பேறியாகத்தான் இருப்பேன் என்பவர்களை வளைப்பதுதான் கடினம்.

அந்தக் கடினப் பணியைத்தான் தைரியமாக மேற்கொண்டேன். உலகில் இதமான வார்த்தைகளும் ஆறுதல் மொழிகளும் எந்த மனிதனையும் வசப்படுத்திவிட முடியும் என்பதை உறுதியாக நம்பினேன்.

படிப்படியாக ஆள் குறைப்புச் செய்ய, பல இடங்களில் ஆட்டம் காண ஆரம்பித்தது. பிரித்தாளும் சூழ்ச்சியை உருவாக்கிச் சிலரை மேலே கொண்டு வர, வேறு சிலருக்குப் பொறாமை மேலோங்கத் தொடங்கியது. அவர்களுக்குள் பிரச்சினை உருவாக, அடுத்தடுத்து இடைவெளி உள்ள இடங்களில், உள்ளூர் மக்களை வேலையில் அமர்த்த, ஒவ்வொருவராக வழிக்கு வரத் தொடங்கினர். பெட்டிப்பாம்பு போல மாறத் தொடங்கினர்.

மிரட்டல், அச்சுறுத்தல், அவமரியாதை போன்றவற்றைக் கணக்கில் எடுத்துக் கொண்டால், அது நமக்கு மன உளைச்சலைத்தான் தரும். இப்படிப்பட்ட அவமரியாதையை நான் ஏற்கெனவே பலமுறை பார்த்து வந்தவன் என்று சொல்லி, அவர்கள் எதிர்பார்க்கும் நிலைக்கும் கீழே பல படிகள் இறங்கிப் பாருங்கள். ‘அட, இவன் நம்மளைவிட மோசமானவன் போல!’ என்று ஒதுங்கி விடுவார்கள்.

இப்படிக் கையாண்டுதான் இரண்டாவது மாதத்தில் ஒரு லட்சம் ஆடைகள் என்ற இலக்கை அடைந்தேன். இதற்காகக் கோவையில் ஒரு நட்சத்திர விடுதியில் சாதனை விழா நடத்தினார்கள். ஆனால் அந்தச் சமயத்திலும் உழைத்த தொழிலாளர்களுக்குச் சேர வேண்டியதைக் கவனமாகச் சேர்த்தேன்.

இது, தொழிலாளர்களுக்கு என் மேல் அதிக ஈர்ப்பு உருவாகக் காரணமாக இருந்தது. ஆனால் என் நிர்வாகத்தில், ‘நான் சொல்வதை நீ கேட்க வேண்டும்’ என்று முதலாளியின் மனைவி வந்து என் பாதையில் பெரிய பாறாங்கல்லைத் தூக்கிப் போட்டபோது, அதைத் தூளாக்கிவிட்டு முன்னேறிச் சென்றேன். முதலாளி முதல் அங்கிருந்த பல துறைகளில் தலைமைப் பொறுப்பில் உள்ளவர்கள் வரைக்கும் எனக்கு ஆதரவுக் குரல் எழுப்பியபோதும், அந்தப் பெண்மணியின் இறுதி ஆயுதம் அவரது அழுகை. தன் மனைவியைத் திருத்த முடியாத நிலையில் உள்ள கணவரால் என்ன செய்ய முடியும்?

எனக்கும் அவருக்கும் முட்டல் மோதல் உருவானதற்கு அவரது ஈகோதான் காரணம். ‘என் நிறுவனத்தில் நான் வைத்ததுதான் சட்டம்’ என்று என்னிடம் மல்லுக்கு நின்றபோது, ‘சரி, நீங்க சொல்றபடியே நான் நடக்கிறேன். ஆனால் மாதம் இத்தனை ஆடைகள் ஏற்றுமதியாக வேண்டும் என்ற கோட்பாடுகளை உடைத்து விடலாம்.

அது நடக்க வேண்டும் என்றால், உள்ளே உள்ள நிர்வாகம் என் விருப்பப்படிதான் இருக்க வேண்டும்' என்றேன். 'அது முடியாது! மாதம் இத்தனை லட்சம் ஆடைகள் வெளியே போக வேண்டும். ஆனால் நான் சொல்கிறபடிதான் நீ நடக்க வேண்டும்' என்று பேசுபவரை எப்படி எதிர்கொள்வீர்கள்?

நான் வெளியே வந்த பிறகு நான் இருந்த பதவிக்கு வருடந்தோறும் பத்துப் பேர்கள் வந்து போய்க் கொண்டேதான் இருந்தார்கள். சில வருடங்கள் கவனித்துவிட்டு அந்த நிறுவனத்தை மறந்தே போய்விட்டேன்.

இரண்டாவதாகக் குறிப்பிட்டுள்ள நிறுவனம் தற்போது எப்படி உள்ளது?

வங்கிக்கடன் கழுத்தை நெறிக்க, பாதிக்கும் மேற்பட்டதை விற்று விட்டார்கள். மீதி உள்ளதை ஒப்பந்த ரீதியாகப் பார்த்துக் கொள்ள ஆட்களைத் தேடிக் கொண்டிருக்கிறார்கள். அடுத்தவனின் காசுக்கு ஆசைப்பட்டே தன்னை வளர்த்துக் கொண்டவர், இன்று விரக்தியில் தடுமாறிக் கொண்டிருக்கிறார்.

முதல் நிறுவனம் அடுத்தவர் காசுக்கு ஆசைப்படவில்லை. ஆனால் ஒரு நிறுவனத்தின் நிர்வாகம் வேறு, தங்களின் விருப்பங்கள் என்பது வேறு என்பதை உணர மறுத்தார்கள். பொறுப்பில் உள்ளவர்களைச் சுதந்திரமாகச் செயல்பட அனுமதித்து, அவர்கள் மூலம் தங்கள் விருப்பங்களைச் செயல்படுத்திக் கொள்ள வேண்டும் என்பதைப் புரிந்துகொள்ள மறுத்தார்கள். அடுத்தடுத்துத் தோல்விகள் வந்த போதிலும், தனக்குக் கீழே இருப்பவன் அத்தனை பெருமைகளையும் பெறுகிறானே என்ற குழந்தைத்தனமான பிடிவாதம், நிறுவன வளர்ச்சியைக் கீழே இறக்கக் காரணமாக இருந்தது.

ஆனால் நான் இரண்டாவதாக அறிமுகப்படுத்திய நிறுவனம் தொடக்கம் முதல் அடுத்தவரின் சொத்தை அபகரித்து, அடுத்தவரை செயல்பட முடியாத அளவிற்கு முடங்கச் செய்து தன் வளர்ச்சியைப் படிப்படியாக வளர்த்துக்கொண்டு வந்தது. போட்டிச்சூழல் மாறத் தொடங்க, தனக்குக் கீழே பணிபுரிந்தவர்கள் கேள்வி கேட்க ஆரம்பிக்க, அவர்களின் ஈனத்தனமான புத்தி அடிவாங்கத் தொடங்கியது. இன்று வங்கிக் கடன்களைக் கட்டி முடித்தால் சில சொத்துகள் மிஞ்சலாம். ஆனால் செய்த பாவத்திற்கு என்ன தண்டனை கிடைக்குமோ?

திடீர்ப் பணத்தைப் பார்த்தவர்களால் தங்கள் ஈகோவை மூட்டை கட்டி வைத்துக் கொள்ள முடியவில்லை. தொழிலில் வரும் பணம் அனைத்தும் தங்கள் வாழ்க்கைக்கு மட்டுமே என்று உறுதியாக நம்புகிறார்கள். பிழைக்க வந்தவர்களை எச்சில் இலை போலக் கருதுகிறார்கள். தங்கள் நிறுவன வளர்ச்சியில் இவர்களுக்குப் பங்குண்டு என்பதை நம்ப மறுக்கிறார்கள். தூங்குபவனை எழுப்ப முடியும்? தூங்குவது போல நடிப்பவனை எழுப்ப முடியுமா? இதன் காரணமாகத்தான் இங்கே உள்ள ஒவ்வொரு நிறுவனமும் செயல்பட முடியாத நிலைக்குத் தள்ளப்படுகிறது.

'ஒரு தொழிற்சாலை குறிப்புகளில்' சில இடங்களில் தொடர்பு இல்லையே என்ற உங்களின் வருத்தம் எனக்குப் புரிந்தாலும், எல்லாவற்றையும் எல்லா இடங்களிலும் அப்படியே போட்டு உடைத்துவிட முடியாது. நிஜவாழ்க்கையின் எதார்த்தம் என்ற ஒன்று இருக்கிறது என்பதை நீங்கள் கவனத்தில் கொள்ள வேண்டும்.

நீ என்ன சாதித்தாய் என்ற கேள்வி உங்களிடமிருந்து வருமானால், நிம்மதியாக வாழ்கிறேன். தினந்தோறும் படுத்தவுடன் தூக்கம் வந்து விடுகிறது. மனைவி திட்டும் அளவுக்குச் சாப்பாடு விஷயத்தில் இன்னமும் வெளுத்து வாங்கிக் கொண்டிருக்கிறேன். குழந்தைகள் என்னைக் கொண்டாடுகிறார்கள். அடிப்படை வசதிகளுக்கு எவ்விதப் பஞ்சமும் இல்லை. ஆடம்பரத் தேவைகளை நாடியதும் இல்லை. துணிவே துணை என்று வாழ்வதால் இன்றளவும் என் பணி ஏதோவொரு நிறுவனத்திற்குத் தேவைப்பட்டுக்கொண்டுதான் இருக்கிறது.

தேவைப்பட்டவர்கள் என்னைப் பயன்படுத்திக் கொள்கிறார்கள். என்னைவிட திறமைசாலிகள் இங்கு ஏராளமாக உண்டு. ஆனால் ஒரு பெரிய நிர்வாகத்தை எப்படி வழிநடத்த வேண்டும் என்பதில்தான் அவர்களுக்கும் எனக்கும் பெரிய அளவில் வித்தியாசம் உள்ளது. இதுபோன்ற இடங்களில் என் தனித்திறமையே நான் ஜெயிக்கக் காரணமாக உள்ளது. என் முழுமையான ஈடுபாடு ஒரு நிறுவனத்தின் வளர்ச்சியை விரைவுபடுத்துகிறது. ஒரு நிறுவனத்தைவிட்டு வெளியே வந்தவுடன் அவர்கள் பலமுறை மீண்டும் அழைத்தும் அந்தப்பக்கம் திரும்பிப் பார்ப்பதும் இல்லை என்ற கொள்கையைத் தொடக்கம் முதல் கடைப்பிடித்து வருகிறேன். என் கொள்கைக் கோட்பாடுகள் நிர்வாக அமைப்போடு ஒத்துப் போகும்

வரைக்கும், 'என் கடன் பணி செய்து கிடப்பதே' என்று ஒவ்வொரு நாளும் இனிதாக நகர்ந்துகொண்டே இருக்கிறது.

ஒரு நிறுவனத்தைவிட்டு நகர்ந்து வந்த பிறகு ஏதோவொரு இடத்தில் அடையாளம் தெரியாத தொழிலாளி ஒருவர் உண்மையான அக்கறையோடு என்னைப் பற்றி, எங்கள் குடும்பத்தைப் பற்றி விசாரிக்கிறார்கள். 'நீங்க இருந்த வரைக்கும் நாங்க நன்றாக இருந்தோம்' என்று சொல்கிற அவர்களின் அந்த வார்த்தைகள்தான் இன்னமும் என்னை இந்தத் துறையில் இயங்க வைத்துக் கொண்டிருக்கின்றன.

கோடி கோடியாய்ச் சேர்த்தவனும் இறுதியில் திருப்பூரில் மின் மயானத்திற்குத்தான் செல்லப் போகிறான். நானும் அங்கேதான் செல்லப் போகிறேன். கோடிகளைச் சேர்த்து வைத்தவனின் வாரிசு அவனை எளிதில் மறந்து விடக்கூடும். ஆனால் என் கொள்கைகள் என் வாரிசுகளை வழி நடத்தும். அவர்களும் பலரது வாழ்க்கைக்கு உதவக் கூடியவர்களாக இந்தச் சமூகத்தில் எதிர்காலத்தில் செயலாற்றுவார்கள் என்ற ஆழ்ந்த நம்பிக்கை எனக்கு உண்டு.

நம்பிக்கைதானே வாழ்க்கை.

பாகம் 2

ஐந்து முதலாளிகளின் கதை

திருப்பூர்...

- *1980க்குப் பிறகு திருப்பூரில் பின்னலாடை வர்த்தகம் வளரத் தொடங்கியது. இந்தியா மட்டுமின்றி உலகின் பல நாடுகளும், திருப்பூரின் பின்னலாடை சென்று சேர்ந்ததால், அந்நியச் செலாவணியை அதிக அளவில் ஈட்டியது. தொடர்ச்சியாக ஏற்றுமதிக்குக் கிடைத்து வந்த பல்வேறு சலுகைகளால் பின்னலாடைத்துறை நன்கு வளர்ச்சியை எட்டியது.*

- *சாய ஆலைகளால் சுற்றுச்சூழல் கடுமையாகப் பாதிக்கப்படுவதாகக் கூறி, 2010ம் ஆண்டில் 826 சாயத் தொழிற்சாலைகள் மூடப்பட்டன. அன்றைக்குக் கூட, இப்போது உள்ளதுபோல பாதிப்பு இல்லை.*

- *இந்தியாவின் ஆயத்த ஆடைகள் ஐரோப்பா, அமெரிக்கா, கனடா, ஜப்பான் ஆகிய நாடுகளுக்குப் பெருமளவு ஏற்றுமதி செய்யப்படுகின்றன. உலகளாவிய பங்கில் இந்தியாவின் பங்கு 3.8 சதவீதம் ஆகும். இந்திய அளவில் பின்னலாடை ஏற்றுமதியில் 48 சதவீதத்தை திருப்பூர் உற்பத்தி செய்து ஏற்றுமதி செய்கிறது. 2016—17ம் நிதி ஆண்டில் ரூ. 26 ஆயிரம் கோடி வர்த்தகம் செய்துள்ளது. இது 2017—18— நிதி ஆண்டில் ரூ. 23 ஆயிரம் கோடியாகக் குறைந்தது.*

- *பின்னலாடைத் தொழில் அயல்நாட்டிலிருந்து இந்தியாவுக்கு அறிமுகமாகியது. முதன்முதலில் கொல்கத்தாவில் 1893ம் ஆண்டு கிட்டர்பூர்*

என்ற இடத்தில் சிறிய அளவில் பின்னலாடை உற்பத்தி செய்யப்பட்டது. பின்னர் இது விரிவடைந்து திருப்பூர், சென்னை, கான்பூர் போன்ற நகரங்களுக்குப் பரவியது.

- 1937—ல் அதை திருப்பூருக்குக் கொண்டு வந்தார் குலாம் காதர். இவர், சினிமா சம்பந்தப்பட்ட தொழிலைச் செய்துவந்தார். அந்த சமயத்தில் சினிமா தொடர்பான வேலைகள் கொல்கத்தாவில்தான் நடந்தன. எனவே அவர் அடிக்கடி கொல்கத்தா போய் வந்தார். அப்போது அங்கு பல வீடுகளில் சிறிய அளவில் பனியன் தயாரிக்கும் இயந்திரங்களை வைத்து பனியன் உற்பத்திச் செய்யப்படுவதைக் கண்டார். இந்தத் தொழிலை திருப்பூரில் ஆரம்பித்தால் என்ன என்று நினைத்து, ஒரு மிஷினைக் கொண்டு வந்து பனியன் தயாரித்தார்.

- ஆனால், அந்த சமயத்தில் பனியன் அணிகிற வழக்கம் தமிழகக் கிராமங்களில் இல்லை. ஆகவே அவர் தயாரித்த பனியன்களை விற்பனை செய்ய முடியவில்லை. எனவே அவர் செய்துவந்த தொழிலை இன்னொருவருக்குக் கொடுத்துவிட்டார். அதை வாங்கியவரோ, பனியன் தயாரித்து சென்னை, பெங்களூரு, ஹைதராபாத் போன்ற பெரிய நகரங்களுக்கு எடுத்துச் சென்று விற்றார். இந்தியா சுதந்திரம் அடைந்தபிறகு பனியன் அணியும் பழக்கம் வேகமாகப் பரவ, பனியன் உற்பத்தியும் களைகட்டியது.

1

கிறங்கினால் கிறுக்குப் பிடித்துவிடும்

1992 ஜூலை.

என் வாழ்வின் புதிய அத்தியாயத்தை திருப்பூரில் ஒரு சிறிய நிறுவனத்தில் எழுதத் தொடங்கினேன்.

முதல் நாள் எனக்கு முதலாளி கொடுத்த வேலை திகில் கதையை நினைவூட்டுவதாக இருந்தது.

காலை ஒன்பது மணிக்கு வேலை தொடங்கியது. பெண்கள் அணியும் நைட்டி வகையான ஆடைகளை அளவு பார்த்துப் பிரிக்கச் சொல்லிவிட்டுச் சென்றுவிட்டார். அன்று முழுவதும் அவர் என் கண்களுக்குத் தென்படவே இல்லை. வரிசையாக ஒவ்வொருத்தராக வந்து கட்டளை இட்டுக்கொண்டே இருந்தார்கள்.

நான் அடுக்கி வைத்திருந்த ஆடை வகைகளை ஒவ்வொன்றாக அளவு பார்த்துப் பிரிக்க பிரிக்க தொடர்ந்து வந்துகொண்டே இருந்தன.

ஒருவர் மதியம் சாப்பிட அழைத்துச் சென்றார். மீண்டும் வந்து வேலையைத் தொடங்கினேன். இரவு எட்டரை மணி வேலை முடிந்து அனைவரும் சென்றுவிட்டனர். வேலை நான் போகும்போது ஒருவர் மட்டும் என்னிடம் வந்து கட்டளையிடம் தொனியில் பேசினார். 'நாளைக்கு அயரன் தேய்க்கத் தேவைப்படும். சீக்கிரம் முடித்து வையுங்கள்' என்றார்.

எனக்கு மறுக்கவே தோன்றவில்லை. நான் மட்டுமே உள்ளே இருந்தேன். 800 அடி சதுரப் பரப்பளவில்

நான் இருந்த இடத்தைத் தவிர மற்ற இடங்களில் இருந்த ட்யூப் லைட்களை மற்றொருவர் வந்து நிறுத்திவிட்டுச் சென்றுவிட்டார்.

ஒரு ட்யூப் லைட் வெளிச்சத்தின் கீழ் நின்றுகொண்டு பிரித்துக் கொண்டிருந்தேன். ஒவ்வோர் ஆடையிலும் எஸ், எம், எல், எக்ஸெல் என்று லேபிள் வைத்துத் தைத்திருந்தார்கள். ஆனால் லேபிளை மாற்றித் தைத்திருந்த காரணத்தால் ஆடையின் அளவுக்கும் வைத்திருந்த லேபிளுக்கும் தொடர்பில்லாமல் இருந்தது. அளந்து பார்க்க மெசர்மெண்ட் டேப் ஒன்றைக் கொடுத்திருந்தார்கள். ஒவ்வொன்றாக அதன் இடுப்பு மற்றும் உயர அளவை வைத்துத் தனித்தனியாகப் பிரித்துக் கட்டி வைத்துக் கொண்டிருந்தேன்.

சீக்கிரம் வேலை முடியவில்லையே என்ற ஆதங்கம் ஒரு பக்கம். காலை முதல் தொடர்ந்து ஒரே இடத்தில் நின்றுகொண்டே செய்த வேலை தந்த சோர்வு மறுபக்கம். ஆனாலும் விருப்பத்துடன் செய்து கொண்டிருந்தேன். ஊரிலிருந்து கிளம்பியது முதல் இங்கு வந்து சேர்ந்தது வரைக்கும் உண்டான நிகழ்வுகள் ஒவ்வொன்றும் மனதில் வந்து போய்க்கொண்டே இருந்தன.

வேலை சுவாரசியத்தில் இருந்த போதுதான் ஏதோ ஓர் இனம் புரியாத நாற்றம் வந்தது. திடுக்கிட்டுத் திரும்பிப் பார்த்தேன்.

காலையில் பார்த்த முதலாளி நள்ளிரவில் என் பின்னால் நின்று கொண்டிருந்தார். அப்போது கடிகார முட்கள் பன்னிரண்டில் நின்று சத்தம் எழுப்பியது.

அவரால் நிற்க முடியவில்லை. வாய் மென்று கொண்டிருந்தது. வாயிலிருந்து துர்நாற்றம் வந்து கொண்டிருந்தது. அது சாராய நாற்றம் என்பது பின்னர் புரிந்தது.

ஓசைப்படாமல் தூரமாக நின்று நீண்ட நேரமாகக் கவனித்திருப்பார் போல.

அவரே பொறுமை இழந்து என் அருகே வந்து நின்றபோது வந்த நாற்றத்தை வைத்துப் புரிந்து கொண்டிருக்கிறேன். திடுக்கிட்டு நின்ற என் தோள்பட்டையில் கை வைத்து, ‘போய்த் தூங்குங்கள். மீதி நாளைப் பார்த்துக்கொள்ளலாம்’ என்றார்.

பயமும் பதற்றத்துடன், அருகே எனக்குக் கொடுக்கப்பட்டிருந்த அறைக்குச் சென்றேன். மனதிற்குள்

அழுது கொண்டிருந்தேன். தூக்கத்தில் கனவு போல ஒவ்வொன்றாக வந்து கொண்டிருந்தது.

அதுவரையிலும் திருப்பூர்க் குமரன் என்ற ஒரு வார்த்தையைத் தவிர திருப்பூர் குறித்து எனக்கு எதுவும் தெரியாது. காரைக்குடிக்கும் திருப்பூருக்கும் 300 கிலோமீட்டர்தான். ஆனால் என்னைப் போன்றவர்களுக்கு, பிறந்த கிராமத்திலிருந்து 50 கிலோ மீட்டர் தொலைவிலிருக்கும் ஊர்கள்கூட அமெரிக்கா செல்வது போலத்தான் அப்போது இருந்தது.

இங்குள்ள தொழில் குறித்தோ, ஏற்றுமதி நிறுவனங்கள் குறித்தோ எதுவும் தெரியாது. திருப்பூர் என்றால் பனியன் கம்பெனி என்றொரு வார்த்தையே அப்போதுதான் அறிமுகம் ஆனது.

காலையில்தான் இங்கே வந்து சேர்ந்திருந்தேன்.

வேலை தொடங்கும்போதே அருகே இருந்த சிலர் இன்று இரவு வேலை பன்னிரண்டு மணி வரைக்கும் நடக்கும் என்று பேசிக் கொண்டிருந்தார்கள்.

இரவுப் பணியும் தொடங்கியது. ஆனால் பதினொரு மணிக்கே பாதிப்பேர்கள் இயந்திரத்தை நிறுத்திவிட்டு எழுந்து விட்டார்கள். மீதிப் பேர்கள் இயந்திரத்தில் உட்கார்ந்து அரட்டை அடித்துக் கொண்டிருந்தார்கள்.

சின்ன பையன்கள், பெண்கள் என்ற பாரபட்சமின்றி சகஜமாகச் சீண்டி விளையாடிக் கொண்டிருந்தார்கள். அப்போது குழந்தைத் தொழிலாளர்கள் சட்டம் குறித்து எனக்கு எதுவும் தெரியாது. என் ஊரில் எட்டாம் வகுப்புப் படிக்கும் மாணவன் அளவுக்கு உயரம் உள்ளவன் டெய்லர் பதவியிலிருந்தான். அதே வயதில் உள்ள பெண்ணைக் கைமடி என்றார்கள். அந்தப் பெண் (குழந்தை) டெய்லர் அருகே நின்றபடியே துணிகளை மடித்து எடுத்துக் கொடுத்துக் கொண்டிருந்தது.

இந்தத் தொழிலின் சூட்சமம் புரியவில்லை. என்ன வேலை? யார் செய்கிறார்கள்? எங்கே தொடங்குகிறது? எங்கே முடிகிறது?

எதுவும் தெரியாமல் எல்லாவற்றையும் பகல் முழுக்க நான் செய்து கொண்டிருந்த வேலையோடு சேர்த்து வேடிக்கை பார்த்துக் கொண்டிருந்தேன்.

இரவுப் பணி ஒன்பதரை மணிக்குத் தொடங்கும் என்று சொல்லி இருந்தார்கள். ஆனால் அனைவரும் பத்து மணிக்கு மேல்தான் உள்ளே வந்தார்கள். அதிலும் சிலர் தைக்கும் மிஷின்கள் இருந்த மேசையில் வைத்துச் சாப்பிட்டுக் கொண்டிருந்தனர். ஒவ்வொரு மிஷினிலும் ஆடைகள் அடுக்கி வைக்கப்பட்டிருந்தன. பாதி தைத்தும் தைக்காமலும் இருந்தன.

டெய்லர்கள் அதன் மேல் வைத்துச் சாப்பிட்டுக் கொண்டிருந்தனர். ஆடைகள் மேல் உணவு சிந்தியது. சிலர் தங்கள் கைகளை அதிலேயே துடைத்தனர். நான் பார்த்துக் கொண்டிருந்த வேலையைவிட அவர்களின் நடவடிக்கை எனக்கு எரிச்சலாக இருந்தது.

சிலர் வேலையைச் செய்யாமல் ஆங்காங்கே நின்று அரட்டையடித்துக் கொண்டிருந்தார்கள். பாதிப் பேர்கள் இயந்திரங்களை நிறுத்திவிட்டு வீட்டுக்குக் கிளம்ப ஆயத்தமானார்கள். தைத்த, தைக்காத ஆடைகள் எல்லாமே ஒழுங்கற்று குப்பை போலச் சிதறிக் கிடந்தன. தரை முழுக்க விரிக்கப்பட்டிருந்த பாய்கள் பாதி இடங்களில் கிழிந்து போயிருந்தன.

தரையில் உள்ள அழுக்கு, வெள்ளை ஆடையில் ஒட்டியதை எவரும் கண்டு கொள்ளவில்லை, சிலர் மொத்தமாகக் குவித்து வைத்திருந்த ஆடைகளின் மேல் ஏறிச் சென்று கொண்டிருந்தார்கள். சிலர் துணியைப் பந்து போலச் சுருட்டி மற்றொருவர் மேல் எறிந்தனர். அங்கிருந்த செக்கிங் பெண்கள் குறுகுறுவென்று என்னைப் பார்த்தனர். நான் தலையைக் குனிந்துகொண்டு ஒவ்வொன்றாகக் கவனித்துக் கொண்டிருந்தேன். எவருடனும் பேச வில்லை. யாருடன் பேசுவது என்றும் புரியவில்லை.

யாருக்கு என்ன வேலை என்பதே எனக்குக் குழப்பமாக இருந்தது. எல்லோரும் முதலாளி போலவே சத்தம் போட்டுப் பேசினர். தாங்கள் செய்யும் வேலையைத் தவிர மற்ற அனைத்தையும் செய்தனர். கவனிக்க ஆள் இல்லை. பொறுப்பாக வேலை வாங்க வேண்டியவர் இரவுப் பணிக்கு வரவும் இல்லை.

இது எனக்கு திருப்பூரில் முதல் நாள். முதல் வேலை. நான் தனியாக வாழ்க்கை தொடங்கியதும் இங்கேதான்.

புதிய ஊர், புதுப்புது மனிதர்கள். அவர்கள் பேசிய கொங்கு பாஷையும் எனக்குப் புதிதாகவே இருந்தது. ஒவ்வொரு

வார்த்தையிலும் ங்க என்று சேர்த்துப் பேசியது வியப்பாக இருந்தது.

300 கிலோமீட்டர் தொலைவிற்குள் பேசும் மொழி, பழக்கவழக்கம் என்று இத்தனை மாறுதல்கள் இருக்குமா என்று வியப்படைந்து பார்த்துக் கொண்டிருந்தேன்.

முதல் நாள் எனக்குக் கொடுக்கப்பட்ட வேலை தண்டனை போலவே இருந்தது. காலை எட்டரை மணியிலிருந்து நின்றுகொண்டு இந்த வேலையைப் பார்த்துக் கொண்டிருந்தேன். தொடர்ந்து பன்னிரண்டு மணி நேரமாக ஒரே இடத்தில் நின்று கொண்டிருப்பது இதுவே எனக்கு முதல்முறை. கால்வலி பின்னியெடுத்தது. பசி வயிற்றைக் கிள்ளியது. தூக்கம் கெஞ்சியது.

அது பெண்கள் அணியும் நைட்டி வகையைச் சேர்ந்த பிரிவு. இதுபோன்ற ஆடைகளை இங்குதான் முதலில் பார்க்கிறேன். ஊரில் அக்காக்கள் எவரும் நைட்டி அணியாத காலம் அது.

காலையில் ஒருவர் வந்து என்னிடம் இந்தப் பொறுப்பைக் கொடுத்தார். அவர்தான் முதலாளி என்று மற்றொருவர் சொன்னபோதுதான் எனக்குப் புரிந்தது. காரணம், என்னை இங்கே வேலையில் சேர்த்துவிட்டுச் சென்ற நண்பர் முதலாளியின் பெயர் என்று துண்டுச் சீட்டில் எழுதிக் கொடுத்து அனுப்பி இருந்தார். நானாகவே காந்தி நகர் வந்து, பத்மாவதிபுரம் எங்கே உள்ளது என்று கேட்டு வந்து சேர்ந்தேன்.

சேர்ந்தவுடன் என்னிடம் எந்தக் கேள்வியையும் முதலாளி கேட்கவில்லை. மலைபோல குவிக்கப்பட்டு இருந்த நைட்டி வகையான ஆடைகளைக் காட்டி அளவுகளை எழுதிக் கொடுத்து தனித்தனியாகப் பிரிக்கச் சொன்னார்.

மதியம் அருகே உள்ள கடையில் சாப்பிட ஒருவர் அழைத்துச் சென்றார். அது குடிசை போல இருந்தது. பார்க்கும் தொலைவு மட்டும் பொட்டல் காடாக இருந்தது. அதனைச் சாப்பாட்டுக் கடை என்றார்கள். கூரை வேய்ந்த குறுகிய இடத்தில் இரண்டு மேசை போட்டு வைத்திருந்தார்கள்.

ஒரு மணி நேரத்தில் சாப்பிட்ட அனைத்தும் வெளியே வந்துவிட்டது.

அப்போதுதான் வீடு நினைவுக்கு வந்தது.

வேலையாட்களும், கூட்டுக்குடித்தனமுமாக எப்போதும் ஜேஜே என்று சாப்பாட்டுப் பந்தி களைகட்டி இருக்க,

சாப்பாடு ஒன்றே வாழ்க்கை என்று வாழ்ந்த கூட்டத்திலிருந்து தப்பி இங்கு வந்து சேர்ந்திருந்தேன்.

இரவு சாப்பிடத் தோன்றவில்லை.

ஃபுல் நைட், விடிநைட் போன்ற புதிய மொழியின் அர்த்தம் எனக்குப் புரியவில்லை. அதன் அர்த்தம் கேட்கப் பயமாக இருந்தது. காரணம், என் ஊரின் மொழியில் பேசும்போது கிண்டலடித்து விடுவார்கள் என்ற பயத்தில் மேலும் கீழும் தலையை மட்டும் ஆட்டினேன்.

முதல் வாரம் ஓரளவிற்குத் தாக்குப் பிடித்து நின்ற பிறகுதான் ஒவ்வொன்றாகப் புரிந்துகொள்ள முடிந்தது. நிறுவனத்தை, தொழிலை, முக்கியமாக முதலாளிகளைப் பற்றி முழுமையாகத் தெரிந்த போதுதான் பயம் விலகியது.

அதுவொரு சிறிய நிறுவனம். பத்து சீட்டு பவர்டேபிள் என்றார்கள்.

உள்ளே இருக்கும் இயந்திரங்களை வைத்து நிறுவனத்தின் அளவை மதிப்பிடு செய்தார்கள். நிறுவனம் வாடகைக் கட்டடத்திலிருந்து செயல்பட்டுக் கொண்டிருந்தது. கட்டட உரிமையாளர் இந்த நிறுவனத்தில் குறிப்பிட்ட சதவிகிதப் பங்குதாரராக இருந்தார்.

இவர்கள் இருவரையும் தவிர மற்றொருவரும் இந்தக் கூட்டணியில் இருந்தார். அவர்தான் உள்ளே உள்ள மொத்த வேலைகளையும் மேற்பார்வையிட்டு உற்பத்தியைக் கவனித்துக் கொண்டிருந்தார்.

முதலாளியின் பெயர் குமார். சொந்த ஊர் பழநிக்கு அருகே உள்ள நெய்க்காரன்பட்டி. மற்ற இருவரும் திருப்பூர்க்காரர்கள். மூவரும் வெவ்வேறு விதமாக என்னைக் கையாண்டார்கள். குமார் பத்தாம் வகுப்பு முடித்திருந்தார். மற்ற இருவரும் அதுவுமில்லை.

குமார் சாதாரண டெய்லராக வாழ்க்கையைத் தொடங்கிக் குறுகிய காலத்தில் பலர் உதவியுடன் இந்த நிறுவனத்தைத் தொடங்கி இருந்தார். மற்ற இருவரைவிட குமாருக்கு என்னை மிகவும் பிடித்துப் போய்விட்டது. அடுத்தடுத்து அவர் கொடுத்த வேலைகளைச் சலிக்காமல் செய்துகொண்டே இருந்தேன்.

என்னுடன் அலுவலக வேலையில் நாலைந்து பேர்கள் பணியில் இருந்தனர். அவர்கள் எப்போதும் ஏதாவது

ஒரு வேலையின் பொருட்டு வெளியே சுற்றிக் கொண்டிருந்தார்கள். உள்ளே இருப்பது அரிது. அவர்கள் ஒவ்வொரு முறையும் உள்ளே வந்துவிட்டுச் செல்லும்போது மறக்காமல் எனக்கு ஒரு வேலையைக் கொடுத்துவிட்டுச் சென்றனர். அது அவர்கள் பார்க்க வேண்டிய வேலை என்று எனக்குத் தெரியாது. என் வேலையோடு அவர்கள் சொன்ன வேலையையும் சேர்த்துப் பார்த்து விடுவதுண்டு.

நான் நிறுவனத்தில் முதல் மாதம் சம்பளம் வாங்கும்போதே பலபடிகள் முன்னேறி இருந்தேன்.

குமார் தான் பயன்படுத்திக் கொண்டிருந்த லேம்ப்ரட்டர் ஸ்கூட்டரை என்னிடம் கொடுத்தார். 'வெளியே சென்று வர இதனைப் பயன்படுத்திக் கொள்' என்றார்.

உலகமே என் வசமானது போல உற்சாகத்தில் இருந்தேன்.

இரண்டாவது மாதத்தில் நிறுவனத்தின் நிதிப் பொறுப்புகளையும் கொடுத்தார். கூடவே தொழிலாளர்களுக்குச் சம்பளம் வழங்கும் அதிகாரத்தையும் அளித்தார். அப்போதுதான் என்னை அங்கிருந்தவர்கள் மனிதனாகவே பார்க்கத் தொடங்கினர்.

பிரச்சினைகளும் ஒன்றன்பின் ஒன்றாக வரத் தொடங்கின.

'முதல் வருட வருமானம் ஐம்பது கோடி, அடுத்த வருடம் பரதேசி' என்ற திருப்பூர் முதலாளிகளின் வாழ்க்கைக் கதை அப்போதுதான் புரியத் தொடங்கியது.

அப்போதுதான் விஜயா என்ற பெண்மணி அறிமுகமானார். அவர் என் முதலாளியை அவரது சொந்த ஊருக்குக் கடனாளியாகத் தலைமறைவு வாழ்க்கை வாழ அனுப்பி வைத்தார்.

என்னை நான் பணிபுரிந்த வேலையைவிட்டு வெளியே அனுப்பி வைத்தார்.

2

ராஜபோதை கீரிடம் பறிக்கும்?

'கணக்குப்புள்ள... உங்களை முதலாளி கூப்புடுறார்' என்று கைமடி பையன் என்னை வந்து அழைத்தான்.

காரைக்குடியில் வயதான பெரியவர் ஒருவர் ஒவ்வொரு செட்டியார் வீட்டிலும் இருப்பார். வீட்டின் மொத்த வரவு செலவுகளை அவர்தான் பேரேடுகளில் குறித்து வைத்து நிர்வாகத்தைப் பார்த்துக் கொள்வார். அவரை மரியாதையாகக் கணக்குப்பிள்ளை என்று அழைப்பார்கள்.

ஆனால் திருப்பூர் நிறுவனங்களில் 2000க்கு முன்னால் பணிபுரிந்தவர்களை, அவர்கள் எந்தப் பதவியிலிருந்தாலும், முதலாளி முதல் தொழிலாளி வரைக்கும் கணக்குப்புள்ள என்றுதான் அழைத்தார்கள். இது ஆதிக்கத்தின் வெளிப்பாடாக, அலட்சியத்தின் மற்றொரு வடிவமாகத்தான் ஒவ்வொரு முறையும் வெளிப்பட்டது.

அருகருகே இரண்டு கட்டடங்கள். இரண்டாவது கட்டடத்தில் கட்டிங் மற்றும் அயரன் இரண்டும் இருந்தன. கட்டிங் பகுதியிலிருந்து முதலாளி அறைக்குச் சென்றேன்.

'விஜயாவை திட்டினீர்களா?' சுற்றி வளைக்காமல் இயல்பாகத்தான் குமார் கேட்டார்.

எனக்குக் குழப்பமாக இருந்தது. நேற்று இரவு வேலையில் நடந்த பஞ்சாயத்து எப்படி இவர் காதுக்கு

வந்தது என்று யோசித்துக்கொண்டே மௌனமாக அவர் முன்னால் நின்று கொண்டிருந்தேன்.

'சரி. இனி அவரை எதுவும் நீங்கள் கண்டு கொள்ள வேண்டாம். நான் பார்த்துக் கொள்கிறேன். ஏதும் பிரச்சினையின்னா என்னிடம் சொல்லுங்கள்' என்றார்.

பேசிவிட்டு வெளியே வந்தபோது செக்கிங் மேசை அருகே விஜயா நின்றுகொண்டு என்னையே பார்த்துக் கொண்டிருந்தார். அந்தப் பார்வை சற்று வித்தியாசமாக இருந்தது.

நடந்தவற்றை ஒவ்வொன்றாக யோசித்துப் பார்த்தேன்.

ஆயத்த ஆடை நிறுவனங்களில் சில பிரிவுகள் இருந்தன. நேரிடையாகவே வெளிநாடுகளுக்கு ஏற்றுமதி செய்வது. அவர்களை 'டைரக்ட் எக்ஸ்போர்ட்டர்' என்றார்கள். மற்றவர்கள், ஏற்றுமதி செய்ய ஒப்பந்தக்கூலியாகச் செயல்படுபவர்கள். அவர்களை 'மெர்சண்ட் எக்ஸ்போர்ட்டர்' என்று அழைத்தார்கள்.

மூன்றாவதாக, துணியை ஆடைகளுக்கேற்ப வெட்டிக் கொடுத்து விடுவார்கள். தைத்து மட்டும் கொடுக்க வேண்டும். இவர்களை 'ஸ்டிட்சிங் யூனிட்' என்றார்கள். இவை மூன்றும் ஏற்றுமதித் துறைக்கு முக்கிய அங்கமாக இருந்தன. இவை தவிர, உள்நாட்டு உற்பத்திக்கு (பனியன், ஜட்டி, மற்ற உள்ளாடைகள்) தனியாகப் பல நிறுவனங்கள் இருந்தன. இவர்கள் ஆடைகளைத் தயார் செய்து இந்தியாவில் உள்ள ஒவ்வொரு பகுதிக்கும் அனுப்பி வைத்தனர்.

1990 முதல் 95 வரைக்கும் திருப்பூரிலிருந்து நேரிடையாக ஏற்றுமதி செய்தவர்களின் எண்ணிக்கை மிகக் குறைவாகவே இருந்தது. சிலர் மட்டுமே போட்டி இல்லாமல் செய்து கொண்டிருந்தார்கள். அவர்கள் 1990க்கு முன்பே பலவிதங்களில் தங்களை இந்தத் தொழிலில் ஆழமாக வேர் பரப்பி இருந்தார்கள்.

அப்போது கணினி வசதிகள் அறிமுகமாகவில்லை. நவீன தொழில்நுட்பங்கள் எதுவுமே இல்லை. வெளிநாட்டுக்கு மட்டுமல்ல, பம்பாய்க்கு ஒரு தகவல் தெரிவிக்க வேண்டும் என்றால், தந்தி அலுவலகத்திற்குச் சென்று வரிசையில் காத்திருக்க வேண்டும். ஒவ்வொரு செயல்பாடுகளும் பல சுற்றுகளாகச் சுற்றி சுற்றி வந்துகொண்டே இருந்தன.

உழைப்பின் மூலம் மட்டுமே முதலாளிகள் சாதித்தார்கள். விவசாயிகளாக இருந்த தலைமுறையில் முதல்முறையாகத் தொழில் அதிபராக மாறினர். ஏற்றுமதி பற்றி அறியாதவர்கள் கூட குறுகிய காலத்தில் கோடீஸ்வரர்கள் ஆனார்கள்.

தெரியாத ஆங்கிலம், புரியாத தொழில்நுட்பம், அறியாத உலக அரசியல் எதுவும் இவர்களுக்குத் தடையாகத் தெரியவில்லை. ஓடிக்கொண்டே இருந்தார்கள். முதலாளிகள் சொந்தமாக வைத்திருந்த மண் உதவியது. குறுகிய காலத்தில் ஒவ்வொருவரும் வைத்திருந்த நிலத்தின் விலை பல மடங்கு உயரத் தொடங்கியது. அதுவே வங்கிகளுக்குப் போதுமானதாக இருந்தது.

நான் இருந்த நிறுவனம் பம்பாயில் இருந்த வட இந்தியருக்குப் பலவிதமான ஆடைகள் தயார் செய்து கொடுத்துக் கொண்டிருந்தது. தயாரிக்க வேண்டிய ஆடைகளுக்கு உண்டான நூல் எந்த அளவுக்குத் தேவைப்படுமோ அதற்கான பணத்தை முன்பணமாகக் கொடுத்து விடுவார்கள். சிலர் மொத்தத் தொகையில் பாதித் தொகையை முன்பணமாகக் கொடுப்பார்கள்.

அதைத் துணியாக மாற்றி, அவர்கள் சொல்லும் ஆடைகளை உருவாக்கி, பெட்டி போட்டுக் கொடுத்துவிட வேண்டும். ஆடைகளைத் தரம் பார்த்து வாங்கிக் கொள்பவர்கள், அவர்கள் பெயரில் வெளிநாட்டுக்கு ஏற்றுமதி செய்து கொள்வார்கள். மீதமுள்ள தொகையை முப்பது நாள்களில் கொடுத்து விடுவார்கள். சிலருக்கு இந்த வியாபாரம் பொருந்திப் போய்விடும். பலரை ஏமாற்றத்தில் தள்ளிவிடும். சரியாகச் செய்து கொண்டிருப்பவர்களுக்கு அடுத்தடுத்த ஒப்பந்தங்கள் வரிசையாக வந்துகொண்டே இருக்கும்.

குமாருக்கு ஆங்கிலமோ, ஹிந்தியோ பேசவோ எழுதவோ தெரியாது. ஆனால் உழைப்பாளி. வட இந்தியருக்கு குமார் மேல் அலாதியான மரியாதை. குறித்த நேரத்தில் தரத்துடன் ஒவ்வொரு ஒப்பந்தங்களும் சென்று கொண்டிருந்தன. தினமும் இரவு வேலை இருந்தது. சில வாரங்கள் ஒருநாள் விட்டு ஒருநாள் இரவு வேலை இருந்தது.

நான் நிறுவனத்தில் உள்ளே இருந்த அறையில் தங்கி இருந்தேன். அந்த அறையில் மிச்சமான துணிகளுடன் மற்ற கழிவுப்பொருள்களைச் சேமித்து வைத்திருந்தார்கள். அந்த அறை நான் படுத்துக்கொள்ள வசதியாகவே இருந்தது.

வெளியே சென்று அறை பார்த்துத் தங்க எனக்கு விருப்பமில்லை. எனவே இங்கேயே தங்கி விட்டேன். அதுவே எனக்குப் பல வாழ்க்கைப் பாடங்களைக் கற்றுத் தந்தது. இந்தத் தொழிலில் உள்ள கேவலங்களை வெளிச்சம் போட்டுக் காட்டியது.

நான் தங்கி இருந்த அறைக்கு அருகே மற்றொரு அறையும் இருந்தது. நிறுவனத்தின் கணக்கு வழக்கு சம்பந்தப்பட்ட கோப்புகளை அங்கேதான் வைத்திருந்தார்கள். ஒரு கட்டில் வேறு அங்கே இருந்தது. முதலாளி அவ்வப்போது அங்கே வந்து ஓய்வெடுப்பார். வேறு யாரும் இதற்குள் வரக்கூடாது என்று சொல்லி இருந்தார்கள்.

நான் தூங்கச் செல்லும் சமயங்களில் பக்கத்து அறையிலிருந்து கிசுகிசுப்பாகச் சத்தம் வரும். வினோதமான முனகல் ஓசைகள் கேட்கும். தூக்கக் கலக்கத்தில் என்னால் அதனை முழுமையாக உள்வாங்க முடியாமல் படுத்தவுடன் தூங்கி விடுவேன்.

போட்டிகள் குறைவான காலகட்டத்தில் குமார் இந்தத் தொழிலில் நுழைந்திருந்தார். அப்போது தனியார்மயம், தாராளமயம் போன்ற வார்த்தைகள் புதிய அத்தியாயத்தை உருவாக்கிக் கொண்டிருந்தன. மேலே இருந்து கீழே வரைக்கும் பல ஆச்சரியங்கள் நடந்து கொண்டிருந்தன. ஏற்றுமதித் தொழிலில் பல மாற்றங்கள் உருவாகின.

பழைய இயந்திரங்கள் மாயமாகின. புதுப்புது இயந்திரங்கள் வெளிநாடுகளிலிருந்து திருப்பூருக்குள் வந்து கொண்டிருந்தன. இருந்தாலும் பம்பாயில் இருந்தவர்களே இந்தத் தொழிலில் கோலோச்சிக் கொண்டிருந்தனர்.

காரணம், கோட்டா என்ற சிஸ்டம் இருந்தது. அது அவர்களுக்குப் பலவகையில் உதவிக் கொண்டிருந்தது. குறிப்பிட்ட நபர் குறிப்பிட்ட நாடுகளுக்கு ஏற்றுமதி செய்ய, முன்கூட்டியே அரசாங்கத்திடம் அனுமதி வாங்க வேண்டும். அந்த எண்ணிக்கையில் மட்டுமே ஏற்றுமதி செய்ய வேண்டும். இதில் கடுமையான போட்டி நிலவியது. அரசாங்கத்தின் உள்ளடி வேலைகளைத் தெரிந்தவர்கள், புரிந்தவர்களுக்கு மட்டுமே கோட்டா கிடைத்தது. சிறிய ரக முதலாளிகள், மற்றவர்களுக்கு வேலை செய்து கொடுத்து, கிடைத்தவரை லாபம் என்று இருந்தனர். அதில் குமாரும் ஒருவர்.

அடுத்தடுத்து குமார் செய்த வெவ்வேறு முதலீடுகளும் நல்ல பலனைத் தந்து கொண்டிருந்தன. இந்தத் தொழிலின் சார்புத் தொழில்களாக இருந்த பல தொழில்களில் குமார் முதலீடு செய்திருந்தார். அதில் வெவ்வேறு பங்குதாரர்களும் இருந்தனர்.

ஆற்றில் நீர் கரை புரண்டு ஓடியது என்று கேள்விப் பட்டிருப்போம். குமாரின் வாழ்க்கை அப்படித்தான் இருந்தது. பணம், எந்த வழிகளில் வருகிறது, எவ்வளவு வருகிறது என்பது யோசிக்க முடியாத அளவுக்கு வந்து கொண்டிருந்தது.

என் வேலைகள் அதிகமாகிக்கொண்டே இருந்தன. ஆனால் நான் வாங்கிக் கொண்டிருந்த மாதம் ரூபாய் 2,000 என்ற அளவு மட்டும் மாறவே இல்லை.

ஓய்வே இல்லாத வேலைகள் ஒரு பக்கம். என்னுள் இருந்த முன்கோபம் மறுபக்கம். இதற்கிடையில் நிர்வாகத்தின் சூட்சமங்களை அப்போதுதான் கற்றுக் கொள்ளத் தொடங்கி இருந்தேன்.

இரவு நேரப் பணியில் டெய்லர்களைவிட செக்கிங் பணியில் இருக்கும் பெண்களின் வேலைகள்தான் முக்கியமானதாக இருந்தன. காலை எட்டரை மணிக்கு ஒரு பெண் வந்தால் இரவு எட்டரை மணி வரைக்கும் நின்றுகொண்டே தைத்த ஆடைகளைத் தரம் பார்த்துப் பிரிக்க வேண்டும். இரவுப் பணி என்றால் மீண்டும் நள்ளிரவு பன்னிரண்டு மணி வரைக்கும் நின்று கொண்டேதான் வேலை செய்ய வேண்டும்.

ஒவ்வொரு சனிக்கிழமையும் விடிநைட் வைத்து விடுவார்கள். அதாவது நள்ளிரவு பன்னிரண்டுக்குப் பிறகும் வேலை தொடர்ந்து நடந்துகொண்டே இருக்கும். அதிகாலை 5 மணிக்குத்தான் முடியும்.

சாப்பாடு உள்ளிட்ட ஓய்வு நேரங்களைக் கணக்கில் எடுத்துக்கொண்டால், ஒரு பெண் ஒரு நாளைக்குச் சராசரியாக 20 மணி நேரம் வேலை செய்ய வேண்டும். முடியாது என்று சொல்ல முடியாது. பெரும்பாலும் எவரும் மறுக்க மாட்டார்கள். காரணம், வாரம் முடிந்து சனிக்கிழமை சம்பளத்தின்போது கிடைக்கும் பெரிய தொகை. இது அவர்களைத் தொடர்ந்து இயங்க வைத்தது.

சனிக்கிழமை சரியாகச் சம்பளம் வழங்கும் நிறுவனத்தைவிட்டு எவரும் வேறொரு நிறுவனத்திற்குச் செல்லவே மாட்டார்கள்.

இரவு சமயங்களில் செக்கிங் வேலை வேகமாக நடந்து கொண்டிருக்கும். இவர்கள் வேலை செய்வதைப் பொறுத்துத்தான் அடுத்த நாள் காலை வரும் அயரன் மாஸ்டர்களுக்கு வேலை இருக்கும். அயரன் மாஸ்டர் கரிப் பெட்டிகளைத்தான் பயன்படுத்திக் கொண்டிருந்தனர். கரிகளைக் கங்காக மாற்றி அதனை இரும்பு அயரன் பெட்டியில் போட்டு நன்றாகச் சூடு வந்ததும் அதனை வைத்து ஒவ்வோர் ஆடையையும் அழகாகத் தேய்ப்பார்கள்.

தைத்து வந்த ஆடை எல்லா விதங்களிலும் சரியாக உள்ளதா என்று செக்கிங் பெண் சோதித்து மடித்து வைக்க வேண்டும். காலையில் அயரன் மாஸ்டர்களுக்கு ஸ்டாக் வைத்திருக்க வேண்டும். உள்ளே மூன்று அயரன் மாஸ்டர்கள் இருந்தனர். அவர்கள்தான் ஆடைகளைக் குறிப்பிட்ட அளவு பார்த்து நன்றாகத் தேய்த்துக் கொடுப்பார்கள். அதன் பிறகே பேக்கிங் வேலைகள் நடக்கும். அதற்குத் தனியாக ஆட்கள் இருப்பார்கள். அதன் பிறகே பாலிதீன் கவரில் போட்டு பெட்டியில் போடப்படும்.

எல்லோரும் ஷிஃப்ட் சம்பளத்தில்தான் இருந்தார்கள். ஈஎஸ்ஐ, பிஎஃப் வசதிகள் போன்ற எதுவும் இவர்களுக்கு இல்லை.

எல்லாத் தொழிலாளர்களும் சைக்கிளில்தான் வந்து கொண்டிருந்தார்கள். பெண்கள் நடந்து வந்தார்கள். தொழிற்சாலைப் பாதுகாப்பு வசதிகள், தொழிலாளர்கள் சார்ந்த பாதுகாப்பு விஷயங்கள் போன்ற எதுவும் இங்கு யாருக்கும் தெரியாது. விபத்துகள் நடக்கும். ஆனால் அடுத்த ஒரு மணி நேரத்தில் எல்லோரும் இயல்புக்கு வந்து விடுவார்கள்.

செக்கிங் மற்றும் அயர்ன் பணிதான் மிக முக்கியமானது. டெய்லர்கள் செய்யும் தவறுகளைக் கண்டுபிடிப்பதும், ஆடைகளின் வடிவமைப்பு சரியாக இருக்கிறதா என்பதை செக்—போஸ்ட் மாதிரி கண்காணிப்பதும் இவர்களின் முக்கியப் பணி.

செக்கிங் பிரிவில்தான் விஜயா இருந்தார். இயக்குநர் பாலுமகேந்திரா திரைப்படங்களில் அறிமுகப்படுத்தும் கதாநாயகி போலவே இருந்தார்.

கறுப்பு என்றாலும் களையான முகம். ஒல்லியான தேகத்தில் அளவெடுத்த உடல்வாகு. இவர்தான் செக்கிங் பெண்களுக்குத் தலைவி போலச் செயல்பட்டுக் கொண்டிருந்தார். இதில் ஆண்கள் தலையிட முடியாது. ஏதேனும் தேவை என்றால் விஜயாவிடம் சொல்ல வேண்டும். அவர்தான் பெண்களிடம் வேலை வாங்கி நமக்குத் தேவையானதைச் செய்து தருவார்.

இரவுப் பணிக்குத் தனியாக ஒவ்வொரு நாளும் ஒவ்வொரு நபரை (கணக்குப்புள்ள) முதலாளி நியமித்துவிட்டுப் போவார். இரவுப் பணி என்றால் கம்பெனி சார்பாக டீக்காசு கிடைக்கும். இது இரவுப் பணியில் இருப்பவர்களுக்குத் தனியாக வழங்கப்படும் கொசுறுக் காசு. ஐந்து ரூபாய் கொடுப்பார்கள். வீட்டுக்குச் செல்லக்கூடாது. பக்கத்துக் கடையில் சாப்பிட்டுவிட்டுச் சரியான நேரத்தில் உள்ளே வந்துவிட வேண்டும்.

ஆனால், தொழிலாளிகள் டீக்காசை வாங்குவார்கள். அருகே சென்று சாப்பிட்டு வந்து, உடனே வீட்டுக்குச் சென்று விடுவார்கள். நான் நிறுவனத்திலேயே தங்கியிருந்த காரணத்தால் ஒவ்வொருவரும் 'பார்த்துக் கொள்' என்று என்னிடம் சொல்லிவிட்டுச் சென்று விடுவார்கள். என்னால் மறுத்துப் பேச முடியாது. தெரியாது.

நான் உள்ளேயே தங்கியிருந்த காரணத்தால் எல்லோருமே அதைத்தான் கடைப்பிடித்தனர். ஊரில் தினமும் பத்து மணி நேரம் தூங்கிப் பழகியவனுக்கு இங்கே தினமும் நான்கு மணி நேரம்தான் தூங்க வாய்ப்புக் கிடைத்து. ஆனாலும் ஆர்வத்துடன் இயங்கிக் கொண்டிருந்தேன். இது முதலாளிக்கும் தெரியும் என்றாலும் அவர் இது குறித்து எதுவும் கேட்டதில்லை.

மறுநாள் அயரன் மாஸ்டர்களுக்கு வேலை இருக்கும் அளவுக்கு ஆடைகள் ஸ்டாக் இருக்க வேண்டும், இல்லாவிட்டால்தான் பிரச்சினை உருவாகும் என்று சொன்னேன் அல்லவா? அன்றொரு நாள் அப்படியொரு பிரச்சினை உருவானது. அத்துடன் நான் முதலாளி குமார் மேல் வைத்திருந்த மரியாதையும் உடைந்து நொறுங்கத் தொடங்கியது.

3

பலவீனங்கள் பறித்துவிடும்

ஒரு தொழிலாளிகூட விடுமுறை எடுக்கவில்லை. அன்று வாரச் சம்பள நாள். மறுநாள் பெட்டி அனுப்ப வேண்டும். எப்போதும் போல விடிநைட் (இரவு வேலை) நடந்து கொண்டிருந்தது.

மறுநாள் இன்ஸ்பெக்ஷன் என்று சொல்லியிருந்தார் குமார். மொத்தமாகப் பெட்டி போட்டு வைத்ததும், பம்பாய் நிறுவனம் சார்பாக ஒருவர் வந்து தரம் பார்த்துப் பரிசோதித்து அறிக்கை அனுப்புவார். நான் ஒவ்வொரு பகுதியாகப் பார்வையிட்டு வந்துகொண்டே இருந்தேன். இறுதியாக, செக்கிங் பகுதியில் தரமில்லாதவை என்று ஒதுக்கி வைத்திருந்த ஆடைகள் ஒவ்வொன்றாக எடுத்துப் பார்த்துக்கொண்டிருந்தேன்.

அதனை எப்படியாவது அனுப்பிவிட முடியுமா என்ற நினைப்பில் குறைந்தபட்சத் தரம் உள்ளவற்றைப் பிரித்துப் பார்த்துக் கொண்டிருந்தபோது, விஜயா என் அருகில் வந்து நின்றார். அவரது தோள்பட்டை என்னை உரசிக் கொண்டிருந்தது. என் உணர்ச்சிகளுக்கும் உறுப்புகளுக்கும் இடையே ஒத்துழையாமை இயக்கம் நடந்து கொண்டிருந்தது. வெள்ளையனே வெளியேறு என்று உரக்கக் கத்திவிடுவேனோ என்று பயமாக இருந்தது. என் கவனம் சிதறியது. மெதுவாக நகர்ந்து நின்றேன். ஐந்து நிமிடத்திற்குப் பிறகு மீண்டும் விஜயா முன்பு போலவே வந்து நின்றார்.

என் முன்னால் இருந்த செக்கிங் டேபிள், என் வயிற்றின் அளவைத் தொடும் அளவுக்கு இருந்தது. கீழே

உள்ள பலகையில் என் காலைத் தூக்கி வைத்துக்கொண்டு நான் ஆடைகளைப் பார்த்தபோது, விஜயாவின் கால்கள் என் கால்களுடன் ஒன்று சேர்ந்தன. மொத்த நரம்புகளும் மூளைக்குத் தந்தியடிக்கத் தொடங்கியது. என் பேண்ட் ஜிப் பிடிவாதம் பிடிக்கத் தொடங்கியது.

மெதுவாக விஜயா என் முகத்தைப் பார்த்தாள். எனக்குப் புரிந்துவிட்டது. ஏற்கெனவே பலரும் இவளைப் பற்றி என்னிடம் பல்வேறு விதமாகச் சொல்லியிருந்தார்கள்.

'இவள் எந்த நிறுவனத்திலிருந்தாலும் அந்த நிறுவன முதலாளியை முடித்துக் கட்டிவிட்டு அடுத்த நிறுவனத்திற்கு வந்து விடுவாள். புருஷன் கண்டு கொள்வதில்லை. குழந்தைகள் இல்லை. நீங்கள் அவள் விஷயத்தில் எதையும் கண்டு கொள்ளாதீர்கள். உங்களை நீண்ட நாள்களாகக் குறி வைத்துக் காத்துக் கொண்டிருக்கிறாள். மாட்டி விடாதீர்கள். மாதச் சம்பளம் உங்கள் கைக்கு வராது' என்று எச்சரித்திருந்தார்கள்.

என் இருபத்து மூன்று வயதுக்குப் பெண் சுகம் தேவையாகத்தான் இருந்தது. ஆனால் இவளைப் போன்றவர்கள் தேவையானவர்களாகத் தெரியவில்லை. நான் செய்து கொண்டிருந்த வேலையை விட்டுவிட்டு இயந்திரம் பக்கம் செல்வது போல நகர்ந்து விட்டேன். இயந்திரம் பகுதியை பவர்டேபிள் என்று அழைத்தனர். அங்கும் சிறிய மற்றும் நடுத்தர வயதுப் பெண்கள் இரவுப் பணியில் மும்முரமாக இருந்தனர்.

தைத்துக் கொண்டிருந்த ஆடைகளைப் பார்த்துக் கொண்டிருந்தபோது, குறிப்பிட்ட பகுதியில் இருட்டாக இருக்க, திரைச்சீலையினால் மறைத்து வைக்கப்பட்டு இருந்த இடத்திற்கு உள்ளே சென்றபோது, இயங்கிக்கொண்டிருந்தவர்கள் என்னைக் கண்டதும் ஆடைகளை அவசரமாக அணிந்துகொண்டு வேகமாக எழுந்தனர்.

அந்தப் பெண் டெய்லராக இருப்பவள். அதுவரையிலும் பாதி தொழிலாளர்களைப் பற்றி ஓரளவிற்குத் தெரிந்து கொண்டிருந்தாலும், நேரிடையாக அன்று பார்த்தபோதுதான் இந்தத் தொழிலில் பாலியல் வக்கிரத்தின் அளவீடுகள் புரிந்தன.

ஒவ்வொரு நாளும் ஒவ்வொருவர் மூலமாகத் திறந்த வெளி உறவுகளைப் பார்த்துக் கொண்டிருந்தேன். பெண்கள்

விலையில்லாத பொருளாக இருந்தனர். விரும்பிச் சிலர் தங்களைக் கொடுத்தனர். விரும்பாவிட்டாலும் தங்களைக் கொடுத்தாக வேண்டும் என்ற கட்டாயத்தில் சிலர் இருந்தனர். எவரும் எது குறித்தும் கவலைப்படுவதில்லை. மலம், சளியைக் கழிப்பது போலவே தங்கள் உடம்புக்கான சுகத்தைப் பாவித்தனர்.

ஒருவரின் செயல்பாடுகள் குறித்து மற்றவர்கள் கண்டு கொள்வதில்லை. இதிலும் சிலர் ஆச்சரியமாக அவர்கள் குடும்பத்துடன் வந்து பணிபுரிந்தனர். கணவன், மனைவி, மகன், மகள் என்று அவர்கள் குடும்பப் பாசம் அவர்களைப் பாதுகாத்து நின்றது.

ஒவ்வொரு நாளும் ஒவ்வொன்றாகப் பார்த்துக்கொண்டு வரும் எனக்கு, குமாரிடம் சொல்லத் தயக்கமாகவும் இருந்தது. காரணம் அவரே மிகப் பெரிய ஸ்திரீலோலனாக இருந்தார். பகல் இரவு என்று பாரபட்சமில்லை. தொழில் செய்யும் இடம் கோவில் போன்றது என்ற எண்ணம் குறித்து யாருக்கும் அக்கறையில்லை.

விஜயா என்னை அழைத்தார். ஓர் ஆடையில் உள்ள சந்தேகத்தைக் கேட்பது போல அருகே என்னை அழைத்தார். அருகே சென்றதும் ஆடையைக் கையில் வைத்துக்கொண்டே கிசுகிசுப்பாக, 'என்னைப் பிடிக்கவில்லையா?' என்றார்.

இரண்டாவது முறையாகக் கேட்டபோது எரிச்சலுடன், 'வந்த வேலையைப் பார். அதற்குத்தான் முதலாளி சம்பளம் கொடுக்கிறார்' என்று வெடுக்கென்று சொல்லிவிட்டு வெளியே வந்து விட்டேன்.

ஆடைகள் பருத்தியால் நெய்யப்பட்டது என்றாலும் இந்தத் துறையில் ஒவ்வொரு பகுதியிலும் சூடு நம்மைத் தாக்கிக்கொண்டே இருக்கும். நிறுவனத்தில் ஹால் போன்ற திறந்தவெளிப் பகுதியில் ஆடைகள் தைக்கும்போது பறக்கும் பஞ்சுகளும், இயல்பாக அங்கே நிலவிய உஷ்ணமும், உடம்பின் சூட்டை அதிகப்படுத்துவதாகவே இருந்தன. நம் உடல் மேலும் மேலும் சூடாகிக்கொண்டே செல்ல ஒவ்வொரு கழிவும் வெளியேறத் தயாராக இருக்கும்.

இரவுப் பணி முடிந்து டெய்லர்கள் தாங்கள் வைத்திருந்த சைக்கிளில் ஒன்றுக்கு இரண்டு பெண்களை முன்னும் பின்னும் ஏற்றிக்கொண்டு செல்வர். பெண்களும் டெய்லர் வீட்டுப் பக்கம்தான் எங்கள் வீடும் என்று சொல்லிச்

செல்வார்கள். அதன் பிறகு சிறிது நாள்கள் அந்தப் பெண்கள் அந்த டெய்லருடன் சகவாசம் வைத்திருப்பார்கள். அடுத்த மாதத்தில் வேறு பெண்கள் மாறிவிடுவார்கள்.

தொழிலாளர்கள் பக்கம் இப்படியிருந்தால் முதலாளிகள் பக்கம் வேறுவிதமாக இருந்தது.

குமார் அலுவலகமாகப் பாவித்த அவரது அறைக்கு எப்போதும் நான் மட்டும்தான் செல்வேன். காசோலையில் கையெழுத்து வாங்குவது முதல் மற்ற நிர்வாகம் சார்ந்த முக்கியமான தகவல்கள் வரை நான் மட்டும்தான் அவரிடம் பேசுவேன். என் மூலமாக மற்றவர்களுக்கு அந்த செய்திகள் கடத்தப்படும். அவரது உள்வட்டத்தில் அறிவிக்கப்படாத பார்ட்னர் போலவே இருந்தேன்.

குமாரின் தனிப்பட்ட தேவைகளை நான்தான் கவனித்துக் கொண்டிருந்தேன். அவருக்குத் தேவைப்படும்போது உணவு வாங்கி வருவது, அவரைப் பார்க்க வருபவர்களுக்குத் தேவையானதை வாங்கிக்கொண்டு வருவது என்று எல்லாமே என் பொறுப்பில் இருந்தது. குமார் புகைக்க மாட்டார். ஆனால் காலை முதல் மாலை வரைக்கும் தொடர்ந்து பான்பராக் போட்டுக்கொண்டே இருப்பார். சரம் போல மொத்தமாக வாங்கிக்கொண்டு வந்து கொடுப்பேன். அதை முகர்ந்து பார்க்கும்போது எனக்குக் குமட்டலாக இருக்கும்.

அவசர வேலைகள் இருந்தாலும் குமார் மாலை ஏழு மணிக்குக் காணாமல் போய்விடுவார். இரவு நேரத்தில் பணி இருந்தால் இடையில் வருவார். பூனை போல வருவார். அவர் வந்த சிறிது நேரத்தில் விஜயா காணாமல் போய்விடுவார். அரை மணி நேரம் கழித்து மீண்டும் உள்ளே வருவார்.

குமார் என் அருகே வந்து நின்று தோளில் கை போட்டுக்கொண்டு உரிமையுடன் என் குடும்பத்தைப் பற்றிக் கேட்பார்.

குமாரால் நிற்கவே முடியாது. தள்ளாட்டம் இருந்துகொண்டே இருக்கும். உடைகள் கலைந்து தலைவாராமல் கண்கள் சிவப்பாகப் பார்ப்பதற்கே அகோரமாக இருக்கும். வாயில் மென்று கொண்டிருக்கும் பான்பராக் எச்சில் பக்கவாட்டில் வழியக் காத்திருக்கும்.

இவரைப் போல மற்ற இரு பார்ட்னர்களும் உள்ளே இருந்த பெண்களை வெவ்வேறு விதமாகக் கையாண்டு

கொண்டிருந்தனர். தனி மனித ஒழுக்கம் என்பது பல காதத் தொலைவில் நின்றுகொண்டு சிரிப்பாய்ச் சிரித்தது.

நான் பல சமயங்களில் ஒதுங்கி நின்றேன். அவர்களே என்னைப் பெரும்பாலும் ஒதுக்கி வைத்தனர். என்னால் பாதை மாற முடியாமல் தவித்த காலம் இது.

ஆனால் விஜயாவிற்கு என் மேல் ஒரு கண் என்பது பல மாதமாகவே எனக்குத் தெரியும்.

உள்ளே பணிபுரிந்தவர்களிடம் என்னைப் பற்றி, என் பின்புலம் பற்றி விசாரித்துத் தெரிந்துகொண்டு, என்னிடம் பல முறை பேச முயன்றாள். நான் கண்டு கொள்ளாமல் ஒதுங்கிச் சென்றுகொண்டே இருந்தேன்.

இரவுப் பணியின்போது அவளது சாகச வேலைகள் பலவாறாக வெளிப்பட்டன. முதலாளியைக் கவிழ்த்தவள் உள்ளே இருந்த ஒவ்வொருவரையும் மிரட்டி வைத்திருந்தாள். அவளிடம் மாட்டாமல் நான் மட்டும் தனித்துத் தவித்துக் கொண்டிருந்தேன்.

பலவிதங்களில் முயன்று பார்த்தாள். என் முரட்டுத்தனம் அவளுக்கு உச்சக்கட்ட வெறுப்பை உருவாக்கியது. என் அலட்சியம் அவளை அலைக்கழித்தது. எங்கு அடித்தால் வலிக்குமோ அங்கே அடிக்கத் தொடங்கினாள்.

குமார் என்னை அழைப்பதைத் தவிர்த்தார். என் பொறுப்புகள் ஒவ்வொன்றாக வெவ்வேறு நபர்களிடம் மாற்றப்பட்டன.

விஜயா மீண்டும் என்னிடம் பேசியபோது ‘நீ என்ன பெரிய யோக்கியமோ? எனக்கு நீ வேண்டும்! இல்லாவிட்டால் வேலையை விட்டே தூக்கி விடுவேன்’ என்றாள்.

4

மனிதர்கள் சூழ்நிலைக் கைதிகள்

தமிழகத்தில் உள்ள ஒவ்வொரு தொழில் நகரங்களுக்கும் ஒவ்வொரு விதமான சாதகம் உண்டு. நிலம், நீர், மின்சார வசதிகள் என்ற அடிப்படைக் கட்டமைப்புகள் இயல்பாகப் பொருந்தி இருக்கும். குறிப்பிட்ட தொழில் சார்ந்து செயல்படுபவர்களுக்கு, அது பலவகைகளில் அவர்களின் முன்னேற்றத்தை வேகப்படுத்தக் கூடியதாக இருக்கும். அப்படித்தான் திருப்பூரின் நில அமைப்பு ஆயத்த ஆடைத் தொழில் வேகமாக வளரக் காரணமாக இருந்தது.

தமிழகத்தில் மற்ற மாவட்டங்களில் இந்தத் தொழில் உருவாகவில்லை என்பதோடு, அதற்கான வாய்ப்புகளும் அமையவில்லை. இதனால்தான் திருப்பூர் என்றாலே பனியன் கம்பெனி என்று அழைக்கிறார்கள்.

1990க்குப் பின்னால் வட இந்தியர்கள் திருப்பூருக்கு வந்த வண்ணம்தான் இருக்கிறார்கள். ஆனால் அவர்கள் இங்கே நிரந்தரமாக நிலைப்பது அரிது. வட இந்தியர்கள் அவரவர் ஊர்களில் ஒவ்வொரு காலகட்டத்திலும் இந்தத் தொழிலை உருவாக்க முயன்றனர். ஆனால் திருப்பூரில் உள்ள கட்டமைப்பு போல அங்கே இல்லாததால், அந்த முயற்சிகள் அவர்களுக்குச் சாதகமான பலனைத் தரவில்லை. அதனால் அனைவரும் திருப்பூர் நோக்கிப் படையெடுத்தனர்.

திருப்பூர் வந்து இறங்கியதும் அவர்கள் சந்தித்த முதல் பிரச்சினை தண்ணீர்த் தட்டுப்பாடு. பாறை கொண்ட பூமியிலிருந்து வந்த தண்ணீர் உப்பாக இருந்தது. கடின நீருடன் உப்பும் கலந்து உடம்பில் அரிப்பை உருவாக்கியது. திருப்பூரில் உள்ளவர்கள் தங்களின் அடிப்படை வாழ்க்கைக்குத் தேவையான தண்ணீரை விலை கொடுத்தே வாங்கினர். ஒவ்வொரு நிறுவனமும் தண்ணீருக்கெனத் தனியாகப் பணம் செலவழித்தனர்.

அரசாங்கத்தின் எந்தவொரு திட்டமும் திருப்பூருக்குள் எட்டிப் பார்க்காத காலம் அது. திருப்பூரைச் சுற்றியிருந்த கிராமங்களின் வயல்வெளிகளில் இருந்த தண்ணீர் திருப்பூரை வளர்த்துக் கொண்டிருந்தது. தண்ணீர் விற்றே கோடீஸ்வரராகப் பலரும் மாறினர். ஒரு குடம் பத்துப் பைசா என்று தொடங்கி அது படிப்படியாக வளர்ந்தது.

மாட்டு வண்டியில் பெரிய பேரல் வைத்துப் பலரும் வாங்கி விற்பனை செய்தனர். மெல்ல மெல்லத் தண்ணீர் லாரிகள் இந்த இடத்தைப் பிடித்தன. இது ஒரு சிறு தொழில் போலவே நடந்தது.

தண்ணீர் லாரிகள் தொடர்ந்து இரவு பகலாக ஓடிக்கொண்டே இருக்க, சாலை வசதிகளோ கிராமத்துச் சாலைகள் போலவே இருந்தன. ஒருநாள் முழுக்க திருப்பூரைச் சுற்றி வந்தால் முதுகில் அப்படி ஒரு வலி உருவாகும்.

முதலாளிகளும் தொழிலாளர்களும் இது குறித்து அலட்டிக் கொள்ளவில்லை. பணம் ஈட்டல் மட்டுமே அவர்களது குறிக்கோளாக இருந்தது. அவரவர்கள் அவரவர் பாதையில் உழைக்க, உழைப்புக்கேற்ப வளர்ந்து கொண்டிருந்தனர்.

குமார் அவர் குடும்பத்தில் முதல் தொழிலதிபர். அதுவரையிலும் பார்க்காத பணம் அவரை மாற்றிக்கொண்டே இருந்ததைக் கவனித்துக் கொண்டிருந்தேன். காலை முதல் மாலை வரை மனிதனாக இருப்பவர். இரவு முதல் அடுத்த நாள் காலை வரைக்கும் வேறொரு மனிதனாக இருந்தார். இதுபோன்ற சமயங்களில் என் பாடு திண்டாட்டமாக இருந்தது.

பணம் அவரை மாற்றியது. யோசிக்க விடாமல் செய்தது. இதுவே முதலாளிகளுக்குரிய அங்கீகாரம் என்று நம்பவைத்தது. புதிய புதிய ஒழுக்க விதிகளை அவராகவே

உருவாக்கிக் கொண்டார். துணை நிறுவனங்களுக்குக் கொடுக்க வேண்டிய பணத்தில் கை வைத்தார். குறிப்பிட்ட நேரத்தில் கொடுக்காமல் இழுத்தடித்தார். பலமுறை தவிர்த்தார். பல சமயங்களில் ஏமாற்றிக் கணக்குக் காண்பித்தார்.

தான் வளர்வதற்கு எத்தனை விதமான வழிமுறைகள் இருக்கின்றனவோ அனைத்தையும் கடைப்பிடித்தார். தன்னைவிட சிறிய நிறுவனங்களை படிப்படியாக அழிப்பதை கர்ம சித்தையுடன் குமார் போன்ற வளர்ந்து கொண்டிருந்த முதலாளிகள் செய்து வந்தனர்.

பத்துப் பேர்களுக்குக் கொடுக்க வேண்டிய பணம் இவர்களின் முதலீடாக மாறியது. இழந்தவர்களின் புலம்பலை எவரும் பொருட்படுத்தவில்லை. அராஜக வழிமுறைகள் அங்கீகாரம் பெறத் தொடங்கின. பெரும்பாலான நிறுவனங்கள் இதையே கடைப்பிடித்தனர். ஒவ்வொரு வருடங்களும் லட்சத்தில் தொழில் செய்து கொண்டிருந்தவர்கள் தங்கள் லட்சியங்களைவிட்டு வெளியேறத் தொடங்கினர்.

உள்ளே இருந்த சங்கங்களும் கம்யூனிஸ்ட் கட்சிகளும் அவ்வப்போது போராட்டங்களை, பஞ்சாயத்துக்களை உருவாக்கினாலும், எதுவும் முழுப்பலனை அளிக்கவில்லை. 'தான் வாழப் பலரையும் அழித்தால் அது தவறில்லை' என்ற ஆதிகாலத்துத் தத்துவம் திருப்பூரை வளர்த்துக் கொண்டிருந்தது.

தங்களுக்கு இயல்பாகக் கிடைக்க வேண்டிய லாபத்தைப் போலப் பல மடங்கு லாபங்களை இதன்மூலம் ஒவ்வொரு முதலாளிகளும் பெற்றனர். அதுதான் சரியென்றும் நம்பினர்.

மேற்கத்தியச் சமூகத்தில் நான்காவது ஐந்தாவது தலைமுறையாகத் தொழில் வாழ்க்கையில் இருக்கின்றனர். அவர்கள் உருவாக்கிய நிறுவனங்கள் தலைமுறைகளைக் கடந்து எந்தவிதச் சிக்கலும் இன்றும் தொடர்ந்து நின்றுகொண்டிருக்கின்றன.

ஒவ்வொரு தொழிலுக்கும் வெவ்வேறு இலக்கணம் உண்டு. சூழல் பொறுத்து மாறிக்கொண்டே இருக்கும். மேலைநாட்டினர் தொழிலையும் குடும்பத்தையும் பிரித்துப் பார்க்க கற்றுள்ளனர். இங்கே இரண்டையும் ஒன்றாகப் பார்க்கிறார்கள். இதுவே பிரச்சினையின் தொடக்கப்புள்ளியும் தொழில்தோல்வியின் முக்கியப் புள்ளியும்!

தொழிலில் லாபம், சேர்க்கவேண்டிய பணம் குறித்து அக்கறை இருந்தாலும் மேலைச்சமூகத்தினர் நடைமுறை எதார்த்தங்களைக் கணக்கில்கொண்டு வளர்ந்தனர். ஆனால் திருப்பூர் முதலாளிகள் தங்களுக்குக் கிடைத்த முதல் வாய்ப்பைக் கையாளத் தெரியாமல் தவித்தனர். பொன் முட்டையிடும் வாத்தை அறுக்கத் துணிந்து பலமுறை பலரும் இழந்தனர். மது, மாது சுகம் இவர்களை மாற்றியது.

திரைப்படத் துறையில் நடக்கும் ஒவ்வொரு சிறிய சம்பவங்களும் ஊடகங்களால் வெளிவந்துவிடும். ஆனால் தொழில் நகரங்களில் நடக்கும் எந்தக் கேவலமான விஷயங்களும் வெளியே வராது. அது தொழில் வாழ்க்கையின் ஓர் அங்கமாகவே இருக்கும்.

மேலேறிச் செல்பவர்களின் வாழ்க்கையில் சிலவற்றை எளிதாக நம்மால் கவனிக்க முடியும். பேச்சைக் குறைத்து விடுவார்கள். தங்களைத் தனிமைப்படுத்திக் கொள்வார்கள். திட்டமிடுதல் தெளிவாக இருக்கும். காரணங்களைக் கண்டு அஞ்ச மாட்டார்கள். தாங்கள் செல்வது ஒரு வழிப்பாதை என்று நன்றாகவே புரிந்து வைத்திருப்பார்கள். பலரும் முயலும் பாதையிது என்பதை உணர்ந்தே ஒவ்வோர் அடியையும் கவனமாக எடுத்து வைப்பார்கள். புத்தியும் மனமும் எப்போதும் விழிப்புணர்வுடன் இருக்கும்.

ஆனால் முக்கால்வாசி ஏறி, எல்லையைத் தொட முடியாமல் குப்புற விழுந்தவர்களின் கதைகளில், அவர்களின் பலவீனங்கள்தான் உறுத்தலாக நமக்குத் தெரியும்.

குமார் செய்து கொண்டிருந்த ஒவ்வொரு செயல்பாடும் அவரது வளர்ச்சியை உறுதிப்படுத்திக்கொண்டே வந்தது. ஆனால் அவரது முறையற்ற காமம் படிப்படியாக வளர்ந்து, நிறுவனத்தில் உள்ள சின்னஞ்சிறுசுகள் வரைக்கும் பதம் பார்த்தது. பல பிரச்சினைகள் ஒன்றன்பின் ஒன்றாக வந்துகொண்டே இருந்தன. இதை அங்கீகாரத்துடன் ஏற்றுக் கொண்டவர்கள் முதல் அவ்வப்போது வந்து போய்க் கொண்டிருந்தவர்கள் வரைக்கும் பலரும் அடங்குவர்.

பணத்தைத் தண்ணீராக இறைத்தார். விலை கொடுத்தால் எதையும் வாங்க முடியும் என்று நம்பினார். அந்த நம்பிக்கையில்தான் விஜயா கேட்டு நச்சரித்த பத்திரத்தில் கையெழுத்துப் போட்டுக் கொடுத்தார்.

அதுதான் குமாரின் வீழ்ச்சிக்கான முதல் அடியை எடுத்து வைத்தது. தன்னைத் தவிர மற்ற பெண்களுடன் குமார் உறவாடுவது அவளுக்குப் பிடிக்கவில்லை.

சமய சந்தர்ப்பத்திற்காகக் காத்திருந்தவள், தான் வாங்கிய ஐந்து சென்ட் நிலத்திற்குக் கொடுக்க வேண்டிய பாக்கித் தொகைக்காக குமாரிடம் ஜாமீன் கையெழுத்து வாங்குகிறேன் என்று சொல்லி, அவர் தேடி வைத்த மற்ற சொத்துகளின் உரிமையை ஒரே பத்திரத்தின் வாயிலாகப் பெற்றுவிட்டாள்.

பங்குதாரர்கள் பங்காளிகள் அல்ல. விட்டுக் கொடுப்பதற்கும் ஆறுதல் சொல்வதற்கும். நடந்த ஒவ்வொரு பஞ்சாயத்தும் தொழில் வாழ்க்கையை முடக்கத் தொடங்கியது. நிறுவனத்தின் செயல்பாடுகள் மாறின. வேலை நேரம் மாறியது. சனிக்கிழமை சம்பள தினம் மாறியது. தொடர்ந்து வந்து கொண்டிருந்த தொழிலாளர்கள் மாறினார்கள். நம்பிக் கடன் கொடுத்த மற்ற துணை நிறுவனங்கள் பாதை மாறினார்கள். தேடி வந்து கொண்டிருந்த மற்ற முதலாளிகள் வரத் தயங்கினர். மொத்தத்தில் குமார் வட்டத்திற்குள் சிக்கி அதுவரையிலும் சேர்த்து வைத்திருந்த ஒவ்வொன்றையும் ஒவ்வொரு பிரச்சினைக்காகக் கைமாற்றிக் கொடுத்த பின்புதான் ஆசுவாசமாக மூச்சுவிட முடிந்தது.

நான் வெளியே வந்து சில வருடங்கள் கழித்து குமார் குறித்து அங்கு பணிபுரிந்த டெய்லர் என்னிடம் சொன்ன வார்த்தை இது.

'நமது முதலாளி என்னுடன் நான் வேலை செய்யும் நிறுவனத்தில் டெய்லராக வேலை பார்த்துக் கொண்டிருக்கிறார்.'

5

உங்களைக் காலம் நகர்த்தும்

1997 செப்டம்பர்.

'மொத்தம் 68 பேர்கள் வந்திருந்தார்கள். மூன்றாவது நாளில் நீங்க வந்துருக்கீங்க. நீங்க 69வது நபர். ஏன் கடைசியாக வருகிறீர்கள்?'

ஒரே ஒரு புரொடக்சன் மேனேஜர் பதவிக்கு இத்தனை பேர்களா என்று மனதிற்குள் பயம் வந்தது. வெளியே காட்டிக் கொள்ளாமல் அவர் கேட்டதற்குப் பதில் சொல்லாமல் மொத்தமாகப் பேசினேன்.

என் சொந்த விவரங்கள், பணி குறித்த முன்னனுபவம் என் முன்கதை சுருக்கத்தைத் தயக்கமில்லாமல் பத்து நிமிடம் பேசினேன். அமைதியாகக் கேட்டுக் கொண்டிருந்தார். சில இடங்களில் சிரித்தார். கல்லூரி செல்லும் மாணவன் போலிருந்தார். இளமையான, களையான முகம். பெண்தன்மை மிகுந்திருந்தது. மொத்தத்தில் பணக்காரக் களை என்பார்களே அவர் அப்படியிருந்தார்.

நான் பேசி முடித்ததும் 'எப்போது வந்து இங்கே ஜாயின் பண்ண முடியும்?' என்றார்.

நான் இதை எதிர்பார்க்கவில்லை.

அவரே தொடர்ந்து பேசினார். 'ஏற்கெனவே மூன்று பேர்களைத் தேர்ந்தெடுத்து வைத்துவிட்டேன். ஆனால் அவர்களிடம் இல்லாத வேகம் உங்களிடம் உள்ளது. இதுதான் எனக்கு வேண்டும்' என்றார்.

'நீங்க சொன்னால் இப்போதே இந்த நிமிடமே என் வேலையைத் தொடங்குகிறேன்' என்றேன்.

மிரண்டு போய்விட்டார்.

எழுந்து என் இருக்கை அருகே வந்து கைகுலுக்கி, 'உங்களின் இந்த வேகம்தான் என்னை மிகவும் கவர்ந்தது. உங்களைப் போன்ற ஆளுமைத்திறன் உள்ளவர்களைத்தான் தேடிக் கொண்டிருந்தேன். நீங்க பேச்சால் என்னைச் சாய்த்து விட்டீர்கள்' என்றார். 'ஆனால் நிஜத்தில் சாத்தியப்படுத்துவீர்களா?' சந்தேகத்துடன் சிரித்துக்கொண்டே கேட்டார்.

'சாத்தியப்படுத்தாதவர்களை எந்த முதலாளியும் வைத்துக் கொள்ள விரும்புவதில்லையே' என்றேன்.

உரக்கச் சிரித்தார். 'இன்று செவ்வாய்க் கிழமை. நாளை இங்கே வந்து என்னைப் பார்த்துவிட்டு அப்புறம் ஃபேக்டரி போகலாம்' என்றார்.

அன்று காலைதான் ஊரிலிருந்து திரும்பி திருப்பூருக்குள் வந்து இருந்தேன்.

எனக்கென்று ஒரு ராசியுண்டு. வருடத்தின் கடைசி மூன்று மாதங்கள் மிக வித்தியாசமாக இருக்கும். வினோதமான சம்பவங்கள் ஒன்றன்பின் ஒன்றாக நடந்துகொண்டே இருக்கும். பெருத்த மாற்றங்கள் என்பார்களே? அதைப் போல எதிர்பாராத அனைத்தும் ஒன்றன்பின் ஒன்றாக வந்துகொண்டே இருக்கும்.

பணிபுரியும் இடத்திலிருந்து தூக்கிக் கடாசிவிடும். தொடர்பில்லாத அனைத்துப் பிரச்சினைகளும் நம்மை நோக்கி வரும். விபத்துகள் நேரும். பெண்கள் வலை வீசுவார்கள். இவற்றில் எல்லாம் தப்பித்து வெளியே வந்தால், பணிபுரிந்து கொண்டிருக்கும் நிறுவன முதலாளி விபத்தில் சிக்குவார். அல்லது நிறுவனம் பெரிய பாதிப்பில் மாட்டிக் கொள்ளும். அதே நிறுவனத்தில் தொடர்ந்து இருந்தால் உடல்நிலை பாதிப்புக்கு உள்ளாகும்.

இது ராசியா? தோஷமா? புரியாமல் தடுமாறியதுண்டு.

இந்த மாற்றங்கள் ஏன் இப்படிப் பாடாய்ப் படுத்துகின்றன என்று யோசித்ததுண்டு. அடுத்த நிலைக்கு வாழ்க்கை கொண்டுபோய்ச் சேர்த்துவிடும். பதவி ரீதியாக, சம்பள ரீதியாக மொத்தமாக மாறிவிடும்.

நான் இங்கேயே இருந்து விடுகிறேன் என்று அடம் பிடித்தாலும் சூழல் இடம் தராது. நீ அடுத்த கட்ட முன்னேற்றத்துக்குத் தகுதியாகி விட்டாய், வெளியே போ என்று காலம் சொல்லாமல் சுட்டிக்காட்டும்.

மூன்றாண்டுகள் ஒரே இடத்திலிருந்தால் என்னவாகும்? இருந்துள்ளேன்.

பொட்டல் காடுகள் எங்கங்கே கிடைக்கின்றனவோ அத்தனை இடங்களையும் முதலாளி வளைத்துப் போட்டுவிட்டு, அடுத்தடுத்து இடங்கள் வாங்க அலைந்து கொண்டிருப்பார். உற்பத்தி சார்ந்த கட்டடங்கள் ஒவ்வொன்றாக உருவாகிக்கொண்டே இருக்கும். ஆனால் நம் சம்பளம் மட்டும் குத்துக்கல்லாக அதே இடத்தில் நிற்கும்.

'நீதான் பொறுப்பு. உன்னைத்தான் நம்பியுள்ளேன்' என்று சொல்லப்பட்ட வார்த்தைக்குப் பின்னால் உள்ள துரோக அரசியலைப் புரிந்துகொள்ளவே நீண்ட காலம் ஆனது.

நிறுவனத்தில் தங்கியிருப்பவர்களின் பாடு சொல்லி மாளாது. பத்திரத்தில் எழுதப்படாத அடிமை போலவே இருக்க வேண்டும். முதலாளி குடும்பத்தில் உள்ள நாய்க்கு உடம்பு சரியில்லாமல் போனால் கூட, நடு ராத்திரி எழுப்பி மருத்துவரை அழைத்து வரச் சொல்லும் முதலாளியம்மாவைப் பார்த்துப் பயந்துள்ளேன்.

அதிகாரமும் பணமும் அதிகமாகச் சேர்வது நல்லதுதான். நம் உழைப்பிற்கேற்ற அங்கீகாரம் கிடைத்துள்ளது என்று மகிழ்ச்சி அடையலாம். சமூகம் நம்மை மதிக்கும். நம் சொல் எடுபடும். மற்றவர்களின் பார்வையில் மரியாதைக்குரிய மனிதராகத் தெரிவோம். எல்லாமே சரிதான்.

ஆனால் கையாளத் தெரியாதவர்களிடம் இவையெல்லாம் கிடைத்தால் என்னவாகும்?

வளர்ந்து வரும் தொழில் நகரங்களில் முதல் தலைமுறை பணக்காரர்களிடம் இதனை நீங்கள் அவசியம் பார்க்க முடியும். பணம் சேர்ந்தவுடன் புகழுக்கு அலையத் தொடங்குவார்கள். படிக்காத தற்குறியாக இருப்பார்கள். பள்ளி கட்டுவார்கள். மற்ற பள்ளிக்கூடங்களில் போய்ப் பேச விரும்புவார்கள். நாகரிகம் என்றால் கிலோ என்ன விலை என்று கேட்கக் கூடியவர்கள் நா தழுதழுக்கக் கூட்டத்தில் உரையாற்றுவார்கள்.

மொத்தத்தில் தன்னைச் சார்ந்து இருப்பவர்களை மட்டுமல்ல, சாராத நபர்களையும் இம்சிப்பதையே தங்கள் தினசரிக் கடமையாக மாற்றிக் கொள்வார்கள். அப்படித்தான் திருப்பூரில் பலரும் இருந்தார்கள்.

சாதிப் பெருமை கொண்ட முதல் தலைமுறை ஒரு பக்கம். இந்தத் தலைமுறையில் வந்து சேர்ந்த பணம் மறுபுறம். இந்தப் பணம் கிறுக்குப் பிடிக்க வைத்துவிடும். 'நான் சொல்வதே சட்டம், நான் வாழ்வதே வாழ்க்கை' என்று வாழ்வார்கள். இப்படிப்பட்டவர்களிடம் சிக்கியவர்கள் சின்னாபின்னாமாகி விடுவார்கள். எனக்கும் நடந்துள்ளது. நம் சுயம் என்பதை மனதிலிருந்து அழித்து வெறும் முண்டமாக வாழ்ந்துள்ளேன்.

எக்காரணம் கொண்டும் நிறுவனம் கொடுக்கும் அறையில் இனி தங்கவே கூடாது என்பதைக் கொள்கையாகவே வைத்திருந்தேன். பத்துக் காசு மிச்சப்படுத்த ஆசைப்பட்டு அடிமையாய் வாழ்ந்து விடக்கூடாது என்பதில் உறுதியாய் இருந்தேன். தப்பித்தே ஆக வேண்டும் என்று அறை பிடித்து நண்பருடன் வெளியே வந்து தங்கிய போதுதான் ஆசுவாசமாக மூச்சுவிட முடிந்தது.

செலவு எகிறியது. ஆனால் வெளியுலகத்தைப் பார்த்த மகிழ்ச்சியை வார்த்தைகளால் விவரிக்கவே முடியாது. என் வாழ்க்கையை முழுமையாக அனுபவிக்க முடிந்தது. கம்பீரமான வாழ்க்கை அறிமுகம் ஆனது.

பத்திரிகை விளம்பரத்தைக் காட்டி அறையில் இருந்த நண்பர்தான் சொன்னார். 'ஏன் போராடிக்கொண்டே இருக்கிறாய்? இங்கே போ. உனக்கு செட்டாகும்.' எனக்கு நம்பிக்கையில்லை. நான் ஊரில் இருந்தபோது விளம்பரம் வந்து இருந்தது. 'மூன்று நாள்கள் ஆகி விட்டன. ஆட்கள் எடுத்து இருப்பார்கள்' என்றேன். 'முயன்று பார். இன்டர்வ்யூ அனுபவமாவது கிடைக்கும்' என்றார்

வாழ்க்கை சிலருக்குத் திகில் கதையைப் போலவே இருக்கும். சிலருக்கு ஹாஸ்ய கதையைப் போல ஜாலியாக இருக்கும். எனக்கோ, துப்பறியும் கதையைப் படிக்கும்போது ஒவ்வோர் அத்தியாயத்தின் முடிவிலும் அடுத்து என்ன நடக்கப் போகிறதோ என்று ஆவலுடன் வாசிப்போம் அல்லவா, அப்படி இருந்தது.

ஆனாலும் என்னை நோக்கி வந்த ஒவ்வொரு மாற்றமும் என்னை வளர்த்துக்கொண்டே இருந்தது. வாழ்வில் உயர வைத்துக்கொண்டே இருந்தது.

மறுநாள் அவர் தன் காரில் ஃபேக்டரிக்கு அழைத்துச் சென்றார். அவரது தோட்டம் அங்கே இருந்தது. பெரிய பரப்பு. முப்பது ஏக்கருக்கு மேலாக இருக்கும் அந்த இடத்தில் குறிப்பிட்ட ஓர் இடத்தில் கட்டடங்கள் இருந்தன. மரங்கள் அடர்த்தியாக நின்றன. ஊரில் உள்ள கிராமத்திற்குள் சென்றது போலவே இருந்தது.

என் அறையிலிருந்து ஏழு கிலோமீட்டர் தொலைவில் இருந்தது. பேருந்து மூலம் வர வேண்டும் என்றால் இரண்டு பேருந்து மாறி வர வேண்டும். காலை எட்டு மணிக்கு உள்ளே இருக்க வேண்டும் என்றார். இரவுப் பணி இருந்தால் எத்தனை மணிக்கு முடியும் என்று தெரியாது. அப்போது பேருந்து வசதிகள் இருக்குமா என்றும் தெரியவில்லை. என்னிடம் இரண்டு சக்கர வாகனமும் இல்லை. என்ன செய்வது?

திருப்பூரில் உள்ள புறநகர்ப் பகுதிகள் அப்போதுதான் மெதுவாக வளர்ந்து கொண்டிருந்தன.

அந்தப் பெரிய தோட்டத்திற்குள் ஒரு மூலையில் உற்பத்திக் கட்டடங்கள் இருந்தன. உள்ளே இருந்த அமைப்பைப் பார்த்தவுடன் பயம் வந்தது. பெரிய நிர்வாகம். அதிகமான மனிதர்கள். ஒவ்வொரு பகுதியிலும் புதுப்புது இயந்திரங்கள். நூறு சதவிகிதம் வெளிநாட்டு இறக்குமதி இயந்திரங்களால் சூழப்பட்டு, தனித்தனிப் பிரிவாகப் பிரிக்கப்பட்டிருந்தது.

சூப்ரவைசர் என்கிற பதவியில் ஒவ்வொரு துறைக்கும் தனித்தனி ஆட்கள் இருந்தனர். மொத்தமாக மேய்ப்பன் என்ற தகுதியில் முதல்முறையாக உள்ளே நுழைந்தேன். ஆடைகளுக்குத் தேவையான நூல் வாங்குவது முதல் ஆடை உருவாகி பெட்டி போட்டு லாரியில் ஏற்றுவது வரைக்கும் என் பொறுப்பு. தொழிலாளர்கள் சார்ந்த பிரச்சினைகள் முதல் உற்பத்தித் துறையைச் சார்ந்த அலுவலகர்கள் வரைக்கும் அனைவரையும் அனைத்தையும் கட்டி மேய்க்க வேண்டிய வேலை.

வேலை சவாலாக இருந்தது. ஆனால் பிடித்திருந்தது.

ஒவ்வோர் இடமாகக் காட்டிக்கொண்டு வந்தவர் கடைசியாக வெளிவந்து அவர் நிறுத்திய காருக்கு அருகே

சென்றுவிட்டு என்னை அழைத்தார். கையில் ஒரு பைக் சாவி கொடுத்தார். 'இங்கே ஒரு டிவிஎஸ் சூசுகி உள்ளது. உங்களுக்குத்தான். யாருக்கும் கொடுக்க வேண்டாம். வாரம் ஐந்து லிட்டர் பெட்ரோல் டோக்கன் தருவார்கள். பயன்படுத்திக் கொள்ளுங்கள். நான் இனி உங்களிடம் எதுவும் பேச மாட்டேன். இங்குள்ள குறைகள் குறித்து நீங்கள் பேசினாலும் காது கொடுத்துக் கேட்க மாட்டேன். காரணங்கள் சொல்பவர்களை என் பக்கத்தில் வைத்திருக்க மாட்டேன். எல்லாமே உங்கள் பொறுப்பு. எனக்கு ஒவ்வொரு வியாழக் கிழமையும் பெட்டி போக வேண்டும். உங்களை முழுமையாக நம்புகிறேன்' என்று சொல்லிவிட்டுக் கிளம்பிவிட்டார்.

என் மனதிற்குள் புயல் அடித்து ஓய்ந்தது போல் இருந்தது.

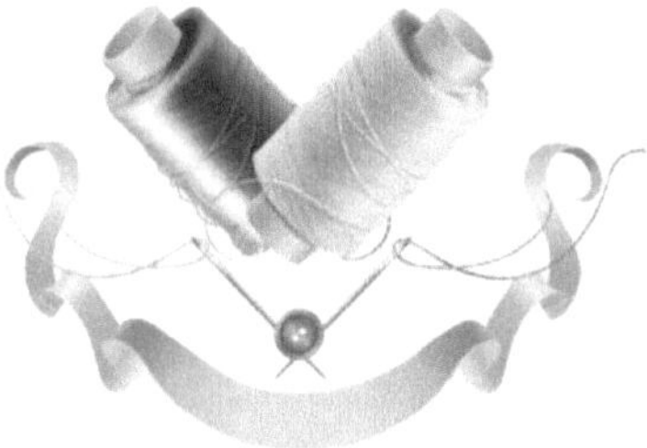

6

நம்பிக்கை வழி காட்டும்

தொழிற்சாலை சுத்தமாக இருந்தது. சுகாதாரமாக இருந்தது.

உள்நாட்டில் தயாரிக்கப்பட்ட இயந்திரங்கள் ஒன்றுகூட இல்லை. இந்த சமயங்களில் திருப்பூர் முழுமையாகப் புதிய பாதைக்கு மாறியிருந்தது. பாதி உள்நாடு, பாதி வெளிநாடு என்று பணத்தின் அடிப்படையில், வசதிகளின் பொருட்டு தொழிற்சாலையை நடத்திக் கொண்டிருந்தவர்கள் முழுமையாக மாறியிருந்தனர்.

திருப்பூர் ஏற்றுமதித் தொழில் முன்னங்கால் பாய்ச்சலில் முன்னேறிக் கொண்டிருந்தது. பணப்புழக்கம் அதிகமாக இருந்தது.

தொழிற்சாலையில் பணிபுரியும் தொழிலாளர்கள் ஒப்பந்தக்கூலி அடிப்படையில் செயல்பட்டனர். ஒவ்வொரு துறைக்கும் ஓர் ஒப்பந்தக்காரர் இருப்பார். அவர்களிடம் ஏராளமான தொழிலாளர்கள் வேலை செய்தனர். இவரே வாரச் சம்பளம் கொடுத்து ஆட்களை வைத்திருப்பார். தொழிலாளர்களுக்கும் நிர்வாகத்திற்கும் எவ்விதத் தொடர்பும் இருக்காது. எது நடந்தாலும் என்ன நடந்தாலும் ஒப்பந்தக்காரரே பொறுப்பு. இவரை 'காண்ட்ராக்ட்காரர்' என்று அழைத்தனர்.

இதுபோன்ற ஒப்பந்தப் பணி மூலம் வேலை நடைபெறுவதால், தொழிற்சாலையில் கடைப்பிடிக்க வேண்டிய சட்டதிட்டங்கள் எதுவும் கடைப்பிடிக்க

வேண்டிய அவசியமில்லாமல் இருந்தது. வேலை செய்தால் காசு. இல்லாவிட்டால் நீ யாரோ நான் யாரோ. இது நிர்வாகத்திற்குப் பல வகைகளில் சாதமாகவே இருந்தது.

வேலை நேரம் குறித்துக் கவலைப்படத் தேவையில்லை. சிங்கர் டெய்லர்கள் இரவு பகலாக உள்ளே இருந்து வேலை செய்தனர். கிடைத்த இடத்தில் தூங்கிக் கொள்வார்கள். பெரிய வசதிகள் எதுவும் எதிர்பார்ப்பதில்லை. தொழிலாளர்களைப் போல இந்தப் பணியாளர்களுக்கு எவ்வித வசதிகளும் இல்லை.

எல்லா ஒப்பந்தக்காரர்களும் உடனே வந்து என்னுடன் நட்பு பாராட்டினார்கள். என் குறிப்பறிந்து செயல்படத் தயாராக இருந்தார்கள். வாரம்தோறும் அவர்கள் தைக்கும் பீஸ்களின் அளவிற்கேற்ப, ஒரு பீஸ்க்கு ஒரு ரூபாய் என்று எனக்குத் தனியாகத் தரத் தயாராக இருந்தார்கள். ஆனால் நான் காசு வேண்டாம் என்று மறுத்து விட்டேன்.

நான் அறையிலிருந்து தனியாக வீடு பார்க்க முயன்றேன். ஓர் ஒப்பந்தக்காரர் அந்தப் பொறுப்பை ஏற்றுக்கொண்டு, தன் தொழிலாளர்களைப் பயன்படுத்தி வீடு பிடித்துத் தந்தார். மொத்தத்தில் மகாராஜா தோரணையில் வாழ்க்கை நகர்ந்தது.

உள்ளே நுழைந்தபோது எனக்குக் கிடைத்த ஒவ்வொரு வாய்ப்பும் பழம் நழுவித் தேனில் விழுந்தது போல இருந்தது. தொட்ட காரியங்கள் அனைத்தும் துலங்கின. நான் வருவதற்கு முன்பு இருந்த அளவைவிட மாதம்தோறும் அதிக அளவில் ஆடைகள் ஏற்றுமதியாகிக் கொண்டிருந்தன.

என் கவனமும் உழைப்பும் முழுமையாகத் தொழிற்சாலைக்குள்ளேயே இருந்தன. அந்தச் சமயத்தில்தான் முதல் வில்லன் உருவானார்.

அவர் வில்லனா கோமாளியா என்று என்னால் யூகிக்க முடியவில்லை. அவர் பேசுவதே குழந்தைத்தனமாக இருக்க அவரைக் கோமாளி என்றே அழைத்தனர். முதலாளிக்கு எடுபிடி போல நீண்ட காலமாக இருந்தவருக்கு, எனக்குக் கிடைத்த உடனடி கவனம் எரிச்சலை உருவாக்கியது.

சாம்பிள் ஆடைகள் தைக்கும் துறையில் ஜகஜ்ஜால கில்லாடிகள் இருந்தார்கள். இவர்களுக்கு மாதம்தோறும் வெவ்வேறு வகையில் வருமானம் வந்து கொண்டிருந்தது.

அலுவலகத்தில் உள்ளவர்களிடம் பழகுவதைவிட தொழிலாளர்களுடன் பழகுவது எனக்கு எளிதாக இருந்தது. தென்மாவட்டம் மற்றும் வட மாவட்டங்களிலிருந்து வந்தவர்கள் பெரும்பான்மையாக இருந்தனர். அவர்களின் எதிர்பார்ப்பு 24 மணி நேரமும் வேலை இருக்க வேண்டும். இங்கேயே இருந்து வேலை செய்துகொண்டே இருக்க வேண்டும். சனிக்கிழமை பத்தாயிரத்திற்கு மேற்பட்ட தொகையில் சம்பளம் பெற வேண்டும். இதில்தான் குறியாக இருந்தார்கள்.

திருப்பூரில் அப்போது சாராயக்கடைகள் இருந்தன. ஆனால் இப்போது போல சந்துக்கொரு கடை கிடையாது. குடிப்பழக்கம் முழுமையாகப் பரவாமல் இருந்த காலம். எனவே வேலையும் ஒழுங்காக நடந்தது.

செக்கிங் பிரிவில் பணிபுரியும் பெண்கள் முதல் சிங்கர் பிரிவில் பணிபுரியும் பெண்கள் வரை அனைவருக்கும் நான் உருவாக்கிய பாதுகாப்பு அம்சங்கள் நல்ல வரவேற்பைப் பெற்றன. இவையெல்லாம் அலுவலகத்தில் இருந்த பழம் பெருச்சாளிகளுக்கு எரிச்சலை உருவாக்கின.

பழம் பெருச்சாளிகளுக்கு ஒரு தலைவன் இருந்தான். அவன் வேலை அலுவலகத்தில் இருந்தது. தொழிற்சாலைக்கும் அலுவலகத்திற்கும் தொடர்பு குறைவு என்பதால், அவன் இங்கே வருவதும் குறைவாகவே இருந்தது. திடீரென்று முதலாளி தொழிற்சாலைக்கு வரும்போது அவனும் காரில் அவருடன் வருவான். எப்போது இந்த ஷிப்மெண்ட் போகும் என்பது போன்ற சாதாரணக் கேள்விகள் கேட்பான். என்னைவிட குறைவான வயது என்றாலும் அவனுக்குரிய மரியாதையைக் கொடுத்து வந்தேன்.

அவன் யார், அவன் பதவி என்ன என்பது போன்ற எதுவும் என்னால் புரிந்துகொள்ள முடியவில்லை. ஆனால் எப்போதும் முதலாளியுடன் ஒட்டிக்கொண்டே இருந்தான். உள்ளே இருந்தவர்களிடம் இதுகுறித்துக் கேட்க முடியாது. உடன் பணியாற்றுபவர்களை நம்ப முடியாது. நீண்ட காலம் இங்கு இருக்கும் ஓர் ஒப்பந்தக்காரரிடம் வேறுவிதமாகக் கேட்டபோது அதிர்ச்சியாக இருந்தது.

அவர் எளிமையாக மதுரை வட்டார வழக்கில் சொன்னார். ‘அவன் முதலாளியின் கணவன்.’

அதிர்ச்சியாக இருந்தது. ஆச்சரியமாகவும் இருந்தது. முதலாளி குறித்த அவரது தனிப்பட்ட பலவீனங்கள்

குறித்து ஒவ்வொருவரும் ஒவ்வொருவிதமாக அவரவர் அனுபவங்களைச் சொல்லிக்கொண்டே வந்தனர். தன்பாலின ஈர்ப்பாளர் குறித்து முதலில் சரியான புரிதல் இல்லை. ஆனால் மனதிற்குள் இனம் புரியாத அச்சம், அருவருப்பு உருவானது என்னவோ உண்மை.

அவரது தனிப்பட்ட குணாதிசயங்களுக்கு அந்தப் பையன் தன்னைக் கொடுத்து அதன் மூலம் பலவித சாதகங்களைப் பெற்றுக் கொண்டிருந்தான்.

தொழிற்சாலையின் சூழல் மாறத் தொடங்கியது. என் வேகம் உற்பத்தியை அதிகப்படுத்தியது. நிர்வாகத்தைச் சுத்தப்படுத்தியது. பலருக்கு வேலை அதிகமானது. பலரின் மறைமுக வருமானம் வெளிச்சத்திற்கு வந்தது. அவர்களில் பலர் வேலை இழந்தனர். இரண்டாவது வருடத்தில் இருந்து நான் ஊருக்குச் செல்ல வேண்டுமென்றால் முதலாளி கார் கொடுத்து அனுப்புவார்.

இதனால் அலுவலகத்தில் புகையும் புகைச்சலும் நாளுக்கு நாள் அதிகமாகிக்கொண்டே இருந்தாலும் எனக்கும் அவருக்கும் உண்டான புரிதலில் எவரும் குறுக்கிட முடியவில்லை.

நீங்கள் பழமைவாதியா புதுமைவாதியா என்பது எளிதில் வெளியே தெரியும் அளவிற்குச் சூழல் வெளிக்காட்டிவிடும். நாம் உடுத்தியிருக்கும் உடைகள், வந்த இடத்தில் பேசும் விதம், கற்றுக்கொண்ட புதிய கலாசாரம் எல்லாமே ஒரு விதத்தில் நாடக நடிகர் ஒத்திகை பார்ப்பது போல அந்தச் சமயத்தில் மட்டும்தான் உதவும்.

ஆனால் உங்கள் உள்ளூர இருக்கும் ஆழ் மன எண்ணங்களோ சிலவற்றை எளிதில் அனுமதிக்கும், அது முட்டாள்தனமாக இருந்தாலும் கூட. சிலவற்றை அனுமதிக்காது, அது புத்திசாலித்தனமான முடிவாக இருந்தாலும் கூட.

காரணம் உங்கள் சிந்தனை என்பது உங்களுடையது மட்டும் அல்ல. உங்கள் குடும்பச் சங்கிலியில் உள்ள பலருடனும் தொடர்புடையது. ஏதோவொரு காலத்தில் ஏதோவொரு இடத்தில் வாழ்ந்து மறைந்த அவர்களின் குணாதிசயங்கள் உங்கள் மூலக்கூற்றில் மறைந்திருக்கும். ஏதோ ஒரு சமயத்தில் வெளி வந்தே தீரும்.

எனக்கும் அப்படிப்பட்ட சூழல் வந்தபோது எனக்கும் என் மனதுக்கும் பெரிய போராட்டம் உருவானது. தொழில்

வேறு. தனி மனிதர்களின் பழக்கவழக்கங்கள் வேறு என்று பிரித்துப் பார்க்கத் தெரியாமல் தவித்த காலம் அது.

எதிலும் கவனம் செலுத்த முடியவில்லை. அவரை ஒவ்வொரு முறையும் பார்க்கும் போதும் இனம் புரியாத உணர்வு ஒன்று ஆட்டிப் படைத்தது. என்னால் என்னவென்று சொல்ல முடியவில்லை. மனப் போராட்டம் அதிகமாகிக்கொண்டே இருந்தது. போதும் இந்த விளையாட்டு என்று அவரைவிட்டு வெளியே வந்து விட்டேன்.

7

நான் உங்கள் நண்பன்

2002 அக்டோபர்.

'நான் உங்களின் முதலாளி அல்ல. நண்பர். நீங்க இங்கே இருக்கிற வரைக்கும் இப்படித்தான் என்னோடு பழகவேண்டும்.'

அவர் என்னிடம் முதல் சந்திப்பில் இப்படித்தான் பேசி என்னை ஆச்சரியப் படுத்தினார். பேசி முடித்து அலுவலகத்திற்கு வெளியே வந்தபோது அவர் வாகனத்தில் ஏறினார். சற்று தூரம் சென்றதும் நான் பைக் எடுப்பதைப் பார்த்து காரை நிறுத்தச் சொல்லி மீண்டும் என்னிடம் வந்தார்.

'உங்கள் சொந்தப் பிரச்சினைகள் அனைத்தும் இனி என்னுடைய பிரச்சினைகள். தமிழகத்தில் எனக்குத் தெரியாத ஆட்களே இல்லை. உங்களுக்கு என்ன தேவை என்றாலும் நான் பாரத்துக் கொள்வேன். உங்களோடு ஒரே வேலை இந்த நிறுவனத்தை வளர்ப்பது மட்டுமே' என்றார்.

மிரண்டு விட்டேன்.

விதி வானத்திலிருந்து சிரித்துக் கொண்டிருந்தது. அந்தக் குரல் எனக்குக் கேட்கவில்லை. எனக்கு அப்போது காது மந்தமாக இருந்தது. காரணம் உற்சாகத்தில் காது அடைத்திருந்தது.

நான் அப்போது பணிபுரிந்து கொண்டிருந்த நிறுவனத்திற்கு வேறொரு வேலையாக உள்ளே வந்த நண்பர் அவர் வேலையை முடித்துவிட்டு

தொழிற்சாலைக்குள் இருந்த என்னைத் தேடி வந்து விட்டார். அந்த நண்பர் மூலம்தான் இந்தத் தொடர்பு உருவானது. நான் அப்போது பணிபுரிந்து கொண்டிருந்த நிறுவனத்தில் எந்தப் பிரச்சினையும் இல்லை. என்னைப் பார்க்க வந்த நண்பர் என் மனதை மாற்றி விட்டார். அவர் குறிப்பிட்டுச் சொன்னதில் ஒன்று பிடித்து இருந்தது.

'உன்னைப் பற்றிக் கேள்விப்பட்டு இருப்பார் போல. நான் வேறு வேலையாக அவரைப் பார்க்கச் சென்றபோது உன்னைப் பற்றி என்னிடம் கேட்டார். அவர் மகன் வெளிநாட்டிலிருந்து வரப் போகிறார். அவரிடம் மொத்தப் பொறுப்பையும் ஒப்படைக்க விரும்புகிறார். மகனுக்குச் சரியான நபரைத் தேடிக் கொண்டிருக்கும்போது யாரோ உன் பெயரைச் சொல்லி உள்ளார்கள். நீ அங்கே போனால் அடுத்த நிலைக்கு உயர முடியும். மேலும் உனக்கு கார் தரத் தயாராக இருக்கிறார்' என்றார்.

நண்பர் சொன்ன முதலாளியை எனக்குத் தெரியும். தெரியுமென்றால் நேரிடையான அறிமுகம் இல்லை. அவர் முகம் தெரியும். பின்புலம் தெரியும். நான் கல்லூரியில் படிக்கும் போதே அவரைப் பற்றி அறிந்து வைத்து இருந்தேன்.

ஆசை வெட்கமறியாது. கல்லூரி படிக்கும்போது எடுத்த கார் லைசன்ஸுக்கு வேலை வந்துவிட்டது என்று நினைத்துக்கொண்டு அவர் கொடுத்த அலைபேசி எண்ணில் அழைத்துக் கேட்டேன். ஞாயிற்றுக்கிழமை வரச் சொன்னார். எனக்கும் வசதியாக இருந்தது. ஆனால் இந்த தினத்தில் மற்றொரு ஆப்பு சொருகப்பட்டு இருந்தது. பல மாதங்கள் கழித்துத்தான் ஏன் விடுமுறை தினத்தில் வரவழைத்தார் என்பதைப் புரிந்து கொண்டேன்.

காலை பத்து மணிக்கு அவரது அலுவலகம் சென்றபோது பெரிய அலுவலகம் அறை அறையாகப் பிரிக்கப்பட்டு இருந்ததைக் கடந்து சென்றேன். அந்த அறையில் அவருடன் இன்னும் சிலர் இருந்தனர். அவர் பேசவே இல்லை. முகத்தில் புன்னகை ததும்பி வழிந்து கொண்டிருந்தது. வேறு இருவர் மட்டும் என்னுடன் பேசினார்கள். இன்டர்வ்யூ போல இல்லை. உரையாடல் போலத்தான் தொடங்கியது. அந்த உரையாடல் முக்கால் மணி நேரம் நீடித்தது. திரும்பத் திரும்ப ஒரே கேள்வியை இருவரும் வேறு வேறு விதமாக வளைத்து வளைத்துக் கேட்டனர்.

‘உங்களின் ஐந்து இலக்கச் சம்பளம் பெரிய விஷயமில்லை. ஆனால் நிர்வாகத்தில் அனைத்து விதமான வேலைகளையும் நீங்கதான் பொறுப்பெடுத்துச் செய்ய வேண்டியதாக இருக்கும். நீங்க உங்கள் அனுபவத்தில் ஃபேக்டரி மேனேஜர் பதவி வரைக்கும் இருந்துருக்கீங்க. இது ஜெனரல் மானேஜர் பதவி. நிர்வாகம் நிதி இரண்டுமே உங்கள் பொறுப்பில்தான் வரும். எம்டி காசோலையில் கையெழுத்துப் போட மட்டுமே அலுவலகம் வருவார். உங்களால் நிர்வாகம் செய்ய முடியுமா?’ என்றார்கள். ‘முடியும்’ என்றேன்.

அவர் அருகே இருந்தவர் இதனை வேறுவிதமாகக் கேட்டார். ‘நிர்வாகத்தில் பணப் பிரச்சினை என்பது பொதுவானது. பெரிய நிறுவனங்களில்கூட கடன் இயல்பானது. அவுட்ஸ்டாண்டிங் பேமெண்ட் போன்ற பல பயமுறுத்தல்களை நீங்கள் கடந்து வர வேண்டும். புதிதாக இறக்குமதியாளர்களை நீங்கள்தான் அழைத்து வர வேண்டியதாக இருக்கும். அவரது பணம் சரியான சமயத்தில் வங்கிக்கு வந்தாக வேண்டும். பழைய கடன்கள், புதிய கடன்கள் எல்லாமே லாபத்தில்தான் கட்ட வேண்டியிருக்கும். வங்கி அதிகாரிகள் வருவார்கள்.’

இன்னும் என்னவோ பேசினார்கள். எனக்குப் பாதி புரிந்தது. பாதி புரியவில்லை. ஆனால் நிர்வாகம் மற்றும் பணத்தில் குறியாக இருக்கிறார்கள் என்பது மட்டும் புரிந்தது. ‘சரி, ஒரு தொழில் என்றால் லாபம்தானே அனைவருக்கும் குறி. நாம் கேட்டதைக் கொடுக்க சம்மதம் சொல்லி விட்டார்கள். பிறகென்ன’ என்று தோன்றியது. அவர்கள் கேட்ட அனைத்துக்கும் தலையாட்டினேன்.

பேசி முடித்து, எந்த நாளில் வந்து வேலையைத் தொடங்க வேண்டும் என்று முடிவெடுத்த பின்பு, உரையாடல் நிறைவானது. அது வரைக்கும் முதலாளி பேசாமல்தான் இருந்தார். நான் எழுந்து போய் அவரிடம் கை குலுக்கி, ‘உங்களை எனக்குக் கல்லூரி படிக்கும்போதே தெரியும்’ என்றேன். அவர் சட்டென்று எழுந்து வியப்புடன், ‘எப்படி?’ என்றார். ‘

‘இண்டியா டுடே பத்திரிகையில் பேட்டியுடன் உங்கள் படமும் வந்தது. சிறப்பான தொழில் முனைவோர் என்ற பட்டியலில் நீங்களும் இருந்தீர்கள். ஒரு காலத்தில் நீங்கள் எனக்கு ஆதர்ஷமாக இருந்தீர்கள். உங்களை இப்படி இங்கே வந்து நேரிடையாகச் சந்திப்பேன், உங்கள் நிறுவனத்தில்

பணிபுரிவேன் என்று கனவிலும் நினைக்கவில்லை' என்றேன். மகிழ்ச்சியுடன் கைகுலுக்கி ஆதரவுடன் தோளைப் பற்றினார்.

அவருடன் பேசிவிட்டு வெளியே வந்தபோது உலகமே புதிதாகத் தோன்றியது. வீட்டுக்கு வந்தவுடன் மனைவியிடம் சொல்லவில்லை. குதறி வைப்பார். சில நெருங்கிய நண்பர்களிடம் அழைத்துச் சொன்னேன். சொல்லிவைத்தாற் போல ஒவ்வொருவரும் 'அவனிடம் மாட்டிக்கிட்டீயா? வாழ்த்துகள்' என்றார்கள்.

எனக்குப் புரியவில்லை. காரணம் கேட்டபோது, 'நீயே ஒரு மாதத்தில் புரிந்து கொள்வாய்' என்று தொடர்பைத் துண்டித்தார்கள்.

முதல்முறையாக உயர்ந்த பதவியை நோக்கி நகர்ந்திருந்தேன். முதலாளிக்கு அடுத்த நிலையில் உள்ள பதவி இது.

இங்கே முதலாளிக்கும் நிறுவனத்திற்கும் தொடர்பில்லாமல் இருந்தது. மொத்த நிர்வாகத்திற்கும் நானே பொறுப்பு. எல்லாமே நம் கட்டுப்பாட்டில் இருக்கும் என்று நம்பியிருந்தேன்.

தொழிலாளர்களும் பணியாளர்களும் 500 பேர்களுக்கு மேல் இருக்கிறார்கள். நீங்கதான் பொறுப்பு என்று முதலாளி சொல்லி இருந்தார். 'நான் எதிலும் தலையிட மாட்டேன். நீங்க வரச் சொன்னால் வருவேன். மற்றபடி இது உங்கள் நிறுவனம். நீங்கதான் முதலாளி. எனக்கு மில்லைக் கவனிக்கவே நேரம் சரியாக உள்ளது. தம்பி அமெரிக்காவிலிருந்து படித்து முடித்துவிட்டு இன்னும் சில வாரங்களில் வரப் போகிறார். நீங்கதான் அவருக்கு உறுதுணையாக இருக்க வேண்டும்' என்றார். நம்பினேன்.

முதல் நாள் அனுபவமே வித்தியாசமாக இருந்தது. காலையில் உள்ளே நுழைந்தபோது அலுவலகத்தில் யாருமில்லை. தனித்தனியாகப் பிரிக்கப்பட்ட கேபின்கள் ஆள் இல்லாமல் இருந்தன. மணி ஒன்பது ஆகி விட்டதே, யாரும் வராமல் இருக்கிறார்களே? குழப்பமாக இருந்தது. கடைசி கேபின் உள்ளே சில தலைகள் தெரிந்தன. அவர்களை நோக்கிச் சென்றேன்.

50 வயதுக்கு மேற்பட்ட மூன்று பேர்கள் அமர்ந்து கணினியில் மும்முரமாக இருந்தனர். என்னைக் கண்டு கொள்ளவே இல்லை. ஒருவர் மட்டும் தலை நிமிர்த்திப்

பார்த்தார். அறிமுகம் செய்து கொண்டேன். 'எத்தனை மணி அலுவலக நேரம்? யாரும் வரவில்லையே?' என்று கேட்டபோது, மூவரும் செய்து கொண்டிருந்த வேலையை நிறுத்திவிட்டுச் சத்தமாகச் சிரித்தனர். எனக்குக் குழப்பமாக இருந்தது.

அவர்கள் சிரிப்பினூடே, 'யாராவது இருந்தால்தானே வருவார்கள்? நீங்கதான் ஒரே ஸ்டாஃப்' என்றனர்.

8

சமன்பாடுகள் மாறலாம்

என் இடத்திற்கு வந்தேன். என் அறை எது, எங்கே உட்கார வேண்டும் என்று குழப்பமாக இருந்தது. உத்தேசமாக ஒரு கேபினில் அமர்ந்தேன். எல்லா கேபின்களும் ஒட்டடை பிடித்து, அறைகள் முழுக்கத் தூசி பரவி இருந்தது. ஐந்தாறு மாதங்கள் ஆட்கள் புழங்காத இடம் அறைகள் போலவே காட்சி அளித்தன.

எனக்கோ குழப்பத்திற்கு மேல் குழப்பமாக இருந்தது. செக்யூரிட்டி இன்டர்காமில் என்னை அழைத்து, 'முதலாளி இன்னும் அரை மணி நேரத்தில் வருவார். உங்களிடம் சொல்லச் சொன்னார்' என்றார்.

கீழ்த் தளத்தில் ஒருவர் அமர்ந்திருந்தார். அவர் மிகுந்த பவ்யத்துடன், 'உங்களுக்கு எல்லாவித உதவியையும் நான் செய்கிறேன்' என்று அவராகவே வந்து அறிமுகம் செய்து கொண்டார். அவர் தன்னை ஏஓ என்று சொல்லிக்கொண்டார். அவருடன் பேச விருப்பமின்றி முதலாளிக்காகக் காத்திருந்தேன்.

பத்து மணிக்கு முதலாளி உள்ளே வந்தார். என்னைப் பார்த்ததும் சிரித்துக்கொண்டே, 'வாங்க வாங்க' என்று சொல்லி அவர் அறைக்கு அழைத்துச் சென்றார். அவர் அறை சுத்தமாக இருந்தது. மொத்த அலுவலகமும் குடோன் போல இருக்க இவர் அறை மட்டும் எப்படி இப்படிச் சுத்தமாக இருக்கிறது என்ற யோசனையுடன் அவர் அறைக்குள் சென்றேன்.

என்னை அமரச் சொல்லிவிட்டு முதலாளி பேசத் தொடங்கினார். ‘ஒரு விளம்பரம் கொடுத்துவிடுங்கள். ஒவ்வொரு துறைக்கும் அனுபவம் உள்ள நபர்களைத் தேர்ந்தெடுங்கள். இந்த வாரத்திற்குள் முடித்து விடுங்கள். இன்னும் பத்து நிமிடத்தில் நாம் ஃபேக்டரி போகலாம்’ என்றார்.

திருப்பூரின் புறநகர்ப் பகுதியில் பெரிய தோட்டத்திற்குள் அந்தத் தொழிற்சாலை இருந்தது. வெளியே இருந்து பார்த்தால் தெரியாத அளவுக்குப் பரந்த காடு போல அந்தத் தோட்டம் காட்சி அளித்தது. உள்ளே சென்று தொழிற்சாலையின் ஒவ்வொரு பகுதியாகப் பார்த்தபோது குழப்பம் இன்னும் அதிகமானது.

மூன்று கட்டடங்களில் 300க்கும் மேற்பட்ட இயந்திரங்கள் வரிசையாக இருந்தன. 20 இயந்திரங்களில் மட்டுமே ஆட்கள் இருந்தனர். அந்தக் கட்டடங்களை அடுத்து பிரிண்ட்டிங் தனியாக வேறொரு கட்டடத்தில் இருந்தது. தொடர்ச்சியாக டையிங் என்ற சொல்லப்படுகிற சாயப்பட்டறை, அது சார்ந்த கட்டடங்கள் இருந்தன.

இவற்றையெல்லாம் தனித்தனியாக வெவ்வேறு இடங்களில் பார்த்துள்ளேன். ஆனால் அண்டர் ஒன் ரூஃப் என்பது போல ஒரே இடத்தில் இத்தனை வசதிகள் இருப்பது ஆச்சரியமாக இருந்தது. கூடவே நிட்டிங் என்று சொல்லப்படுகிற அறவு இயந்திரங்கள் ஒரு கட்டடத்தில் இருந்தன.

ஓர் ஆடைக்குத் தேவையான நூல் இந்த தோட்டத்திற்குள்ளே வந்தால் அது ஆடையாக மாற்றப்பட்டு பெட்டியாக லாரியில் ஏற்றப்படும் அளவிற்குச் சகலவிதமான வசதிகளும் அங்கே இருந்தன.

ஆனால் எல்லா இடங்களிலும் ஆட்கள் மிகக் குறைவாக இருந்தனர். பாதி இடங்கள் இருட்டாக இருந்தன. இயந்திரங்கள் நீண்ட நாள்கள் செயல்படாமல் இருந்த காரணத்தால் சுத்தம் செய்யப்படாமல் அப்படியே கிடந்தன.

முதலாளியுடன் திரும்பி அலுவலகத்திற்கு வந்து கொண்டிருந்தபோது அவர் சுயபுராணம் பேசிக்கொண்டே வந்தார்.

அன்று அலுவலக நேரம் முடியும் முன்பே வீடு திரும்பி விட்டேன். வரிசையாக ஒவ்வொருவரையும் அழைத்துப் பேசிய பின்பு ஒவ்வொன்றாகப் புரியத் தொடங்கியது.

1990 வரைக்கும் திருப்பூருக்குள் முதல் பத்து இடத்திற்குள் இருந்த நிறுவனம் இது. கொடி கட்டிப் பறந்த நிறுவனம் என்று கூட சொல்லலாம். காலமாற்றத்தில் எழவே முடியாத அளவுக்கு வீழ்ச்சியடைந்து, இன்று சிதிலமாகிப் போயுள்ளது.

கூடவே முதலாளியின் தனித்த குணாதிசயங்களையும் அறிந்து கொண்டேன்.

ஆனால் ஒரு முடிவெடுத்து நிறுவனம் மாறி வந்து விட்டோம். இனி பின்வாங்கக்கூடாது. இது ஒரு சவால். இது ஓர் அனுபவம். புதிதாகக் கட்டடம் கட்டுவது எளிது. ஆனால் சிதைந்த கட்டடத்தை மறுநிர்மாணம் செய்து புத்துருவாக்கம் செய்வது எல்லோராலும் முடியாது. அதற்குத் தனித் திறமை வேண்டும். நமக்கு அந்தத் திறமை உள்ளதா என்று சோதித்துப் பார்த்துக்கொள்ள காலம் இந்த வாய்ப்பை வழங்கியுள்ளது.

என்னை நானே சமாதானப்படுத்திக் கொண்டு என் வேலையைத் தொடங்கினேன். அடுத்த 15 நாள்களுக்குள் ஒவ்வொரு துறைக்கும் ஆட்களை உள்ளே கொண்டு வந்து சேர்த்தேன். முதலாளி சொன்னது போல விளம்பரம் எதுவும் கொடுக்கவில்லை. காரணம் கம்பெனிப் பெயரைச் சொன்னாலே தெறித்து ஓடினார்கள்.

ஆனால் முதலாளி ஒரு வாசகத்தைத் திரும்ப திரும்ப ஒவ்வொரு நாளும் என்னிடம் சொல்லிக் கொண்டிருந்தார். 'எந்த இடத்திலும் என் கம்பெனிப் பெயரைச் சொல்லுங்கள். எந்த வேலையாக இருந்தாலும் உங்களுக்கு எளிமையாக முடிந்துவிடும்.' ஆனால் நான் கம்பெனிப் பெயரை வெளியே சொல்லவே இல்லை என்பது எனக்கு மட்டும்தான் தெரியும்.

தெரிந்தவர்கள், பழக்கமானவர்கள், மற்றவர்கள் மூலம் அறிமுகம் ஆனவர்கள் என்று நல்ல அனுபவம் உள்ளவர்களாகப் பார்த்து பார்த்துத் தேர்ந்தெடுத்து உள்ளே கொண்டு வந்தேன்.

உள்ளே வந்த ஒவ்வொருவரும் தவறாமல் ஒன்றைக் குறிப்பிட்டுச் சொன்னார்கள். 'உங்களை நம்பித்தான் இருந்த வேலையை விட்டுவிட்டு இங்கே வருகிறோம். 5ம் தேதிக்குள் சம்பளம் வரவில்லை என்றால் நீங்கள்தான் பொறுப்பு. நாங்கள் முதலாளியிடம் கேட்க மாட்டோம். சரியா?' என்றனர்.

உண்மையில் நான் அவர்களை இன்டர்வ்யூ செய்ய வேண்டும். ஆனால் அவர்கள் என்னை இன்டர்வ்யூ

செய்தனர். இதே போல ஒவ்வொரு நிலையிலும் ஒவ்வொரு நபர்களைத் தொடர்பு கொள்ளும்போது வினோதமான அனுபவங்களை எதிர்கொள்ள வேண்டியதாக இருந்தது. தெரிந்த டையிங் ஆபிஸில் ஆடர் விஷயமாகப் பேசியபோது, 'நீங்க எத்தனை நாளுக்கு அங்கே இருப்பீர்கள்?' என்றார்கள். ஆடர் கொடுத்தால் நூல் எடுப்பீர்களா என்றார்கள்.

மற்ற துணை நிறுவனங்களை அணுகியபோது, 'வாரம்தோறும் சம்பளம் கொடுக்கப் பணம் வேண்டும். நீங்க கையெழுத்துப் போட்டுக் கொடுங்கள். நீங்கள் வேலையை விட்டுப் போனால் நாங்கள் உங்கள் வீட்டுக்குத்தான வருவோம்' என்றனர்.

அடி முதல் நுனி வரைக்கும் எதிர்மறை எண்ணங்களை ஓரளவுக்கு மேல் தாக்குப் பிடிக்க முடியாமல், உள்ளே இருந்த கூட்டிப் பெருக்கும் வயதான பெண்மணியைத் தனியாக அழைத்துச் சென்று, இங்கே இதுவரை என்னதான் நடந்தது என்று கேட்டபோதுதான் முழுமையாகப் புரிந்தது.

அன்றைய தினம் மூன்று பேர்கள் என்னை வந்து சந்தித்தார்கள். ஒருவர், இவர் ஏற்கெனவே நடத்திய டையிங் தொடர்பாகச் சாயம் வாங்கிய வகையில் கொடுக்க வேண்டிய 65 லட்சத்தைக் கேட்டு வந்திருந்தார். இதே போல மற்ற இருவரும் தங்களுக்குக் கொடுக்க வேண்டிய பணத்திற்காக வந்திருந்தனர். அவர்கள் முதலில் என்னிடம் கேட்ட கேள்வி 'நீங்க எத்தனை நாளைக்கு இங்கே இருப்பீர்கள்?' என்பதுதான்.

காரணம், புதிய நபர் உள்ளே வருவார். எல்லாவற்றையும் நல்லபடியாக நகர்த்துவார். ஆனால் குறுகிய காலத்திற்குள் அவர் சென்று விடுவார். என்ன காரணம் என்று எவருக்கும் தெரியாது. கடன் பட்டவர்கள் யாரைத் தொடர்பு கொள்வது என்பது தெரியாமல் தினமும் அலைந்து கொண்டிருப்பார்கள்.

'இதற்கு முன்பு வேலையில் இருந்தவர் அலுவலகத்திற்கே வருவதே இல்லை. வந்தாலும் பூனை போல இரவில் வந்துவிட்டுச் சென்று விடுவார். தொடர்பு கொள்ளவே முடியாது. புதிய எண்கள் வந்தால் அலைபேசியை எடுக்க மாட்டார்." இது போல ஒவ்வொருவரும் ஒவ்வொரு கதைகளை என்னிடம் சொன்னார்கள்.

கணக்குப் போட்டுப் பார்த்தேன். வங்கிக்குக் கட்ட வேண்டிய பணம், வெளியே கொடுக்க வேண்டிய பணம்

என்ற வகையில் பத்துக் கோடிக்கு வந்து நின்றது. இவரிடம் இருந்த சொத்துகளைக் கணக்கிட்டுப் பார்த்தபோது இது பெரிய தொகையாக எனக்குத் தெரியவில்லை. அப்புறம் ஏன் இந்த விளையாட்டு என்று புரியவில்லை.

சில மாதங்களுக்குப் பின்புதான் இதற்குப் பின்னால் உள்ள அரசியல் புரிந்தது. ஒரு ஜகஜ்ஜாலக்கில்லாடியிடம் வந்து மாட்டியுள்ளோம் என்பதை உணர்ந்து கொண்டேன். ஆனாலும் தப்பித்துப் போக விரும்பவில்லை. பாடம் கற்றுக் கொடுத்துவிட்டு நகர வேண்டும் என்று முடிவு செய்தேன்.

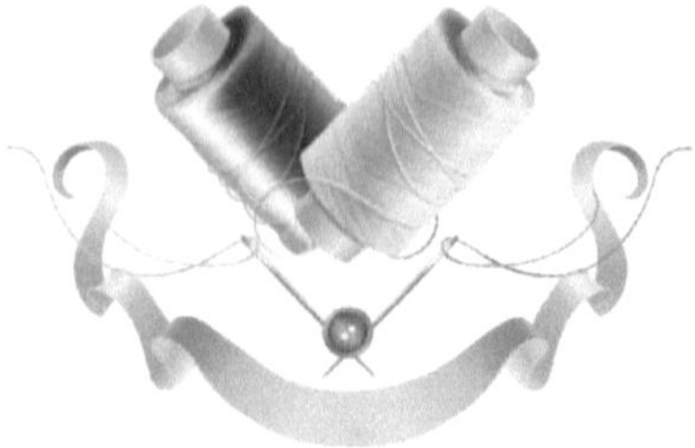

9

பாறைகளைக்கூட உடைத்துவிட முடியும்

'நீங்க கேட்ட மாதிரி 90 நாள்கள் தருகிறேன். அதற்குள் உங்களை நீங்கள் நிரூபிக்க வேண்டும்.' தொடக்கத்தில் பேசியபோது முதலாளி சொல்லி இருந்தார்.

'எல்லா வசதிகளும் உள்ளன. நீங்கள் செயல்பட வேண்டியதுதான்' என்பது போலவே அவரது பேச்சு இருந்தது. உலகமே அவர் கையில் என்பது போலவே எப்போதும் என்னிடம் பேசினார். அதை நான் பொருட்படுத்திக் கொள்ளாமல், அவ்வப்போது மனதிற்குள் சிரித்துக் கொள்வதுண்டு.

முதல் வேளையாக வெளியே யாருக்கு எவ்வளவு தொகை கொடுக்க வேண்டும் என்று பட்டியலிட்டு ஒரு கணக்கைத் தயார் செய்தேன். ஒவ்வொருவரையும் வரவழைத்துப் பேசினேன். குறிப்பிட்ட காலம் காத்திருக்கச் சொன்னேன். நானே பொறுப்பு என்று உறுதி அளித்தேன்.

காரணம், பணம் கேட்க ஒவ்வொரு நாளும் ஒவ்வொரு நபராக வந்து கொண்டிருந்தனர். அதில் பாதிக்கும் மேற்பட்டவர்கள் உருவாக்கிய களேபரங்கள் அலுவலகச் சூழலை மொத்தமாக மாற்றின. உள்ளே பணிபுரிபவர்களின் மனதில் இனம் புரியாத அச்சத்தை உருவாக்கின. அதனை முதலில் போக்க வேண்டும்.

பணம் கேட்டு வருகிறவர்களைக் கீழ்த்தளத்தில் வைத்துப் பேசினேன். ஆசை வார்த்தைகளை வீசாமல் எதார்த்தத்தை அவர்களுக்குப் புரியவைத்தேன்.

அவர்கள் நம்பினார்கள். பணம் கேட்டு வருகிற கூட்டம் குறையத் தொடங்கியது. உள்ளே இருந்த ஏஓ, இன்று யார் யாரெல்லாம் வந்தார்கள் என்ற பட்டியலை முதலாளி வரும்போது கொண்டு போய்க் காட்டுவார். புறங்கையால் தள்ளிவிட்டு அவரைத் திட்டி வெளியே அனுப்புவதைப் பார்த்தேன். புரிந்துவிட்டது. நான் பழைய கடன்கள் குறித்து முதலாளியிடம் பேசவே இல்லை.

கடன் பட்டவர்களை மனதிற்குள் நான்கு விதமாகப் பிரித்து வைத்திருந்தேன். பத்தாயிரத்திற்குக் கீழ் இருந்தவர்கள். ஒரு லட்சத்திற்குள் இருந்தவர்கள். ஒரு லட்சத்திற்கு மேலே இருந்தவர்கள். பத்து லட்சத்திற்கு மேல் இருந்தவர்களின் பட்டியலைக் கடைசியாக வைத்திருந்தேன்.

அவரவருக்கு உண்டான தொகையைப் பொறுத்து தனியான வாக்குறுதி கொடுத்திருந்தேன். அதில் இருந்த சிலரை மீண்டும் பயன்படுத்திக் கொள்ள வேண்டிய சூழலும் இருந்தது. அவர்களுக்கு முக்கியத்துவம் கொடுத்து, தனியாக வாக்குறுதி தந்து, மீண்டும் கடன் கொடுக்க வேண்டும் என்று சமாதானப்படுத்தி, உள்ளே கொண்டு வந்தேன்.

'நம் பணம் வாராக்கடனாகப் போய் விடுமோ' என்று பயந்து கொண்டிருந்தவர்களுக்கு என் அணுகுமுறை நம்பிக்கை அளித்தது. என்னுடன் தொடர் ஓட்டத்தில் ஓடி வரத் தயாரானார்கள்.

முதலில் அலுவலகம் சார்ந்த விஷயங்களில் கவனம் செலுத்தினேன். கூடவே உள்ளூர் பையிங் அலுவலகங்களில் பணிபுரிந்த நண்பர்களிடம் தொடர்புகொண்டு பேசி, முதல் ஆடரை எடுத்துக்கொண்டு வந்தபோது, முதலாளி லென்ஸ் வைத்துப் பார்த்தார். எப்படித் தைக்க வேண்டும்? எப்படிப்பட்ட தரம்? எந்த நாளில் அனுப்ப வேண்டும்? எப்போது நூல் எடுக்க வேண்டும்? எவ்வளவு முதலீடு செய்ய வேண்டும்? இவை போன்ற கேள்விகளைக் கேட்காமல் லாப சதவிகிதத்தைப் பற்றியே கேட்டார். இது நம் கம்பெனிக்குச் சரியா வருமா என்றார். 'நீங்க நினைப்பது போலச் செய்து விடலாம்' என்று பொதுவாக நம்பிக்கையூட்டி வேலையைத் தொடங்கினேன்.

இரண்டாவது மாதத்தில் மகன் வந்து சேர்ந்தார். அமெரிக்காவில் படித்தவர் என்பதால் எனக்கு அவர்மேல் ஒரு விதமான பிரமிப்பு உருவானது. இருவருக்கும் கெமிஸ்ட்ரி ஒத்துப் போனது.

மகன் என்னையே சுற்றி சுற்றி வந்தார். அவருக்கு அவர் அப்பா கொடுத்த அறையை விட்டுவிட்டு, என் மேஜைக்கு முன்னால் அமர்ந்துகொண்டு, என்னைப் பின்தொடர்ந்து கொண்டிருந்தார். அப்பா கவனிக்கச் சொன்னாரா, இல்லை என் மேல் காட்டிய ஈடுபாடா என்று எனக்குத் தெரியவில்லை.

ஆனால் என் மேல் அதிக அக்கறை காட்டினார். எனக்கும் அவர் அப்பாவுக்கும் பாலமாக இருந்தார். பாலர் பள்ளி முதல் மேல்நிலைப்பள்ளி வரைக்கும் ஊட்டியில் விடுதியில் தங்கிப் படித்தவர் அவர். அப்படியே அமெரிக்கா சென்றுவிட்டு இப்போதுதான் நிஜமான உலகத்தில் காலடி எடுத்து வைத்துள்ளார். வெளியுலக அடிப்படை அறிவு என்பது இல்லை என்றாலும், வெகுளியாக இருந்தது எனக்கு வசதியாக இருந்தது.

அவர்தான், 'ஸ்விஃப்ட் கார் உள்ளது. ஃபேக்டரிக்குப் போகும்போது நாம் இருவரும் அதில் செல்வோம்' என்று என்று கார்ப் பயணத்தைத் தொடங்கி வைத்தார். அப்பா அந்தக் காரை அவருக்குக் கொடுத்திருந்தார். ஆனால் டிரைவர் வைத்து ஓட்டச் சொல்லி இருந்தார்.

அலுவலகம் சார்ந்த பாதி வேலைகள் முடிந்திருந்தன. பல விஷயங்களில் தொடக்கத்தை உருவாக்கி பலரின் கைகளில் கொடுத்தாகிவிட்டது. இனி அது நகர்ந்துவிடும். கவனித்தால் போதும். இனி தொழிற்சாலையில் கவனம் செலுத்த வேண்டும்.

ஒவ்வொரு நாள் மதியமும் தொழிற்சாலை செல்லத் தொடங்கினேன். அப்போது மகன் என்னுடன் சேர்ந்து கொண்டார். முதலில் இருவரையும் டிரைவர்தான் அழைத்துச் சென்றார். எனக்கு கார் ஓட்டத் தெரியும் என்பதால் அடுத்த நாள் முதல் நான் டிரைவராக மாறினேன். அவர் என் அருகே அமர்ந்து அவர் சொந்தக் கதைகளைப் பேசிக்கொண்டே வருவார். தொழிற்சாலைக்குள் நான் செய்ய வேண்டிய சீர்திருத்தத்திற்குத் தேவையான பணத்தை அவரே ஏற்பாடு செய்து கொடுத்தார்.

சில வாரங்களில் மொத்தத் தொழிற்சாலை நிர்வாகமும் சுத்தமானது. புதிய நபர்களை உள்ளே கொண்டு வந்தேன். தனித்தனித் துறைகளாகப் பிரித்தேன். படிப்பறிவு இல்லாவிட்டால் கூட பரவாயில்லை. புறநகர்ப் பகுதியில் இருந்தவர்களுக்கு முன்னுரிமை கொடுத்து

தொழிற்சாலையில் ஒவ்வொரு பதவியிலும் அமர்த்தினேன். காரணம் அவர்கள் மூலம் தொழிலாளர்களை அதிக அளவு கொண்டு வர முடியும். நான் நினைத்தது நடந்தது. அலை அலையாகத் தொழிலாளர்கள் உள்ளே வரத் தொடங்கினார்கள்.

பலமான அடிப்படைக் கட்டமைப்பை உருவாக்கினேன். பலருக்கும் பயிற்சியளித்தேன். எப்படி தினமும் அலுவலகத்திற்கு ரிப்போர்ட் கொடுக்க வேண்டும் என்பதைச் சிலருக்கு கற்றுக் கொடுத்தேன். ஒரு பெண்ணை என் தொடர்பாளராக நியமித்தேன். படிப்படியான மாறுதல்கள் உருவாயின. வண்டி நகரத் தொடங்கியது. முதல் ஆடர் வெற்றிகரமாக ஏற்றுமதியானது.

அதாவது பத்தாண்டுகளுக்குப் பின்னால் இது நடந்திருக்கிறது என்பது எனக்கு அப்போது தெரியாது. பையிங் ஆபிஸில் இருந்து சொன்னார்கள். ஆனால் முதலாளியோ, 'நீங்க வருவதற்கு முன்புதான் ஒரு ஆடர் அனுப்பினேன். பாதிக்குப் பாதி லாபம்' என்றே சொல்லிக் கொண்டிருந்தார்.

வங்கியில் பணம் வந்து சேர்ந்துவிட்டது. அடுத்த ஆடர் உள்ளே வந்தபோது நூல் எடுக்க வேண்டும் என்று அது சார்ந்த காகிதங்களை முதலாளி மேஜைக்குக் கொண்டு சென்றபோதுதான், அவரது உண்மையான முகம் வெளியே வந்து என்னைப் பார்த்துச் சிரித்தது.

10

திருடுவது சுகம்

நான் கொடுத்த காகிதத்தில் உள்ள ஒவ்வொரு விஷயத்தையும் முதலாளி பார்வையிட்டார். அப்போது மகனும் அருகிலிருந்தார். மேலே உள்ள மற்ற விவரங்கள் எதையும் முதலாளி பார்க்கவே விரும்பவில்லை. என்ன லாப சதவிகிதம் என்பதை மட்டும் பென்சிலால் குறித்தார். உதட்டைப் பிதுக்கி என்னையும் மகனையும் வித்தியாசமாகப் பார்த்தார்.

‘நான் கூட உங்கள் வேகத்தைப் பார்த்து மூன்று மாதங்களில் பழைய பிரச்சினைகளைத் தீர்த்து விடலாம் என்று நினைத்தேன். இப்படிப் போனால் உங்களுக்கே சம்பளம் போட முடியாதே’ என்றார். அவர் அப்படிக் கேட்டபோது நான் உள்ளே வந்து 45 நாள்கள் முடிந்திருந்தன.

கடந்த 45 நாளில் 500க்கும் மேற்பட்ட தொழிலாளர்கள் உள்ளே வந்து, உற்பத்தி பழைய வேகத்திற்குச் சென்றிருந்தது. பிரிண்ட்டிங் செயல்படத் தொடங்கி, பல நிறுவனங்களின் ஆடர்களை அடித்து வாங்கிக் கொண்டிருந்தனர். நிட்டிங் இயந்திரங்கள் ஒவ்வொன்றும் சீர் செய்யப்பட்டு, தனி நபர் நியமிக்கப்பட்டு, அதன் முழுமையான உற்பத்தித் திறனை அடையத் தயாராக இருந்தது.

அப்போது சாயப்பட்டறைப் பிரச்சினை உச்சக்கட்டத்தில் இருந்தது. நீதிமன்ற தலையிட்டால் அதிகாரிகள் மொத்தமாகப் பூட்டுப் போட்டுச் சென்று விட்டனர். திருப்பூருக்குள் 700க்கும் மேற்பட்ட

சாய சலவைப் பட்டறைகள் மூடப்பட்டிருந்தன. இவரது சாயப்பட்டறை விவகாரம் நீதிமன்ற உத்தரவிற்காகக் காத்திருந்தது. அதில் கை வைக்க முடியாமல் தடுமாறினேன். சென்னையில் ஆட்கள் இருந்தார்கள். அவர்கள் கேட்கும் பணத்தைக் கொடுத்தால் போதும்.

ஆனால் முதலாளி வேறு பாதையில் போய்க் கொண்டிருந்தார். 'நீங்கள் செய்து கொடுக்கச் சொல்லுங்கள். ஒரு மாதம் கழித்துப் பணம் கொடுக்கலாம்' என்றார். அத்துடன் நான் அந்தப் பக்கமே செல்லவில்லை.

மகனிடம் சில பொறுப்புகளைக் கொடுத்தார். ஆனால் மகனோ ஜிம்முக்குச் செல்வது, கோவைக்கு நண்பர்களைப் பார்க்கச் செல்வது என்பதில் பிசியாக இருந்தார்.

பள்ளிக்கு வரும் மாணவன் போல வேண்டா வெறுப்பாக வந்து கொண்டிருந்தார் மகன். அதிலும் பிரச்சினைகள் வரும்போது காணாமல் போய் விடுவார். மதிய நேரம் நான் தொழிற்சாலைக்குச் செல்லும்போது அவரைக் கட்டாயப்படுத்தி என்னுடன் அனுப்பி வைத்தார்கள். அவர் அமெரிக்கப் புராணக் கதையை எடுத்து விட்டுக்கொண்டே வருவார்.

முதல் ஆடர் முழுக்க முழுக்க என் வார்த்தையின் அடிப்படையில் 90 நாள் கடனில் தரப்பட்டது. அது தனித் தொகையாகப் புதிய கடனாக நின்றது.

முதலாளி அதனைக் கண்டு கொள்ளவே இல்லை. இவரிடம் இதுபோன்ற விஷயங்களைப் பற்றிப் பேசினால் எடுபடாது என்று எனக்கு நன்றாகவே புரிந்துவிட்டது. முதலாளி, 'சரி இந்த ஆடர் எடுங்கள். ஆனால் எனக்கு 40 சதவிகிதம் லாபம் வேண்டும். அப்படி இருந்தால் மட்டும் எடுங்கள்' என்றார். நான் தலையாட்டினேன்.

கடைசியாக இன்னொன்றும் சொன்னார். 'இதற்கு இன்னும் 90 நாள்கள் உள்ளன. இப்போது நூல் எடுக்க முடியாது. எனக்கு மில்லுக்குப் பணம் வேண்டும். நீங்க பையிங் அலுவலகத்தைச் சமாளித்துக் கொள்ளுங்கள். கடைசியில் நானே சொல்கிறேன். அப்போது நூல் எடுக்கலாம்' என்றார்.

இதற்கு எப்படிப் பதில் சொல்வது என்றே எனக்குத் தெரியவில்லை. மகனின் முகத்தைப் பார்த்தேன். நானும் மகனும் நெருக்கமாகப் பழகி இருந்தோம். அப்பா பேசும்போது தவறு இருந்தால் மகன் குறுக்கே கேள்வி

எழுப்புவார். அப்பாவோ, 'உனக்கு ஒன்றும் தெரியாது. வாயை மூடு' என்று அதட்டி அடக்கி விடுவார்.

முழுமையாக ஒரு வருடத்திற்குள் அவரிடம் நான் வித்தியாசமான வாழ்வியல் தத்துவத்தைக் கற்றுக் கொண்டேன். ஒரு தொழில் எப்படி நடத்தக்கூடாது என்பதைவிட, ஒரு தொழில் செய்பவர் எந்த அளவுக்குக் கேவலமாக வாழக்கூடாது என்பதுதான் அது.

இன்னும் கற்றுக்கொண்டவை, கடன் கொடுத்தவர்களுக்கு எக்காரணம் கொண்டும் சொன்ன தேதியில் திருப்பிக் கொடுத்து விடக்கூடாது. எந்தந்த வகையில் இழுத்தடிக்க முடியுமோ இழுத்தடிக்கவேண்டும். நிர்வாகம் செல்லும் வழியில் நாமும் செல்ல வேண்டும். ஓரளவிற்கு மேல் பொறுமையிழந்து அவர்களே கொடுப்பதைக் கொடுங்கள் என்று சொல்லும் நிலை வருகிறபோது, பாதிக்குப் பாதி கொடுத்து செட்டில் செய்ய வேண்டும். அதிகப்படியான பிரச்சினை வரும்போது, டெபிட் போட்டு எந்த அளவுக்கு வாய்ப்பு உள்ளதோ அந்த அளவுக்குக் கழித்துவிட வேண்டும்.

அதாவது லாப சதவிகிதம் தனி. இதுபோன்ற வகையில் வரக்கூடிய உபரி லாபம் தனி. இதன் மூலம் கிடைக்கும் வருமானம், வாடகைக்கு விடும் கட்டடங்களாக மாறத் தொடங்கின. வாங்கப்படும் இடங்கள் எல்லாம் மகன்கள், மகள்கள், மனைவி பெயரில் வாங்கப்பட்டுக் கொண்டிருந்தன. அதன் மூலம் வரக்கூடிய வருமானம் நிறுவனக் கணக்கிற்குள் வராது.

பத்தாண்டுகளுக்குப் பின்னாலும் அவர் இன்னமும் தொழிலில் இருக்கிறார். அவரது எண்பது சதவிகிதச் சொத்துகளை வங்கிகள் எடுத்துக் கொண்டு விட்டன. மனைவி பெயரில் வந்து கொண்டிருக்கும் வாடகை, இன்ன பிற வருமானங்களை வைத்து மகன்கள் உள்ளூர் வர்த்தகம் செய்து கொண்டிருக்கிறார்கள்.

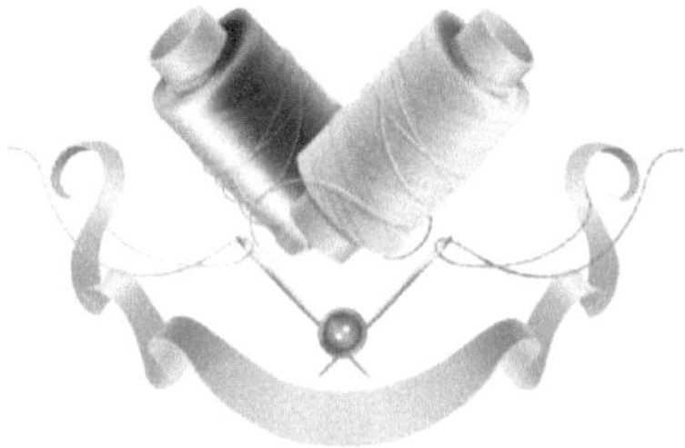

11

தென்றல் என்னைத் தழுவியது

2007 ஜூலை.

'நான் பணக்காரனாக வாழ வேண்டும். கோடிகளை ஆள வேண்டும்' என்று ஆசைப்படாதவர்கள் யாராவது உண்டா? இதில் பெரும்பான்மையாக இருப்பவர்கள்கூட மற்றொரு விஷயத்தில் சிறுபான்மையினராகத்தான் இருக்கிறார்கள். 'நான் தொழில் முனைவோராக மாற வேண்டும்' என்று எண்ணுவதில்லை. குடும்பத்தினர் அதற்கு அனுமதிப்பதும் இல்லை. இதற்குப் பின்னால் பல காரணங்கள் உள்ளன. முக்கியக் காரணம், 'சுயபாதுகாப்பு'.

இன்றைய சூழலில் இந்தியாவில் உள்ள மற்ற மாநிலங்களைவிட பல விதங்களில் பல நிலைகளில் முன்னேறிய மாநிலம் நம் தமிழ்நாடு. ஆனால் இங்கே எத்தனை குடும்பங்கள் தொழில் ரீதியான உயர்வான இடத்திற்கு நகர்ந்துள்ளன? சுதந்திரத்திற்குப் பிறகு பராம்பரியமான நிறுவனங்கள் என்று கணக்கில் எடுத்துக்கொண்டால் எண்ணிக்கை நூறைத் தாண்டாது. அதிலும் மூன்றாவது நான்காவது தலைமுறையாக வந்து கொண்டிருக்கும் எண்ணிக்கை இந்த நூறில் நாலில் ஒரு பங்குதான் இருக்கும்.

மற்றவை எல்லாமே கடந்த 2000க்குப் பிறகு உருவான நிறுவனங்கள். குறிப்பாக, திருப்பூர் போன்ற தொழில் நகரங்களில் கடந்த 25 வருடங்களுக்குள் மிகப் பெரிய பாய்ச்சல் நிகழ்த்தப்பட்டது.

ஆனால் கடந்த 25 வருடத்திற்குள் இங்கு உருவான நிறுவனங்களில் எத்தனை இரண்டாவது தலைமுறையில் ஜொலிக்கிறது என்று பாருங்கள்? ஏன் என்ற காரணங்களை வெளியே தேடி வேண்டியதில்லை.

மாற்றங்கள் ஒன்றே என்றும் மாறாதது. திருப்பூரில் 25 ஆண்டுகளில் எத்தனை எத்தனை மாற்றங்கள்! தொடக்கத்தில் உள்ளூர் மக்கள் மற்றும் சுற்றியுள்ள கிராமத்து மக்கள் ஒவ்வொரு நிறுவனத்திலும் பணிபுரிந்தார்கள். அடிமை போலவே அவர்கள் வேலை வாங்கப்பட்டார்கள். வேலை போய்விடக்கூடாது என்று அவர்களும் உழைத்தார்கள். போட்டி இல்லை.

இதனால் முதலாளிகள் வைத்ததுதான் விலை. நினைத்ததுதான் சட்டம். விரும்பியபடி செயல்பட்டார்கள்.

கணக்குப்புள்ள என்ற பெயரில் ஒருவர் பத்து வேலைகளைப் பார்த்தார். அப்படிப் பார்த்து பார்த்து வேலை செய்தவர்களும் பரதேசி போலத்தான் உள்ளே இருந்தார்கள். அலுவலகத்தில் தனித்தனியான பிரிவுகள் இல்லை. துறை சார்ந்த அனுபவங்கள் எதுவும் இல்லாமல், எல்லாமே யாரோ ஒரு மனிதரை நம்பி இருக்க வேண்டிய சூழல் இருந்தது. நவீனங்கள், தொழில்நுட்பங்கள் எதுவுமில்லை.

தவறுகள் நடந்தபோது பெரிய தொகையை இழக்க வேண்டியதாக இருந்தது. பலரும் இழந்தார்கள். சிலர் இறந்தார்கள். பெரும்பாலான முதலாளிகள் வேறு துறைக்கு மாறினார்கள்.

எந்தப் பன்னாட்டு நிறுவனங்களும் சான்றிதழ் இருந்தால்தான் உங்களுக்கு ஒப்பந்தம் தருவேன் என்று மிரட்டவில்லை. அரசாங்கங்கள் கண்களில் விளக்கெண்ணெய் ஊற்றி ஒவ்வொன்றையும் கவனிக்கவில்லை. காட்டியதுதான் கணக்கு. கட்டியதுதான் வரி.

நூறு ரூபாய்க்கு விலை வைத்த ஓர் ஆடையில் லாபம் மட்டும் நாற்பது ரூபாய் கிடைத்தது. இது தவிர ஏற்றுமதித் தொகையில் 13 சதவிகிதம் இன்சென்டிவ் என்ற பெயரில் அரசாங்கம் கொடுத்தது.

சீனா, பங்களாதேஷ், வியட்நாம், கம்போடியா, இந்தோனேசியா போன்ற போட்டி நாடுகள் இல்லை. ஐரோப்பா, கனடா, அமெரிக்கா என்று ஒவ்வொருவரும் நாடும் திருப்பூரை நம்பியே இருந்தது.

ஆனால் இன்று...

நூறு ரூபாய் ஆடை தயாரித்தால் ஐந்து ரூபாய் கிடைக்குமா என்பது ஆச்சரியமே. பன்னாட்டு நிறுவனங்கள் கேட்கும் அனைத்து விதமான சட்ட திட்டங்களுக்கும் கட்டுப்பட்டு முட்டி போட்டு வரிசையில் நிற்க வேண்டும். உன் விலை என்ன என்று இப்போது கேட்பதில்லை. அவர்களே இதுதான் லாப சதவிகிதம் என்று சொல்லிவிடுகிறார்கள். 13,000 கிலோமீட்டருக்கு அப்பால் இருந்துகொண்டு, மொத்த திருப்பூரையும் கணினி வழியே நிர்வாகம் செய்து கொண்டிருக்கிறார்கள்.

ஒரு துறையில் ஒன்பது பிரிவுகள். ஒன்பது பிரிவுகளில் முப்பது அலுவலக ஊழியர்கள். அப்படியும் தவறுகள் அதிகம் நடக்கின்றன. ஒவ்வொரு முறையும் தன் சொத்தை அடமானம் வைத்து ஒவ்வொரு முதலாளியும் குட்டிக்கரணம் அடித்து தன் நிறுவனங்களையும் தங்களைப் பெயரையும் காப்பாற்றிக் கொண்டிருக்கிறார்கள்.

வேலை கேட்டு ஆட்கள் நிறுவன வாசலில் காத்திருந்து, முதலாளியின் கடைக்கண் பார்வை நம் மேல் படுமா என்ற சூழல் மாறி, தொழிலாளர்களை அழைத்து வர அவரவர் இருக்கும் வீட்டுக்கே வாகனங்கள் செல்லும் நிலை வந்துள்ளது.

சாரை சாரையாக வந்திறங்கிய வட — தென் மாவட்டத் தமிழினம் சாராயக்கடையே கதியென்று கிடக்க, நேபாளம் முதல் கேரளா வரைக்கும் உள்ள மாநிலங்களிலிருந்து வந்து இறங்கியவர்கள் தற்போதைய திருப்பூர் உற்பத்தியைக் காப்பாற்றிக் கொண்டிருக்கிறார்கள். அப்படியும் தாக்குப் பிடிக்க முடியாமல் முதலாளிகள் எத்தியோப்பியா, பங்களாதேஷ் பக்கம் நகர்ந்து சென்று கொண்டிருக்கிறார்கள்.

25 வருடங்களுக்கு முன்பு திருப்பூரின் புறநகர் முழுக்க சலவைப்பட்டறைகள் அதிகம் இருந்தன. மனிதர்கள்தான் வேலை செய்தார்கள். சுண்ணாம்புக் கால்வாய் போலக் கொதிக்கும் நீரில், தோலைப் பதம் பார்க்கும் வேதியியல் சமாசாரங்களை கைகளால் கையாண்டார்கள். கால், கைகள் வெந்து புண்ணாகி மருத்து வசதிகள் சரியாகக் கிடைக்காதவர்கள் காலத்தோடு கரைந்து போனார்கள்.

ஐந்து லட்சம் தொழிலாளர்கள் வாழும் இந்த ஊரில் இன்று வரையிலும் முறையான ஈஎஸ்ஐ மருத்துவமனைகள்

இல்லை! தொழிலாளர்கள் இளைப்பாறப் பொழுதுபோக்கு வசதிகள் கிடையாது. ஒரு பூங்கா கூட இல்லை. ஒவ்வொரு தொழிலாளர்களும் வீடு மற்றும் தொழிற்சாலை என்றே வாழ வேண்டும் என்ற சிலரின் விருப்பத்தின் பேரில், எதையும் கொண்டு வர விடாமல் தந்திர வலையில் திருப்பூரை வைத்துள்ளனர்.

இறந்தவர்கள் குறித்து இங்கே யாரும் கவலைப்படுவதில்லை. ஒரு தொழிலாளி ஐந்து வருடம் வேலை செய்திருந்தால் அவர் ஸ்கில்டு லேபராக வளர்ந்திருப்பார். ஆனால் அவரை எந்த நிறுவனமும் தக்க வைத்துக் கொள்வதில்லை. தொழிலாளர்களும் நிரந்தரமாகத் தங்குவதும் இல்லை.

மாற்றங்கள் உருவாகின. ஏற்றுமதிக்காக மிக அதிகமாகச் சாயப்பட்டறைகளும் ஆங்காங்கே உருவாகின. அடர் வேதியியல் சமாசாரங்களை அப்படியே திறந்துவிட நொய்யல் ஆறு நொந்துபோனது. விளைநிலங்கள் வெந்து போனது.

வியாபாரிகள் வளர்ந்தார்கள். விவசாயிகள் வீழ்ந்தார்கள். உள்ளே வந்த புதிய தொழில்கள் ஒவ்வொன்றும் பத்து பேர்களுக்கு வாழ்க்கை கொடுத்தன. அதிகார வர்க்கத்தின் அமைதி 5,000 ஏக்கர் விளைநிலங்களைக் காவு வாங்கியது. நீதிமன்றம் தலையிட்டுச் சாயப்பட்டறைகளை மூடினார்கள். திறந்தார்கள். மூடினார்கள். கண்ணாமூச்சி ஆட்டத்தில் எல்லாமே மாறியது. முதலாளிகளும் மாறினார்கள்.

ஆற்றில் திறந்து விட்டால்தானே கேள்வி கேட்கிறாய் என்று, பயன்படுத்தப்படாமல் வைத்திருந்த ஆழ்குழாய்க் கிணற்றின் வாயில் சாய அமிலத்தை அப்படியே ஊற்றினார்கள். பூமியின் ஆழ் வயிற்றுக்குள் இறக்கும் புனிதப் பணியையும் தொடங்கினார்கள். இன்றும் தொடர்கிறது.

ஸீரோ டிஸ்சார்ஜ் என்றார்கள். சொட்டுக் கூட கழிவு இல்லை. சொட்டுக் கூட வெளியே விடாமல் இயற்கையைப் பாதுகாக்கிறோம் என்றார்கள். அந்த அந்தச் சங்கத்தில் இருந்தவர்களே சங்கடப்படாமல் சங்கடமான காரியங்களைச் சுருதி சுத்தமாகச் செய்து கொண்டிருக்கிறார்கள்.

வியாபாரத்தில் கிடைக்கும் லாபம், அதன்மூலம் கிடைத்த வசதிகள் தத்தமது தலைமுறைகளை வாழவைக்கும் என்று நம்பியவர்கள், தாங்கள் வாழ்ந்த பூமியைக் குற்றுயிரும்

குலையுயிருமாக மாற்றுவதற்கு நீங்கள் என்ன பெயர் சூட்டுவீர்கள்? மக்கள் எந்த பூமியில் போய் வாழ்வார்கள் என்பதை உணர மறுத்தவர்களைத் தொழிலதிபர்கள் என்பீர்களா?

பத்து நல்ல முதலாளிகளுக்கிடையே ஒரு மோசமான முதலாளி கலந்திருப்பதால் ஊரே சாயத் தண்ணீராக மாறியது. எங்கு தோண்டினாலும் சாயத் தண்ணீர் தன் கோரத் தாண்டவத்தை நிகழ்த்தி இருந்தது.

தொடக்கத்தில் திருப்பூரில் ஒவ்வொருவரும் தண்ணீருக்காக நாய் பேயாய் அலைந்தார்கள். முதலாவது, இரண்டாவது குடிநீர்த்திட்டங்கள் வந்து சேர, திருப்பூர் முழுக்க இருந்த உப்புத் தண்ணீர் மாறியது. இன்று மக்கள் பவானி நீரில் வாய் கொப்பளிக்கத் தொடங்கி உள்ளனர்.

சிற்றூர் அந்தஸ்து படிப்படியாக மாறி திருப்பூர் மாநகராட்சியாக மாறியது. கூடவே மாவட்டத் தலைநகராகவும் மாறி புதிய பாதையில் வந்து நின்றது. ஆனால் வளர்ச்சிக்கும் வீக்கத்திற்கும் உண்டான வித்தியாசங்களை உணராமல் உருவாக்கப்பட்ட மாற்றங்கள், திடீர் நெருக்கடிகளை உருவாக்கின. கூடவே பலர் கோடீஸ்வரர்களாகவும் ஆனார்கள்.

காலமாற்றத்தில் உருவான ஒவ்வொன்றையும் கடந்து வந்துள்ள திருப்பூரின் வளர்ச்சிக்குப் பின்னால் கோடிக்கணக்கான மனித உழைப்பு உள்ளது. ஆயிரத்திற்கும் மேற்பட்ட முதலாளிகளின் அயராத உழைப்பும் உள்ளது.

சாதித்தார்கள் என்பது என்பது எந்த அளவுக்கு உண்மையோ அதே அளவுக்குச் சறுக்கினார்கள் என்பதும் வருத்தப்பட வேண்டிய நிஜம். லாபத்தில் ஆசை இருக்கும் அளவிற்கு நாணயத்தில் ஆசை வைப்பதில்லை.

காலம் நகர்ந்துகொண்டே இருக்கும். நகரும்போது நாமும் மாற வேண்டும் என்ற எண்ணம் உருவாவதில்லை. தனி மனித விருப்பு வெறுப்புகள் ஒரு தொழில் நிர்வாகத்தில் கலக்கும்போது அது பலவகைகளில் பாதிப்பை உருவாக்கும்.

நிறுவனம் வளர்கிறது என்றால் அதில் உள்ளவர்களும் வளர்வார்கள். தொழில்நுட்ப ரீதியாக வளர்வதுடன் பொருளாதார ரீதியாக அவர்களும் வளரும்போதுதான் பரவலான வளர்ச்சி உருவாகும். அதற்குப் பயிற்சி முக்கியம். வெளிப்படைத் தன்மை அதைவிட முக்கியம். ஆனால் இங்கே இரண்டும் மறுக்கப்படுகின்றன.

டெங்குக் கொசு பரவும்போது உங்கள் வீட்டை மட்டும் சுத்தமாக வைத்துக் கொண்டால் போதாது. உங்கள் சந்து, பக்கத்தில் உள்ள சந்துகளில் உள்ள வீடுகள் அனைவருமே தங்கள் வீடுகளைச் சுத்தமாக வைத்திருக்க வேண்டும். திருப்பூரில் குறிப்பிட்ட சிலரின் வளர்ச்சிக்காக மொத்த வளர்ச்சியையும் காவு வாங்குகிறார்கள். இதன் காரணமாக இந்த ஊரும் இந்தத் தொழிலும் இன்னமும் சிறு தொழில் என்ற அந்தஸ்தைக் கடந்து வர முடியாமல் தவிக்கின்றன.

அடக்கி ஆள வேண்டும் என்று கருதிக் கொள்பவர்கள், ஓர் எல்லைக்குப் பிறகு தங்களின் பிடிமானம் தவறும்போது பதற்றமடைகிறார்கள். பலத்த இழப்பையும் சந்திக்கிறார்கள். எண்ணங்களில் அமெரிக்கனாக வாழ ஆசைப்படுபவர்கள்கூட இயல்பில் தன் கட்டுப்பெட்டித்தனத்தைவிட்டு வெளியே வர மறுக்கிறார்கள்.

எந்த வெளிநாட்டு நிறுவனங்களில் சாதி மதம் வெளிப்படையான தாக்கத்தை உருவாக்குகிறது? அவர்களுக்குத் திறமை மட்டும்தான் வேண்டும். திறமையுள்ளவர்களை உள்ளே இழுத்து அவர்களுக்குத் தேவையானதைக் கொடுத்து தாங்கள் விரும்பும் இலக்கை எளிதில் அடைந்து விடுகிறார்கள்.

நாம் அடிப்படையில் கிராமப் பொருளாதாரச் சூழலில் வளர்ந்தவர்கள். புதிய விஷயங்கள் மிரட்சியைத் தரும். புதிய சிந்தனைகள் அச்சத்தை உருவாக்கும். இதற்கு மேலாகக் காழ்ப்புணர்ச்சியும் விடமுடியாத பழமைவாத கொள்கைகளும் நம்மோடு இருக்கும்போது, அவை நாம் செய்யும் நிர்வாகத்தில் ஒவ்வொரு கட்டத்திலும் பிரதிபலிக்கவே செய்யும். இது வீழ்ச்சியை விரைவுபடுத்துகிறது. இதுதான் திருப்பூரில் நிறைந்துள்ளது.

ஒரு கோடியில் வியாபாரம் செய்யும்போது சின்ன நிர்வாகம் இருக்கும். நம் கட்டுப்பாட்டில் ஒவ்வொன்றும் இருக்கும். அதுவே பத்துக் கோடிக்கு மாறும்போது பலரும் உள்ளே வருவார்கள். அவர்களின் சிந்தனைகளை ஒருங்கிணைக்க நமக்குப் பரந்த அறிவு வேண்டும். நிகழ்காலச் சாத்தியங்களையும் அறிந்திருக்க வேண்டும். நூறு கோடிக்கு மாறும்போது கட்டாயம் தொழில்நுட்பம் புகுந்துவிடும். கட்டாயம் புகுத்தியே ஆக வேண்டும்.

ஒவ்வொரு தொழில்நுட்பமும் வெளிப்படைத்தன்மை கொண்டிருக்கும். எல்லாமே எல்லோருக்கும் தெரியும் என்ற

சூழல் உருவாகும். கற்றுக் கொண்டால் அந்த நிறுவனத்தில் இருந்து ஓடி விடுவார்கள். வேறு நிறுவனத்திற்கு மாறி விடுவார்கள். அவர்கள் வளர்ந்து விடுவார்கள். அவர்களை நான் ஏன் வளர்க்க வேண்டும் என்ற எண்ணம் இருக்கும் முதலாளியின் சிந்தனை, உள்ளூர் வர்த்தகத்திற்கு மட்டுமே உதவும். இங்கே குண்டுசட்டிக்குள் குதிரை ஓட்டிப் பழக்கப்பட்டவர்களுக்கு அதுவே பிரச்சினையாகி விடுகிறது. முன்னேற முடியாமல் மூச்சிரைக்கத் தடுமாறத் தொடங்குகிறார்கள்.

முதலாளி என்பவர் முதலீடு செய்பவர் மட்டுமல்ல. சிறந்த நிர்வாகியாகவும் இருக்க வேண்டும். முன்முடிவு இன்றி எதையும் அணுகும் பக்குவம் பெற்றவராக இருக்க வேண்டும். தொழிலுக்கு லாபம் எந்த அளவுக்கு முக்கியமோ அதே அளவுக்குத் தொழில் நிரந்தர வளர்ச்சியை நோக்கி நகர்தலும் முக்கியம். அதற்கு நீடித்த நம்பிக்கையை உள்ளும் புறமும் பெற்றிருக்க வேண்டும்.

தன்னுடன் இருப்பவர்களை நம்ப வேண்டும். அவர்கள் வளர்வதையும் அனுமதிக்க வேண்டும். கிளைகளும் இலைகளும் ஆரோக்கியமாக இருந்தால்தான் காயும் கனியும் உருவாகும் என்பது வேருக்குத் தெரிய வேண்டும்.

நிர்வாகத்தில் அடிப்படை, மனிதாபிமானம். அதன்மூலம் செலுத்தப்படும் கட்டமைப்பு. இப்படிக் கிடைக்கும் லாபம் மட்டுமே தொடர்ந்து வரும். நீண்டகாலம் நீடிக்கும்.

குறுகிய லாபம் அப்போதைக்கு மகிழ்ச்சியைத் தரலாம். ஆனால் தலைமுறைகளைக் கடந்து நிற்கும் வியாபாரம் மட்டுமே இங்குப் போற்றப்படுகிறது.

வியாபாரத் தந்திரங்கள் சந்தையில் ஓரளவுக்கு மேல் எடுபடாது என்பதைப் புரிந்துகொள்ள மறுப்பவர்கள் சந்திக்கும் இழப்புகள், அவரை மட்டுமல்ல, அவரது மொத்தக் குடும்பத்தையே தெருவுக்குக் கொண்டுவந்து நிறுத்திவிடும். இதனால்தான் இங்கே 500 கோடியைப் பார்த்தவர்கள் தலைமறைவு வாழ்க்கைக்குச் சென்று விடுகிறார்கள்.

மனதை அடக்கியாள்வது தனிக்கலை.

முதல் தலைமுறையில் முதல்முறையாக வந்து சேர்ந்த பணம் பல வசதிகளைக் கொண்டு வந்து சேர்க்கும் என்பது எந்த அளவுக்கு உண்மையோ, அதே அளவுக்கு உண்மை,

உடம்புக்கு ஆகாத அத்தனை அசதிகளையும் கொண்டு வந்து நிறுத்தும்.

ஒதுக்குவதா ஒதுங்குவதா என்பதுதான் மனதை அடக்குபவரின் தனித் திறமை. நம்மவர்களுக்கு எதை எப்போது எந்த இடத்தில் செய்ய வேண்டும் என்பது தெரியாது. எதனை எந்த அளவோடு நிறுத்த வேண்டும் என்பதும் புரியாது. புரிந்தபோது எல்லாமே எல்லை தாண்டிப் போயிருக்கும். இழப்பின் வலியை உணர்வதற்குள், இருப்பதையும் இழந்து, அதற்கு மேலாகக் கொடுக்க வேண்டியதாக மாறி இருக்கும்.

ஒரு தொழிலதிபரை உலகம் பார்க்கும் பார்வை வேறு. உள்ளே பணிபுரிபவர்கள் பார்க்கும் பார்வை வேறு.

யாரையும் எளிதில் குறை சொல்ல முடியும். உன்னால் முடிந்ததா என்ற கேள்வி வரும். என்னை நோக்கி வந்துள்ளது. குடும்பத்தினர், உறவினர்கள் வார்த்தைகளால் குத்திக் கிழித்துள்ளனர். பிரச்சினைகளைப் பற்றியே பேசிக் கொண்டிருக்காதே, கப்பல் கரை சேர்ந்ததா என்று ஒவ்வொருவரும் கேட்டுள்ளனர். பலரின் கேலிகளைச் சந்தித்துள்ளேன். சங்கடம் வந்தாலும் என்னை நானே ஒவ்வொரு காலகட்டத்திலும் மீளாய்வு செய்து கொண்டேதான் இருந்தேன்.

அதிகக் கோபம், அதீத எதிர்பார்ப்பு போன்றவை உடன் இருப்பவர்களைப் பிரிந்து செல்லக் காரணமாக இருந்தன. எல்லாவற்றிலும் நேர்மை, எப்போதும் உழைப்பு மட்டுமே உயர்வைத் தரும் என்ற நம்பிக்கை, பெரிய அவமானங்களைப் பரிசாகத் தந்தன சூழலுக்குப் பொருந்தாத காரியங்களில் கவனம் செலுத்தியது, விழலுக்கு இறைத்த நீராக மாறியது.

என்னுடன் எப்போதும் இருக்கும் உணர்ச்சிப் பிரவாகம் வார்த்தைகளாக வெடித்துச் சிதறியபோது அடிப்படைக் குடும்ப அமைப்பிலே பெரிய விரிசல் உருவானது.

கடவுள் நம்பிக்கைகள், பிற நம்பிக்கைகள் போன்றவற்றில் நாம் கவனம் செலுத்துவதைவிட காலத்தின் மீது நம்பிக்கை வைப்பது எளிது.

காலம் கற்றுக் கொடுக்கும். கவனிக்கும். கண்காணிக்கும். காத்திருக்கச் சொல்லும். நாம்தான் உணர்ந்து கொள்ள வேண்டும். உணர உங்கள் மனம் ஓய்வில் இருக்கவேண்டும். நான் ஓய்வில் இருந்த சமயங்களில், அடைந்த

அவமானங்களை, கிடைக்காத அங்கீகாரங்களைக் கவனமாகப் பத்திரப்படுத்தி வைத்திருந்தேன்.

என்னையும் காலம் கனிவாகப் பார்த்தது. அந்தச் சமயத்தில் தென்றல் வீசியது. புயலும் புழுதிக் காற்றும் சூழ்ந்த வாழ்க்கையில் வந்த தென்றல் வாரி அணைத்துக் கொண்டதோடு மூச்சு முட்டவும் வைத்தது. இனியாவது பிழைத்துக் கொள் என்று சொல்லாமல் சொல்லியது.

2007ம் ஆண்டு இந்த வாய்ப்பு என் வாசல் தேடி வந்தது. வாழ்க்கையில் ஒன்றை நான் தேடிச் சென்றதைவிட என்னை நோக்கி வந்தவைதான் அதிகம். அப்படி வந்த வாய்ப்புகள்தான் எனக்கு நிலைத்த புகழையும் லாபத்தையும் தந்துள்ளன. அப்படித்தான் இந்த வாய்ப்பும் என்னைத் தேடி வந்தது.

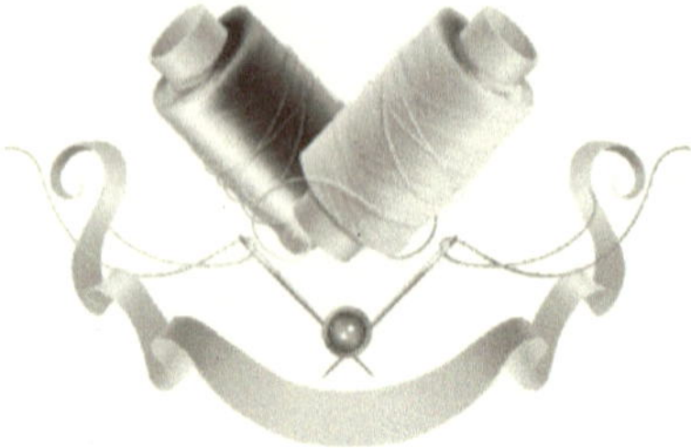

12

காலம் வழிகாட்டும்

அதுவொரு ஞாயிற்றுக்கிழமை.

வீட்டில் மகள்களுடன் விளையாடிக் கொண்டிருந்தேன். வெளியே மழை வெளுத்து வாங்கிக் கொண்டிருந்தது. மூவருக்கும் காகிதக் கப்பல்கள் செய்து கொடுத்துக் கொண்டிருந்தேன். அப்போது மழையில் நனைந்துகொண்டே நண்பர் வந்தார்.

வந்தவர் அலுவலக ரீதியான பழக்கம் உள்ளவர் அல்ல. அவர் ஒரு தொழிலாளி. சிங்கர் காண்ட்ராக்ட்காரர். நான் ஏற்கெனவே பணிபுரிந்த நிறுவனத்தில் இவர் என்னுடன் பணியில் இருந்தார். இவர் வளர நான் காரணமாக இருந்துள்ளேன். அற்புதமான திறமைசாலி. இவர் தைக்கும் ஒவ்வோர் ஆடையும் தரத்தில் மிளிரும். எவரையும் கவரும்.

இவரைப் போன்றவர்களிடம் எப்போதும் ஐம்பதுக்கும் மேற்பட்ட சிங்கர் (தையல் இயந்திரத்தில் தைப்பவர்கள்) இருப்பார்கள். இவர் ஒரு குட்டி முதலாளி. நிறுவனத்தில் கொடுக்கப்படும் ஆடைகளில், தைக்க வேண்டிய இடங்களைத் தைத்துக் கொடுத்துவிட்டு, அதற்கு மொத்தமாகப் பேசி கூலி வாங்கிக் கொள்வார். இவர் ஒரு லாபம் எடுத்துக் கொள்வார்.

தன்னிடம் பணிபுரிபவர்கள் ஒவ்வொருவருக்கும் ஒவ்வொரு விதமான வேலையைக் கொடுப்பார். தொடக்க நிலையில் இருப்பவர்கள் முதல் இந்தத் தொழிலில் கரை கண்டவர்கள் வரை அத்தனை பேர்களும் இவரிடம் பணிபுரிவார்கள்.

ஒருவர் லேபிள் மட்டுமே வைப்பார். ஒருவர் ஜிப் மட்டும் தைப்பார். அவரவர் செய்யும் பணியைப் பொறுத்து விலையுண்டு.

பணிபுரியும் நிறுவனங்களில் வாரத்தில் எல்லா நாள்களிலும் வேலை இருந்தால் இவருக்கு மட்டும் தனியாக வாரத்திற்குப் பத்தாயிரம் ரூபாய்க்கு மேல் கிடைக்கும்.

இவர்கள் முதலாளியைக் குறிப்பிட்ட நேரத்தில் மட்டுமே பார்க்க முடியும். சில முதலாளிகள் நேரிடையாகப் பேசுவார்கள். சிலர் ஃபேக்டரி மேனேஜர் அல்லது புரொடக்சன் மேனேஜர் மூலம் விலையை முடிவு செய்வார்கள்.

இந்த சந்தர்ப்பங்களை மேனேஜர் பொறுப்பில் உள்ளவர்கள் தந்திரமாகப் பயன்படுத்திக் கொள்வார்கள். தங்களுக்கு ஒரு பீஸ்க்கு ஒரு ரூபாய் என்று இவர்களிடம் பேசி வைத்துக் கொண்டு, முதலாளியிடம் ரேட் பேசி வாங்கிக் கொடுத்து விடுவார்கள். அவர்கள் வாரம் பத்தாயிரம் ரூபாயை எளிதாகப் பெற்று விடுவார்கள். சக்கரம் சுற்றும் வரைக்கும் சிறப்பு. இறங்கினால் முதலாளி கழுத்தைப் பிடித்து வெளியே தள்ளி விடுவார்.

இந்தத் துறை தொடக்கம் முதல் கடைசி வரைக்கும் மனிதர்களை மட்டுமே நம்பி இயங்கும் துறை. இயந்திரங்கள் உண்டு. ஆனால் அதனை இயக்க மனிதர்கள் தேவை. நாம் விரும்பினாலும் விரும்பாவிட்டால் ஒவ்வொரு நிலையிலும் மனிதர்களுடன்தான் பழக வேண்டும். அவர்களை அனுசரித்து நடந்து கொள்ளத் தெரியவேண்டும். ஒருவர் பத்து வருடங்கள் இந்தத் துறையில் பணிபுரிந்தாலும் அவருக்கு முழுமையாகத் தொழில்நுட்பங்கள் தெரிந்திருக்க வேண்டிய அவசியமில்லை. ஆனால் நிர்வாகத் திறமை இருந்தே ஆக வேண்டும். அதன் மூலம் வளர முடியும்.

பணிபுரிபவர்களுக்கு மட்டுமல்ல. முதலாளிகளுக்கும் இப்படித்தான். முழுமையாக இந்தத் துறையில் உள்ள ஒவ்வொரு பகுதியையும் நுணுக்கமாகக் கற்றுக்கொண்டு, தொழில் நிறுவனங்கள் ஆரம்பித்து, அதில் தோற்ற முதலாளிகளும் இருக்கிறார்கள். எதுவும் அறியாமல், சிறப்பாக நிர்வாகம் செய்யத் தெரிந்து, பலரின் ஒத்துழைப்புகளைப் பெற்று வென்றவர்களும் இருக்கிறார்கள்.

அலுவலகத்தில் பணிபுரிபவர்களைவிட உற்பத்தித் துறையில் பணிபுரிபவர்களுக்குச் சவால்கள் அதிகம். மனிதர்களை

வேலை வாங்கத் தெரிய வேண்டும். எப்போது கோபப்பட வேண்டும், எதற்காகத் தன்மானத்தைவிட்டு இறங்க வேண்டும் என்று புரிந்திருக்க வேண்டும். புரிந்தவர்களால் உற்பத்தித்துறையில் உச்ச நிலையில் முதலாளிக்கு அடுத்து அமர்ந்து ஆட்சி புரிய முடியும்.

அரசியலில் உள்ள தந்திரங்கள் அனைத்தும் அவசியம் தெரிந்திருக்க வேண்டும். யார் எதிரி, யார் நண்பர் என்பதைக் கடைசி வரைக்கும் கண்டுபிடிக்கவே முடியாது. நம்மை நாம்தான் கட்டுப்படுத்திக் கொள்ள வேண்டும். பணி மாறுதல் இங்கே மிக இயல்பானது. யார் எப்போது நம்மை விட்டுச் செல்வார்கள், நம்மை எத்தனை நாள்கள் இங்கே வைத்திருப்பார்கள் என்று கணிக்க முடியாது.

சென்றவர்களைப் பற்றிக் கவலைப்படுவதில்லை. சென்றவர்களின் திறமைகளைப் பற்றிக் கண்டு கொள்வதும் இல்லை. வந்தால் வரவு. சென்றால் செலவு. அடுத்த நபர். அவரும் சென்றால் அதற்கடுத்த நபர். இப்படி மாறிக்கொண்டே இருக்கும் சக்கரமிது.

நிறுவனங்களில் ஒவ்வொரு துறையிலும் இப்போது என் வீடு தேடி வந்துள்ள நண்பர் போலப் பல பேர்கள் இருப்பார்கள். இவர்களைத்தான் நாம் கட்டுப்படுத்த வேண்டும். வேலை வாங்கத் தெரிந்திருக்க வேண்டும். இவர்களை வைத்து மொத்த நிர்வாகத்தையும் நடத்த வேண்டும். இவர்கள் முரண்டு பிடித்தால் மொத்தமும் பாழாகும்.

இவரைப் போன்ற நபர்களிடம் கை நீட்டிப் பழகிவிட்டால் நம்மால் நிறுத்தவே முடியாது. அவர்கள் இழுத்த இழுப்புக்குச் சென்றுகொண்டே இருக்க வேண்டும். ஒரு கட்டத்தில் அவர்கள் நம்மை வேலை வாங்கத் தொடங்குவார்கள். பிறகு அவர்களின் எந்த நடவடிக்கையையும் நாம் கட்டுப்படுத்த முடியாது. நம் பதவிக்கு மரியாதை கிடைக்காது. பல சமயம் மிரட்டவும் தொடங்குவார்கள்.

தன்மானம் பெரிதென நினைப்பவர்கள் பணத்தைப் பெரிதாகக் கண்டு கொள்ள மாட்டார்கள். எனக்குப் பணம் மட்டும் போதும், மற்ற எதுவும் பொருட்டல்ல என்பவர்களுக்கு இந்தத் துறையில் எதுவும் புதிதல்ல.

நான் எப்போதும் கம்பீரமாகவே வாழ்ந்து பழகியவன். எனக்கு எந்தக் காலத்திலும் பணம் குறித்த எதிர்பார்ப்பு பெரிதாக உருவானதில்லை. முதல் தலைமுறையில்

பணம் பார்த்தவனும் அல்ல. கைவிட முடியாத பல கொள்கைகளை வைத்திருந்தேன். எவரும் எதற்காகவும் என்னை வளைக்க முடியாது என்ற நிலையிலிருந்தே பழகியவன். இதுவே அடுத்தடுத்த வாய்ப்புகளை வாசல் வரைக்கும் கொண்டு வந்து சேர்த்தது. இதுவே இவரையும் என்னுடன் இணைத்தது. குடும்ப உறவாக மலர்ந்தது.

உள்ளே வந்தவர், 'சார்... உங்களிடம் தனியாகப் பேச வேண்டும்' என்றார். மனைவியிடம் டீ போடச் சொல்லிவிட்டு, மகள்களை உள்ளே அனுப்பிவிட்டுப் பேசத் தொடங்கினேன்.

அவர் கொண்டு வந்த செய்தி ஆச்சரியப்பட வைத்தது.

13

வாய்ப்புகள் (சில சமயம்) தேடி வரும்

‘சார், தாராபுரத்தில் ஒருவர் இருக்கிறார். ரைஸ்மில் வைத்துள்ளார். மகள்கள், மகன்களை அவரவர் பாதையில் செட்டில் செய்து விட்டார். பணம் நிறைய வைத்துள்ளார். ஏதாவது ஒரு தொழிலில் முதலீடு செய்ய வேண்டும், வரும் லாபத்தில் பாதி வேண்டும் என்கிறார். இரண்டு மாதத்திற்குள் நாம் கொடுக்க வேண்டும். உங்களுக்குத்தான் பையர்கள் தொடர்புள்ளதே. இவரைப் பயன்படுத்திக் கொள்வோம். என்னையும் கவனித்துக் கொள்ளுங்கள்’ என்றார்.

வியப்பாக இருந்தது. ஒவ்வொரு முறையும் மாற்றங்கள் என்னைத் தேடி வந்துகொண்டே இருக்கும் என்பது உண்மை. ஆனால் இந்த முறை வித்தியாசமாக வேறொரு பாதையில் அழைத்துச் செல்கிறதே!

யோசித்துச் சொல்கிறேன் என்று சொல்லி அவரை அனுப்பி வைத்துவிட்டேன்.

அலுவலகத்திலிருந்து போது இரண்டு முறை அழைத்தார். ‘சார் நாளைக்கு அவர் உங்கள் வீட்டுக்கு வருகிறார். தயாராக இருங்கள்’ என்றார்.

இரவில் அவர் வந்தார். மகள்களுடன், மனைவியுடன் பேசினார். சாதி, ஊர் குறித்துக் கேட்டார். குடும்பப் பின்புலத்தை நுணுக்கமாக விசாரித்தார். வீட்டைச் சுற்றிப் பார்த்தார். வாடகையா, சொந்த வீடா என்று விசாரித்தார். ‘நாளை புதன் கிழமை வருகிறேன்’ என்று சொல்லிவிட்டுக் கிளம்பி விட்டார்.

சொன்னது போல மறுநாள் மாலை வந்தார். அலுவலகத்தில் இருந்த என்னை நண்பர் அழைத்து, வீட்டுக்கு வரச் செய்தார். ஒரு மஞ்சள் பையில் 30 லட்சம் ரூபாயை மணம் மாறாமல் எடுத்து வந்திருந்தார்.

உள்ளே வந்தவர் பூஜை அறையில் இருந்த சாமிப் படங்கள் முன்னால் வைத்துவிட்டு விளக்கேற்றிச் சாமி கும்பிட்டார். விபூதியை எடுத்துப் பூசிவிட்டு, 'இதில் முப்பது லட்சம் ரூபாய் உள்ளது. இரண்டு மாதத்தில் திருப்பிக் கொடுங்கள். வரும் லாபத்தில் எனக்குப் பாதி. மறந்துவிட வேண்டாம்' என்று சொல்லிவிட்டுச் சென்று விட்டார்.

நடந்தது கனவோ என்று யோசித்துக் கொண்டிருந்தேன். ஆனால் நடந்தது அனைத்தும் நம்ப முடியாத நிஜம்.

மறுநாள் அலுவலகத்தில் மற்றொரு கூத்து நடந்தது. நான் பணிபுரிந்து கொண்டிருந்த நிறுவனத்தில் குறிப்பிட்ட பையரின் ஆடர்கள் ஒவ்வொன்றும் தாமதமாகப் போய்க் கொண்டிருந்தன. எல்லாவற்றையும் விமானம் வழியே அனுப்பிக் கொண்டிருந்தார்கள். பையர் நொந்து விட்டார்.

மாலை நேரத்தில் பையர் என்னை என் அலைபேசியில் அழைத்தார்.

'என்னிடம் பெரிய ஆடர் ஒன்று உள்ளது. உங்கள் நிறுவனத்துக்குக் கொடுக்க விருப்பம் இல்லை. உன் தனிப்பட்ட மின்னஞ்சலுக்கு அனுப்பி உள்ளேன். உனக்கு விருப்பம் இருந்தால் நீயே செய்ய முடியுமா என்று பார். வேறு யாரேனும் இருந்தால் சொல்!' என்று சொல்லிவிட்டு ஃபோனை வைத்து விட்டார்.

குழப்பமாக இருந்தது. காற்று ஏதோவொரு திசையில் அடித்து என்னை இழுத்துக்கொண்டு செல்கிறது என்பதை மட்டும் என்னால் உணர முடிந்தது.

நண்பரை மீண்டும் வீட்டுக்கு அழைத்தேன். மின்னஞ்சலில் வந்த விவரங்களை அவரிடம் தெரிவித்தேன். ஓவன் கார்மெண்ட்ஸ் வகையைச் சேர்ந்த ஆடர் அது.

'திருப்பூரில் செய்ய முடியாது. ஈரோடு பக்கம்தான் இதுபோன்ற ஆடைகளைச் செய்ய முடியும். உங்களுக்குத் தெரிந்த நிறுவனங்கள் இருந்தால் சொல்லுங்கள். அவர் கொடுத்த பணத்தை வைத்து இந்த ஆடர் செய்ய முடியுமா என்று பார்ப்போம்' என்றேன்.

அடுத்த சில நாள்களில் ஈரோடு, பெருந்துறையில் சில நிறுவனங்கள் அறிமுகம் ஆயின. தேர்ந்தெடுத்துச் சில நிறுவனங்களிடம் பொறுப்பைக் கொடுத்தேன். நண்பர், ‘நான் பார்த்துக் கொள்கிறேன், நீங்கள் வேலையை விடவேண்டாம் என்று சொல்லி இருந்தார்.

இதுதான் முதல் புள்ளி.

சிறப்பான சிறிய நிறுவனங்களை ஒப்பந்தம் செய்து வைத்திருந்தோம். அவர்களே நூல் முதல் பெட்டி வரைக்கும் பார்த்துக் கொண்டார்கள். தரத்திற்காகத் தங்கமாக இழைத்துத் தந்தார்கள்.

நம்ப முடியாத அளவுக்குக் காற்று இழுத்துக்கொண்டே சென்றது. அந்த வருட முடிவில் பத்துக் கோடி ரூபாய் வரவு செலவு செய்துள்ளேன் என்று ஆடிட்டர் சொன்னபோது மிரட்சியாக இருந்தது.

இரண்டாவது வருடத்தில் மற்றொருவர் அறிமுகம் ஆனார். அவர் அலுவலகம் லண்டனில் இருந்தது. மார்க்கெட் லிபியாவில் இருந்தது. தூத்துக்குடியிலிருந்து லிபியா சென்று கொண்டிருந்தது. அங்கிருந்து அவர்கள் வெவ்வேறு நாடுகளுக்கு அனுப்பிக் கொண்டிருந்தனர். ஆடைகளின் எண்ணிக்கை பீஸ் கணக்கில் இல்லை, கண்டெய்னர் கணக்கில் இருந்தது!

எவ்வித முயற்சிகளும் இல்லாமல் இயல்பாகவே என்னை யாரோ ஒருவர் நகர்த்திக்கொண்டு செல்வது போல இருந்தது. பெருமகனார் ஜார்ஜ் புஷ் அமெரிக்காவிலிருந்து லிபியாவை அன்போடு கவனித்தார். சென்று கொண்டிருந்த சரக்கும், சென்ற சரக்கும் மாயமாய் மறைந்தன.

எடுத்தார்களா? விற்றார்களா? யாருக்குத் தெரியும்? சுபம் போட்டு நகர்ந்து விட்டார்கள். இன்ஸ்யூரன்ஸ், மற்ற அலுவலக நடைமுறைகள் அனைத்தும் இருந்தன என்றாலும், அவை காயத்தை ஆற்றவில்லை. எழுந்து நடக்கச் சில ஆண்டுகள் ஆகின. அதற்குப் பிறகு வேகம் இல்லாத பயணம் தொடங்கியது. தொடர்ந்து கொண்டும் இருக்கிறது.

வெற்றிகரமான தொழிலதிபர் என்று உங்களால் யாரைச் சொல்ல முடியும்? அதற்கென தனியாக இலக்கண வரையறை எதுவும் உள்ளதா? இப்படி இருந்தால்தான் தொழிலில் வெற்றி பெற முடியும் என்பது போன்ற முன்னுதாரணங்கள் நம்மிடம் உள்ளனவா? எல்லாக்

கேள்விகளுக்கும் பதில், இல்லை என்றே சொல்வேன்.

ஒரு நாளில் ஒவ்வொரு நிமிடமும் பதற்றத்தில் மட்டுமே வைத்திருக்கும் இந்தத் தொழிலில் கடந்த பத்தாண்டுகளாக வென்றுகொண்டே இருக்கும் சில முதலாளிகளை நினைத்துப் பார்த்தேன். அதில் ஒருவர் வாழும் வாழ்க்கை, வள்ளுவர் காட்டிய அறம், பொருளின் மொத்த உருவமாகவே எனக்குத் தெரிந்தது.

இந்தத் தொழிலை இப்படிச் செய்ய முடியுமா, இப்படி நிர்வாகம் செய்ய வாய்ப்பு உண்டா என்று என்னை இன்று வரையிலும் ஏங்க வைத்துக் கொண்டிருப்பவர் அவர்.

14

நம்பிக்கைகள் மூச்சாக மாறட்டும்

தொழிலுக்கு இலக்கணமென்பது லாபம் மட்டுமே. இது சரியான தொழில், தவறான தொழில் என்று இங்கு எதுவுமே இல்லை. எந்தத் தொழிலையும் செய்யலாம். அரசாங்கம் நமக்கு உதவி செய்ய வேண்டிய அவசியமில்லை.

அரசாங்கம்தான் என்னை வளர்த்தது என்று சொல்பவர்கள் இங்கே இருக்கிறார்களா? ஆனால் அரசு கனிவோடு நம்மைப் பார்க்க வேண்டும். அரசாங்கத்தின் கண்காணிக்கும் பட்டியலில் நாம் இருக்கக்கூடாது.

செய்யும் தொழிலின் பெருமை, நமக்குப் பின்னால் வரும் தலைமுறை சீரும் சிறப்புமாக அதனை நடத்திச் செல்லும் அளவிற்குச் சந்தையில் நிலைத்து நிற்பது.

அதற்குத் தலைமுறைகளைத் தயார்ப்படுத்தி, அதன் பின்பு பொறுப்பை ஒப்படைப்பது மட்டுமே சிறப்பு. இதற்கு முதலில் நாம் நம்மைத் தயார்ப்படுத்திக் கொள்ள வேண்டும்.

மூன்றாவது தலைமுறை என்பது சேர்த்த சொத்துகளை அழித்து விடக்கூடியது என்று ஒரு பழமொழி உண்டு. அதனையும் கடந்து எத்தனை நிறுவனங்கள் இந்தியா முழுக்க உள்ளது என்று யோசித்துப் பாருங்கள்.

18ம் நூற்றாண்டின் இறுதியில் தொடங்கப்பட்ட பல நிறுவனங்கள் இன்றும் ஐந்தாவது தலைமுறையின்

நிர்வாகத்தில் சிறப்பாகத்தான் இருந்து வருகிறது. நம் வழிகாட்டுதல் சரியாக இருந்தால் எதையும் மாற்ற முடியும்.

அம்பானியின் கனவு ஒரு பெட்ரோல் பங்க்கில்தானே தொடங்கியது? 700 கோடி மதிப்புள்ள வீட்டில் இன்று அவரது தலைமுறைகளை வாழ வைத்துக் கொண்டிருக்கிறது.

நாம் பெரிய உதாரணங்களை எடுத்துக் கொள்ள வேண்டிய அவசியமில்லை. திருப்பூரில் பத்தாண்டுகளுக்கு முன் நிறுவனத்தில் மிஞ்சும் கழிவுத் துணிகளை எடுத்து விற்கத் தொடங்கியவர் இன்று கட்டியுள்ள வீட்டின் மதிப்பு பத்துக் கோடி ரூபாய். வாழ்க்கையைப் பல வசதிகளுடன் சேர்ந்து அனுபவித்து வாழ்கிறார்.

ஒருவரிடம் பணிபுரிந்தால் சுயபாதுகாப்பு நம்மைச் சுகமாகத்தான் வைத்திருக்கும். ஆனால் நம் எல்லைகள் வரையறைக்குள் இருக்கும். ஆசைகள் நிபந்தனைகளுக்கு உட்பட்டதாக இருக்கும்.

காயம் படக்கூடாது, ஆனால் நான் கற்றுக் கொள்ள வேண்டும் என்று இங்கு எதுவுமே இல்லை. நாம் சுயமாக ஒன்றைச் செய்யும்போது எல்லைகள் விரியும். நம்மிடம் உள்ள அனைத்து விதமான திறமைகளையும் வாழ்நாளுக்குள் சோதித்துப் பார்த்துவிட முடியும். மனித வாழ்க்கையில் எத்தனை வசதிகள் உள்ளனவோ அத்தனையையும் அனுபவித்துவிட முடியும். இவற்றை எல்லாம்விட, உங்களுக்குக் கிடைக்கும் சுதந்திரத்திற்கு விலையே கிடையாது.

ஆனால் செய்யும் தொழில் மூலம், தொடர்ந்து சந்தையில் நிலைத்து நிற்கும் கலையைக் கற்றிருக்க வேண்டும். எந்தக் காரணத்தையும் இங்கே எவரும் கேட்கத் தயாராக இருக்க மாட்டார்கள். இதனை எந்தப் புத்தகமும் கற்றுத் தராது. கற்றுத் தரவும் வாய்ப்பில்லை. இடம், சூழல் பொறுத்து மாறிக்கொண்டே இருக்கும்.

கள்ளுண்ணாமை குறித்து வள்ளுவர் சொன்ன காலம் வேறு. சாராயம்தான் இன்று ஆட்சி அதிகாரங்களையே தீர்மானிக்கும் காலத்தில் வாழ்ந்து கொண்டிருக்கிறோம் என்பதை ஏற்றுக் கொள்ளத்தான் வேண்டும்.

நாம் செய்கிற தொழில் சந்தைக்குத் தேவைப்படுவதாக இருக்க வேண்டும். சந்தையில் நம் பொருள்கள் எதிர்பார்ப்புகளை உருவாக்கக் கூடியதாக இருக்க வேண்டும். இதற்கு உங்களின்

தனிமனிதப் பண்புகள் உதவும் என்பது உண்மை. ஆனால் அதுவே முழுக்க முழுக்க தீர்மானிக்கும் என்று சொல்ல முடியாது.

ஒருமுறை ஓர் முதலாளி, 'சாராய வாசனையே ஆகாது என்று வாழ்பவர்கள் சாராயக்கடை நடத்தினால் வெற்றி பெற முடியும்' என்று சொன்னார். யோசித்துப் பார்த்தால் அதற்குப் பின்னால் உள்ள உளவியல் என்னை வியக்க வைத்தது.

●

ஒரு முதலாளி இன்று வருடத்திற்கு 70 கோடி வரவு செலவு செய்கிறார். மிகச் சாதாரணமாகச் சிறிய நிறுவனமாகத் தொடங்கினார். ஈரோட்டில் பிரிண்ட்டிங் பட்டறையில் கூலித் தொழிலாளியாகத் தன் வாழ்கையைத் தொடங்கியவர் அவர். படிப்பறிவு இல்லை. தன் சொந்தங்களால் அவமானப்படுத்தப்பட்டவர். இரவு பகலாக வேலையை வாங்கிவிட்டு, குறைவான கூலியைக் கொடுத்து அவமானப்படுத்தியதைப் பொறுக்க முடியாமல் திருப்பூர் வந்தார்.

டெய்லர் வேலையைக் கற்றுக்கொண்டு, தொழில் சூத்திரங்களைப் புரிந்துகொண்டார். மூன்று வருடங்களில் உள்ளூர் நிறுவனங்களுக்கு, தான் உருவாக்கிய சிறிய நிறுவனத்தின் மூலம் தைத்துக் கொடுத்தார்.

அளந்துதான் பேசுவார். அமைதியாகப் பேசுவார். மற்றவர்கள் உழைக்கிறார்களோ இல்லையோ தன் உழைப்பை நிறுத்தவே மாட்டார். பத்து வருடத்தில் ஐரோப்பாவில் உள்ள ஓர் இறக்குமதியாளரின் தொடர்பு கிடைத்து. தொடக்கத்தில் மும்மையில் உள்ள ஏஜெண்ட் மூலம்தான் செய்து கொண்டிருந்தார். சமய சந்தர்ப்பத்திற்காகக் காத்திருந்தார். இறக்குமதியாளர் ஒரு சமயம் திருப்பூர் வந்து தொழிற்சாலையைப் பார்க்க வந்தபோது, உள்ளே இருந்த நிர்வாக அமைப்பும், தரத்திற்காக உருவாக்கப்பட்ட கட்டுமானங்களும் அவரைக் கவர நேரிடையான பயணம் தொடங்கியது. முதலாளி வளர்ந்தார்.

ஒதுக்கிய உறவுக்கூட்டங்கள் ஒவ்வொன்றாக வந்து சேர்ந்தன. எவரையும் அவர் புறக்கணிக்கவில்லை. யாரையும் பழிவாங்க வேண்டும் என்ற எண்ணமும் அவருக்கில்லை. ஆனால் அவர்களில் யாரையும் தன் நிர்வாகத்தில் அனுமதிக்கவும் இல்லை.

உறவினர்கள் ஒவ்வொருவருக்கும் அவரவர் தகுதிக்கு ஏற்ப பல துணை நிறுவனங்களை உருவாக்கிக் கொடுத்தார். முதலில் அதுபோன்ற நிறுவனத்தைத் தன் பெயரில் உருவாக்குவார். அதில் அவர்களைப் பணிபுரியச் சொல்வார். கற்றுக் கொடுப்பார். எதிர்பார்த்த அனைத்தும் அவர்களிடம் வந்துவிட்ட பின்பு அவர்களிடம் அந்த நிறுவனத்தை ஒப்படைத்து விடுவார்.

தான் செய்துள்ள முதலீட்டுக் கணக்கை அவர்களிடம் காட்டிவிட்டு அந்தத் தொகையை எடுத்துக் கொள்வார். 'நான் உனக்கு இனியும் உதவுவேன். ஆனால் என்னை மட்டுமே நம்பி இருக்காதே. நீயாகப் பிழைத்துக் கொள்' என்று நகர்ந்து விடுவார்.

இப்படி அவர் உருவாக்கி வளர்த்த உறவினர்க் கூட்டத்தில் ஒருவர்கூட அவருக்கு விசுவாசமாக இல்லை என்பதைப் பல நிகழ்வுகளின் வாயிலாக அறிந்துகொண்டு, தனிப்பட்ட உரையாடலின்போது அவரிடம் கேட்டேன். 'கடைசிவரைக்கும் காந்தியாகவே வாழ வேண்டும் என்று நினைக்கிறீர்களா?' சிரித்துக்கொண்டே கேட்டேன்.

சிரிக்காமல் பதில் சொன்னார். 'குப்பை மனிதர்கள்' குறித்து ஒரு விளக்கம் கொடுத்தார். அவர்களின் குணாதிசயங்கள் எப்படி இருக்கும், வாழ்நாள் முழுக்க என்னதான் வசதிகள் வந்தாலும் அவர்கள் எப்படி வாழ்வார்கள் என்று அழகாகப் புரியவைத்தார்.

நான் படித்த ஆயிரக்கணக்கான புத்தகங்கள் கற்றுக் கொடுக்காத வாழ்வியலைச் சில நிமிடங்களில் எனக்குப் புரிய வைத்தார். அதுவே என்னை இன்று வரைக்கும் இயக்கிக் கொண்டிருக்கிறது.

காலையில் ஒன்பது மணிக்கு அலுவலகத்திற்குள் வந்து விடுவார். இரவு ஒன்பது மணி வரைக்கும் இருப்பார். மதியம் இரண்டு மணி நேரம் ஓய்வு. ஒவ்வொரு நாள் மதியமும் வரவு செலவு தொடர்பான அனைத்துச் செலவுச் சீட்டுகளையும், அந்த அந்தத் துறை சார்ந்தவர்கள் பார்த்து முடித்ததை, ஒவ்வொன்றாகப் பார்த்துக் கையெழுத்திட்டு விடுவார்.

அந்த வாரத்தில் நிதி சார்ந்த எந்தக் கேள்வியும் இருக்கக்கூடாது என்பது அவரது தாரக மந்திரம். அலுவலகத்தில் எந்தப் பகுதியிலும் ஒரு குப்பை இருக்காது.

எந்தப் பழைய ஆவணங்களும் வெளியே தூக்கிப் போட அனுமதியில்லை. ஒவ்வொன்றுக்கும் ஒவ்வோர் இடம். அந்த இடத்தில் விஷயங்களைக் குறிப்பிட்டு லேபிள் ஒட்டி மூடி வைத்திருப்பார்கள். ஏற்றுமதித் துறையில் பழைய ஆவணங்கள் மிக முக்கியம். காரணம், நம் அரசுத்துறை திடீரென விழிக்கும். விளக்கம் கேட்கும். அவர் அதை உணர்ந்தவர். உள்வாங்கியவர். அனுபவம் அவரை வழிநடத்தியது.

கணினி போன்ற நவீன தொழில்நுட்பத்தை முழுமையாகக் கண்டு கொள்வதில்லை. ஒவ்வொன்றும் அவருக்குக் காகித வடிவில் ஆவணமாக இருக்க வேண்டும். அதற்கான செலவு குறித்துக் கவலைப்பட மாட்டார்.

எவையெல்லாம் எதிர்காலத்தில் பிரச்சினைகளை உருவாக்க வாய்ப்பு உள்ளனவோ, அவற்றுக்குச் சிறப்புக் கவனம் கொடுத்து வைத்திருப்பார். ஒவ்வொன்றுக்கும் ஒவ்வொரு விதமான மாஸ்டர் பட்டியல் வைத்திருப்பார்.

வெளியிலிருந்து துணை நிறுவனங்கள் சார்ந்தவர்கள் எவரும் அலுவலகத்திற்கு வர அனுமதியில்லை. அவரவர்களிடம் பேசியபடி அந்த அந்த நாளில் காசோலை அவர்கள் இடத்திற்குச் சென்றுவிடும். ஆன்லைன் வழியாக எதையும் செய்ய மாட்டார். எதை எல்லாம் கற்றுக்கொள்ளத் தனக்கு வாய்ப்பில்லாமல் இருக்கிறதோ, எதெல்லாம் சங்கடத்தை உருவாக்கிவிடும் என்று நம்புகிறாரோ, அதனை எல்லாம் முழுமையாகத் தவிர்த்து விடுவார்.

அதுகுறித்த விமர்சனங்களைக் கேட்டுக் கொள்வார். ஆனால் சிரித்துக்கொண்டே, பழைய சம்பவத்தில் நடந்த ஒரு பஞ்சாயத்தைச் சொல்லி, அதற்கு விளக்கம் சொல்வார்.

அலுவலகம் தொடங்கி தொழிற்சாலை வரைக்கும் ஒவ்வோர் இடத்தையும் தன் நேரிடையான கட்டுப்பாட்டில் வைத்திருப்பார். அதற்கான பொறுப்புகளைத் தனித்தனி நபர்களிடம் கொடுத்திருப்பார்.

பேச வேண்டும் என்றால் 'எப்போதும் மிஸ்டு கால் மட்டும் கொடுங்கள். என் சூழல் பொறுத்து அழைப்பேன்' என்று திறந்த மனதோடு சொல்வார்.

இவரது இந்த அணுகுமுறைகள் இரண்டு விதமான விளைவுகளை உருவாக்கக் காரணமாக இருந்தன. ஒன்று, மிகக் குறைவான தவறுகளே நடந்தன. இன்னொன்று, தவறு

செய்பவர்கள், 'முதலாளியின் நேரிடையான கண்காணிப்பில் இருக்கிறோம், தப்பிக்க முடியாது' என்ற பயத்தில் தங்களை மாற்றிக்கொள்ள வேண்டிய அவசியத்திலிருந்தார்கள்.

வேலை வாய்ப்பு உள்ள இடங்களில் திருமணமான பெண்களுக்கு அதிக வாய்ப்பு கொடுத்து அமர்த்துவார்.

அடுத்த ஆறு மாதத்திற்குத் தேவையான நூலை உள்ளே தயாராக வைத்திருப்பார். உடனடிப் பணம் என்கிற ரீதியில் தேவைப்படுகிற அனைத்துப் பொருள்களையும் விலை குறைவாக வாங்கி வைத்திருப்பார். இதற்கான வட்டிக் கணக்கைச் சொல்லி, இது நஷ்டமல்லவா என்று கேட்டால், மாறும்போது நூல் கிடைக்காத தருணங்களைக் கணக்கிட்டு அழகாக விளக்கம் தருவார்.

மொத்தத்தில் எதெல்லாம் மன உளைச்சல் தர வாய்ப்புள்ளதோ, நம் நேரத்தை விழுங்கி பதற்றத்தை உருவாக்குகிறதோ, அனைத்தையும் பல மாதங்களுக்கு முன்பாகவே தயார் செய்து வைத்திருப்பார். அலுவலகம் எப்போதும் நிசப்தமாகவே இருக்கும்.

கால் வாசி ஆங்கிலம், முக்கால்வாசி கொங்குத் தமிழ் என்பது அவருக்குத் தடையாக இல்லை. ஐரோப்பாவில் இறக்குமதியாளர் (பையர்) அழைக்கும் அனைத்து விதமான கூட்டங்களுக்கும் சென்று வருகிறார்.

பையர் இவரிடம் 120 நாள் கடன் தொகையில்தான் சரக்குகளை வாங்குகிறார். எல்சி (லெட்டர் ஆஃப் கிரெடிட்) கொடுப்பார். ஆனால், கப்பலில் சரக்கு சென்ற பிறகு 120 நாளைக்குப் பின்தான் வங்கியில் பணம் எடுக்க முடியும்.

ஒரு கோடிக்குச் சரக்கு அனுப்புகிறார் என்றால் ஆறு மாத காலம் அதற்குள் பணம் முடங்கிக் கிடக்கும். அதற்குள் அடுத்த நான்கு கோடி ரூபாய் சரக்கும் போயிருக்கும். மொத்தத்தில் ஆறு மாதத்திற்கு முன்பு செய்த சரக்கின் தொகை ஏழாவது மாதம்தான் கிடைக்கும். வட்டித் தொகை, வங்கி எதிர்பார்க்கும் அனைத்தையும் கணக்கிட்டால் லாபத்தில் குறிப்பிட்ட சதவிகிதம் இதற்கு அடி வாங்கும்.

ஆனால் பையர் விலை உயர்ந்த ஆடைகளை வாங்குகிறார். ஏகப்பட்ட வேலைப்பாடுகள் அதில் இருக்கும். ஐரோப்பா வரைக்கும் சென்று பலரும் பையரைச் சந்தித்து தங்கள் பக்கம் இழுக்க முயன்றனர். ஆனால் பையர் அவர்களிடம் சொன்னதாக என்னிடம் இவர் சொன்ன வாசகங்கள் இன்னமும் என் நினைவில் நிழலாடுகின்றன.

‘நான் அவரிடம் வாங்க முடியாத சூழல் எதிர்காலத்தில் உருவானால் நான் உங்கள் நாட்டுக்கே வர மாட்டேன். நான் எதிர்பார்க்கும் விலை, தரம், காலம் மூன்றும் அவரிடம் கிடைக்கும்போது நான் ஏன் 15 வருடமாக அவருடன் செய்து கொண்டிருக்கும் தொழிலை மாற்ற வேண்டும்?’

நான் இவரிடம் கேட்டேன். ‘120 நாள் எல்சியில் செய்கிறீர்கள். அட் சைட் எல்சி உள்ள எத்தனையோ பையர்கள் உங்களிடம் வரத் தயாராக இருக்கிறார்கள்? இவருடன் தொடர்ந்து செய்துகொண்டே ஏன் வேறு பக்கம் செல்லவே விரும்பமாட்டேன் என்கிறீர்கள்? அடுத்த கட்ட வளர்ச்சி வேண்டாமா?’

‘எதை வளர்ச்சி என்கிறீர்கள்? எனக்கு வங்கியில் எந்தக் கடனும் இல்லை. எந்தத் துணை நிறுவனங்களும் நான் கொடுக்க வேண்டிய நிலையில் இல்லை.

சேர்த்த சொத்து எதுவும் அடமானத்தில் இல்லை. தேவையான அனைத்து வசதிகளையும் அளவுக்கு அதிகமாக ஆண்டவன் கொடுத்து விட்டான். எனக்கு இனி பணம் தேவையில்லை. திருப்திதான் முக்கியம். அதை இவர் தந்து கொண்டிருக்கும்போது நான் ஏன் வேறுபக்கம் செல்ல வேண்டும்? இவர் எதிர்காலத்தில் ஆடர் தராமல் போனால்கூட எனக்குக் கவலையில்லை. என் மகள்கள் நிர்வாகத்திற்கு வந்த பின்பு அவர்களது விருப்பப்படி புதிய நபர்களைத் தேடிக் கொள்ளட்டும். என் விருப்பமும் என் நோக்கமும்தான் என்னை இயக்குகின்றன’ என்றார்.

எவரையும் ஏமாற்றாமல், எவரிடமும் ஏமாறாமல், தன்னுடைய எந்தச் சொத்தும் வங்கி அடமானத்தில் இல்லாமல், துணை நிறுவனங்களுக்குக் கொடுக்க வேண்டிய தொகையைப் பேசியபடி பேசிய காலத்தில் கொடுக்கும் முதலாளிகள் திருப்பூரில் இவரைப் போல இன்னும் சிலர் இருக்கிறார்கள். ஆனால் விரல்விட்டு எண்ணிவிடலாம்.

இவரது வளர்ச்சி சீராக உள்ளது. வாழ வைத்து வாழ்ந்து கொண்டிருக்கிறார். மாலை ஆனதும் மதியை மயக்கும் எந்த வேலைக்கும் செல்வதில்லை. அவர்களைத் தன்னருகே நெருங்க விடுவதும் இல்லை.

பட்டம் தருகிறேன், பட்டயம் தருகிறேன் என்று அழைப்பவர்களைக் கையெடுத்துக் கும்பிட்டு அனுப்பி விடுவார். சங்கக் கூட்டங்கள் என்று எவராவது அழைத்தால்

உங்கள் சங்கநாத்தமே வேண்டாம் என்று அவர்கள் கேட்கும் வருடாந்திரத் தொகையைக் கொடுத்துவிட்டு, ஒரு பெரிய கும்பிடு போட்டு அனுப்பி வைப்பார்.

ஒவ்வொரு வாரச் சனிக்கிழமை அன்று காலையிலேயே தொழிலாளர்களுக்குச் சம்பளம் கொடுத்து விடுவார். காரணம் கேட்ட போது, 'இரவு வாங்கிச் சென்று அவர்களின் கடன்களைக் கட்டுவது. சீட்டுக் கட்டுவது போன்ற பஞ்சாயத்து இருந்தால் மறுநாள் வேலை வைத்தால் வரத் தயங்குவார்கள். நாம் அவர்களின் பிரச்சினைகளின் மேல் அக்கறை செலுத்தினால், அவர்கள் நம்முடைய பிரச்சினைகளில் அக்கறை வைப்பார்கள்' என்பார்.

இவர் தொழிலாளர்கள் விஷயத்தில் அதிகப்படியான அக்கறையும் காட்டுவதில்லை. அவர்களின் அடிப்படை உரிமைகளை மறுப்பதும் இல்லை. தீபாவளி போனஸ் போன்ற சமாசாரங்களை ஒரு மாதத்திற்கு முன்பே கொடுத்து முடித்து விடுவார். அரசாங்கம் கட்டாயம் விடுமுறை கொடுத்த ஆக வேண்டும் என்று சொல்லும் தினங்கள் தவிர்த்து, மற்ற அத்தனை தினங்களும் தொழிற்சாலை இயங்கிக்கொண்டே இருக்கும்.

இந்த ஆடர் நான்கு மாதங்களுக்குப் பிறகு அனுப்பினால் போதும் என்கிற நிலை இருந்தால்கூட, 'அதைப் பெட்டியில் போட்டு வைத்து விடுங்கள். அவர்கள் கேட்கும்போது அனுப்பலாம். அவர்கள் கேட்கும் சமயத்தில் இங்கு நாம் வேறு விஷயத்தில் கவனம் செலுத்துவோம்' என்பார்.

பண்டிகை தினங்களில் வட மாநிலத் தொழிலாளர்கள் பணிபுரிவார்கள். அப்போது ஒவ்வொருவருக்கும் இரண்டு மடங்கு சம்பளம். போட்டி போட்டுக்கொண்டு மற்றவர்களும் உள்ளே வந்து நிற்பார்கள்.

'ஆரோக்கியம் இருக்கும் வரையிலும் இயங்கிக்கொண்டே இருக்க வேண்டும்' என்பார்.

அவரது கொள்கைகளில் காந்தியும் இருப்பார். அம்பானியும் இருப்பார்,

இவருக்கு நேர் எதிராக இருப்பவர்களையும் சந்தித்துள்ளேன். மற்றொரு முதலாளியிடம் நான்கு வரிகள் உள்ள ஆங்கிலக் கடிதத்தைக் கொண்டு போய்க் கொடுத்தால் 'என்னங்க, இத்தனை பக்கம் இருக்கிறது? சுருக்கமாகச் சொல்லுங்கள். கேட்டுக் கொள்கிறேன்' என்பார். அவரே

தீபாவளி சமயத்தில் இருபது லட்சம் போனஸ் கொடுக்க வேண்டியதைப் பாதியாகக் குறைத்துப் பணிபுரிந்தவர்களின் தீபாவளியைக் கறுப்பு தினமாக மாற்றினார். ஆனால் 20 மடங்காகப் புதிய துறையில் கொண்டு போய்க் கொட்டி மொத்தத்தையும் இழந்து வந்தார்.

இப்போது திருப்பூர் எப்படி உள்ளது?

சில வருடங்களுக்கு முன்பு மறைந்த அப்துல்கலாம் இங்கே வந்திருந்தபோது எங்கள் இலக்கு ஒரு லட்சம் கோடி என்றார்கள். அதில் நான்கில் ஒரு பங்கு வருவதற்குள் நாக்குத் தள்ளுகிறது!

அரசாங்கம் எங்களுக்கு உதவ வேண்டும், வங்கிகள் எங்கள் கழுத்தை நெறிக்கின்றன, எங்கள் தொழில் கீழிறங்கிக் கொண்டிருக்கிறது, ஐரோப்பிய நாடுகளுக்கு வரியில்லா வர்த்தகம் வேண்டும் என்ற குரல்கள் திருப்பூரில் ஒலித்துக்கொண்டே இருக்கின்றன.

இதற்குப் பின்னால் உள்ள உளவியலையும் அரசியலையும் கவனித்துப் பார்த்தால் நமக்கு வேறு சில உண்மைகள் புரிபடும்.

ஐம்பது கிலோமீட்டர் சுற்றளவு உள்ள திருப்பூர், இப்போது தமிழகம் முழுக்கப் பரவியுள்ளது. இங்கிருப்பவர்கள் தர்மபுரி மாவட்டம் வரைக்கும் தங்கள் தொழிற்சாலையை உருவாக்கி வைத்துள்ளனர். பலர் அங்கே இருந்து தைத்தும் வாங்குகிறார்கள்.

காரணம் தொழிலாளர்களின் பற்றாக்குறை. நாள்தோறும் வட மாநிலத் தொழிலாளர்கள் வந்து இறங்கிக்கொண்டே இருக்கிறார்கள். சமீபக் கணக்கெடுப்பின்படி மாதம்தோறும் இருபதாயிரம் பேர்கள் வட மாநிலங்களில் இருந்து இங்கே வந்து கொண்டிருக்கிறார்கள். கால்வாசிப் பேர்கள் திரும்பிச் சென்றாலும் மீதம் உள்ளவர்கள் இந்தத் தொழிலுக்குள் இருக்கிறார்கள்.

முப்பது வருடத்திற்கு முன்பு பணியாற்றியவர்கள் எவரும் இப்போது பணியில் இல்லை. ஒவ்வொரு ஐந்தாண்டுகளும் இங்கு எல்லாமே மொத்தமாக மாறுகிறது. ஒதுக்கப்படுகிறார்கள். ஓரங்கப்பட்டப்படுகிறார்கள். ஒதுங்கி விடுகிறார்கள். முதலாளிகளும் சரி. தொழிலாளர்களும் சரி. இரண்டு பக்கமும் இப்படித்தான் உள்ளது.

இங்கு வாழ்பவர்களுக்கு ஒருங்கிணைக்கப்பட்ட வசதிகள் எதுவுமே இல்லை. இஎஸ்ஐ மருத்துவமனை இல்லை. கடந்த முப்பது ஆண்டுகளில் இவற்றையெல்லாம் இங்கே உருவாக்க வேண்டும் என்ற எண்ணம் எவருக்கும் உருவாகவில்லை. அதற்கான முயற்சிகளை யாரும் முன்னெடுக்கவில்லை. தொழிலாளர்கள் தங்கும் எளிய குடியிருப்பு வசதிகள்கூட உருவாக்கப்படவில்லை.

இங்கு எப்போதும் பொழுதுபோக்கு வசதிகள் உருவாகி விடக்கூடாது என்று தனி மனிதர்களின் விருப்பப்படி உருவான திருப்பூர், இன்று குடிகாரச் சமூகமாக மாற்றப்பட்டுள்ளது.

தத்தம் தொழிலில் மட்டுமே அக்கறை செலுத்தியவர்கள் இருந்த சங்கங்கள் ஒவ்வொன்றும் வெவ்வேறு விதமாகப் பிரிந்து நிற்கின்றன. அரசியல் கட்சிகள் உள்ளே நுழைந்தன. மதம், சாதி உள்ளே நுழைந்தன. போட்டி, பொறாமையில் திருப்பூரின் வீழ்ச்சி விரைவானது.

அரசாங்கம் கேட்கும் கணக்கு என்றாலே காத தூரம் ஓடிப் பழகியவர்கள், இப்போது உருவாக்கப்பட்ட ஜிஎஸ்டி, எங்கள் கழுத்தில் மாட்டப்பட்ட சுருக்கு என்கிறார்கள்.

ஆனாலும்...

திருப்பூர் பல கோடி மக்களை இன்று வரையிலும் வாழ வைத்துக் கொண்டிருக்கிறது. பல நூறு முதலாளிகளை முதல் தலைமுறைத் தொழிலதிபர்களாக மாற்றியுள்ளது. உலக நாடுகளை இங்கே வரவழைத்துள்ளது. இங்கு வந்தால் பிழைத்துக் கொள்ள முடியும் என்ற நம்பிக்கையை ஏழை மக்களுக்குத் தரும் புனிதத் தலமாக உள்ளது.

குறைகளைப் போலவே நிறைகளும் அதிகம் உள்ள ஊர் திருப்பூர். நம் பார்வைகள் விசாலமாக இருந்தால் இங்கு எல்லாவற்றையும் புரிந்துகொள்ள முடியும். மது, மாது, சூது இல்லாமல் இருப்பவர்களும் இங்கே இருக்கிறார்கள்.

முழுமையாக முதலீடு செய்து தொழிலில் தோற்றவர்களும் இருக்கிறார்கள். அதே போல் வாழ்வாங்கு வாழ்பவர்களும் இருக்கிறார்கள். வெறுங்கையால் முழம் போட்டு அடுத்தவன் காசில் முன்னேறியவர்களும் இருக்கிறார்கள்.

எந்த தொழிலுக்கும் இதுதான் சட்டம், இதுதான் வரையறை என்று எதுவும் கிடையாது. இப்படி இருந்தால்தான் லாபம்

வரும் என்று எதையும் நீங்கள் குறிப்பிட்டுச் சொல்ல முடியாது.

ஏற்றுமதித் துறையில் மாநில, மத்திய அரசாங்கங்களோடு உலக அரசாங்கங்களும் உறுதுணையாக இருக்க வேண்டும் என்று அனைவரும் எதிர்பார்க்கிறார்கள். இதைத்தான் சிலர் ஜாதகக் கட்டம் என்கிறார்கள். மதங்கள் கர்மா என்கின்றன. அய்யன் வள்ளுவர் மட்டும் 'முயற்சி தன் மெய் வருத்தக் கூலி தரும்' என்கிறார்.

www.ingramcontent.com/pod-product-compliance
Lightning Source LLC
LaVergne TN
LVHW101406051026
849519LV00005BC/1678
* 9 7 8 9 3 9 5 2 7 2 9 3 3 *